मन्वंतर

युवा लेखकांनी साकारलेल्या मर्मस्पर्शी विज्ञानकथा !

संपादक
निरंजन घाटे

डायमंड पब्लिकेशन्स

मन्वंतर
संपादक : निरंजन घाटे

Manvantar
Edited : Niranjan Ghate

प्रथम आवृत्ती : मे २०१५

ISBN : 978-81-8483-599-1

© डायमंड पब्लिकेशन्स

मुखपृष्ठ
शाम भालेकर

मुद्रक
Repro India Ltd, Mumbai.

प्रकाशक
डायमंड पब्लिकेशन्स
२६४/३ शनिवार पेठ, ३०२ अनुग्रह अपार्टमेंट
ओंकारेश्वर मंदिराजवळ, पुणे-४११ ०३०
☎ ०२०-२४४५२३८७, २४४६६६४२
info@diamondbookspune.com

ऑनलाईन पुस्तक खरेदीसाठी भेट द्या
www.diamondbookspune.com

अनुक्रम

संपादकीय नजरेतून...   चार

माइंड रीडर   १

संभ्रम   ११

आवाजभिंत   २५

गंध दरवळला   ३९

मी.. माधव जोगळेकर   ४८

आभास हा!   ७६

पहाड   ९१

अंतराळींची किमया   १०४

इथूनी तिथे अन्   ११३

सीमारेषा   १२२

तुझ्यावाचून गमेना   १२९

लिव्हिंग रोबो   १४०

मातृत्वाची आस   १५९

नळी-बाव   १७५

रोगोझोव्हची शपथ   १८०

चंद्रावरील मूल   १८५

रक्त तबकड्या   १९४

लेखकांविषयी थोडक्यात   २१०

संपादकीय नजरेतून...

मी सुमारे साठ वर्षं विज्ञानकथा वाचत आलो आहे. भा. रा. भागवत, द. पां. खांबेटे, द. चिं. सोमण, यशवंत रांजणकर, नारायण धारप यांच्या विज्ञान साहित्यावर माझं वाचन पोसलं गेलं. विज्ञान साहित्य हा सायन्स फिक्शनला समानार्थी मराठी शब्द. ह्या विज्ञान साहित्यासंबंधी नारायण धारप यांनी 'टोळधाड' ह्या पुस्तकामध्ये त्यांच्या विज्ञान साहित्यासंबंधीच्या कल्पना लिहिल्या आहेत. तर यशवंत रांजणकरांनी त्यांच्या 'शेवटचा दिस' ह्या कथासंग्रहाच्या विस्तृत प्रस्तावनेत विज्ञान साहित्यासंबंधीचे त्यांचे विचार मांडले आहेत. याशिवाय १९८३ साली मुंबई विद्यापीठ आणि मराठी विज्ञान परिषद, मुंबई यांच्या संयुक्त विद्यमाने पार पडलेल्या पहिल्या विज्ञान साहित्यविषयक चर्चासत्राचं; आणि नंतर १९८४ ते १९८९ दरम्यान महात्मा फुले वस्तुसंग्रहालय, पुणे येथे आयोजित विज्ञान-लेखक मेळाव्यामध्ये विविध लेखकांनी त्यांचे जे विज्ञान साहित्यविषयक विचार मांडले, त्याचं एकत्रित संकलन 'विज्ञान साहित्य आणि संकल्पना' ह्या नावानं प्रसिद्ध झालं आहे. बाळ फोंडके यांनी विज्ञान साहित्यासंबंधी महाराष्ट्र टाइम्समध्ये व्यक्त केलेले विज्ञान साहित्यासंबंधीचे विस्तृत विचार ह्या ग्रंथात समाविष्ट केलेले आहेत.

कुठलंही साहित्य चांगलं किंवा वाईट हे ठरवायचे नियम ठरलेले नाहीत. त्यामुळे साहित्यसमीक्षा ही व्यक्तिनिष्ठ आणि बऱ्याच वेळा व्यक्तिसापेक्ष असते, असं दिसून येतं. त्यात अनेक घटक समाविष्ट असतात. एखादी साहित्यकृती वाचतानाच ही चांगली कलाकृती आहे, असं आपणाला जाणवू लागतं आणि एकदा वाचूनही ती दीर्घकाळ आपल्या लक्षात राहते. विज्ञानकथाही ह्याला अपवाद असू शकत नाही; पण हे चांगलं-वाईट वाटणं, हे आपल्यापुरतंच मर्यादित असतं. हे लक्षात ठेवायला हवं, नाहीतर निरर्थक वाद उद्भवतात.

विज्ञान साहित्यात विज्ञान हा एक आवश्यक घटक असतो. त्यामुळेच तिथे विज्ञानात गडबड करून चालत नाही. विज्ञान आलं की सूत्रं, समीकरणं आली. त्यामुळे विज्ञान साहित्याचंही काही सूत्र किंवा एखादं तरी समीकरण जर उपलब्ध

झालं, तर त्या समीकरणामध्ये वेगवेगळ्या घटकांची मूल्ये भरली की त्यातून विज्ञान साहित्याचं मूल्यमापन करणारं उत्तर हाती येईल, अशी काही लोकांची अपेक्षा असते. हे लोक कोण, ह्याचा शोध घेतला तर कळतं की वृत्तपत्रांसाठी परीक्षण लिहिण्याची उक्ती कंत्राटं घेतलेले ठेकेदार. तसेच अलीकडच्या काळात आणखी एक वर्ग निर्माण झालाय तो म्हणजे पदरमोड करून आय.एस.बी.एन. क्रमांक असलेल्या नियतकालिकांमध्ये स्वतःचे लेख छापून आणणारा प्राध्यापक वर्ग, त्यांच्या समीक्षेची समीकरणं ठरलेली असतात. ज्या व्यक्तीच्या पुस्तकाचं परीक्षण करायचं त्याच्या खुर्चीचा दर्जा, त्या लेखकाला विद्यापीठीय राजकारणात असलेलं स्थान, त्याचं उपद्रव मूल्य; तसेच त्या व्यक्तीचा गट आणि झालेलं दैवतीकरण अशा अनेक गोष्टींचा अशा समीक्षणात विचार केला जातो. अशा व्यक्तीला मोठं ठरवण्यासाठी इतरांना खुजं ठरवावं लागतं. ह्याचा प्रतिवाद करायचा प्रयत्न दोन्ही अर्थी निरर्थक असतो. ह्याचं कारण आय.एस.बी.एन. क्रमांक मिळवला की आपल्या हाती टांकसाळीची किल्लीच आली असं समजणारे संपादक हा प्रतिवाद छापत नाहीत. कारण त्यातून त्यांना काही अर्थप्राप्ती नसते; त्यामुळे आपले परिश्रम वाया जातात. विज्ञानकथा आणि कादंबऱ्या लेखनात आणखी एक गंमत असते. विज्ञान साहित्याच्या इतर प्रकारात आपल्याकडे अत्यल्प लेखन झालंय म्हणून त्याचा इथे विचार केलेला नाही, त्याचबरोबर माझ्या सर्वच विधानांना काही सन्माननीय अपवाद आहेत, हेही लक्षात घ्यायला हवं. मी जी गंमत म्हणतोय ती म्हणजे विज्ञानाच्या बऱ्याच प्राध्यापकांना साहित्यनिर्मितीचं वावडं असतं; तसेच त्यांनी विज्ञान साहित्य म्हणजे काय हे माहीत करून घेण्याचा प्रयत्न केलेला नसतो. तर मराठीच्या प्राध्यापकांना बहुधा विज्ञानाचा गंध नसतो आणि विज्ञान ही एक अनाकलनीय बाब आहे, असा त्यांचा त्यांनीच एक गैरसमज करून घेतलेला असतो. त्यामुळे मराठीमध्ये विज्ञान साहित्याचं अजून म्हणावं असं व्यवस्थित समीक्षण झालेलं नाही.

आधी म्हटल्याप्रमाणे विज्ञान म्हटलं की सूत्रं, समीकरणं आली, असा एक गैरसमज जनमाणसात रूढ आहे. त्यामुळे विज्ञान साहित्याचा मापदंड ठरवणारं एखादं समीकरण असायला हवं असं बरेचजण गृहीत धरतात. तसं ते सध्यातरी उपलब्ध नाही. समजा असं एखादं समीकरण आपण तयार केलं तर काय होईल ते आपण बघू या. काळ x अवकाश ÷ मानवी वृत्ती = विज्ञानकथा, असं एखादं समीकरण केलं तर ते योग्य ठरणार नाही कारण ह्यात अनेक घटक समाविष्ट नाहीत. आपण नेहमी वैज्ञानिक समीकरणात असतो तसा एखादा स्थिरांक ह्या समीकरणाला जोडला तर? हा स्थिरांक म्हणजे कथनशैली. त्यामुळे जे समीकरण तयार होईल तेसुद्धा विज्ञानकथेचा

आत्मा पकडू शकत नाही. ह्याचं कारण विज्ञान साहित्य हे ह्यापेक्षा बरंच काही असतं. ते काय हे मात्र आपण नेमकं शब्दांमध्ये पकडू शकत नाही, हे मात्र खरं. तशाही विज्ञान साहित्याच्या साठ-पासष्ठाहून अधिक व्याख्या वेगवेगळ्या शब्दकोशात आणि विज्ञान साहित्याचा ऊहापोह करणाऱ्या समीक्षाविषयक पुस्तकांमध्ये आहेत. सर्वसाधारणपणे विज्ञानकथा ही भविष्यकाळात घडते. विज्ञानकथेमध्ये प्रचलित विज्ञानाच्या आणि उपलब्ध तंत्रज्ञानाच्या प्रगतीचं भविष्यकाळात प्रक्षेपण केलेलं असतं आणि अशा प्रगतीचा मानवी समूहजीवनावर आणि वैयक्तिक जीवनावर होणारा परिणाम आजमावण्याचा प्रयत्न केलेला असतो. मूलतः ती मानवकेंद्रित असते, असं म्हणणं योग्य ठरेल. मध्यंतरी सायफाय कट्ट्याच्या एका बैठकीत मी एक कथा ऐकल्यावर मतप्रदर्शन करताना म्हटलं होतं, 'ज्या विज्ञानकथेतील विज्ञान काढून टाकलं तरीही ती जर कथा म्हणून उरत असेल, तर ती विज्ञानकथा नव्हे.'

ह्या वाक्याचं स्पष्टीकरण देणं आता मला आवश्यक वाटू लागलं आहे. बरेचदा एखादी प्रेमकथा, सूडकथा किंवा अशीच एखादी घटना असलेली कथा अवकाशयानावर किंवा परग्रहावरील मानवी तळावर घडते, म्हणून तिला विज्ञानकथा म्हणावं, अशी अपेक्षा त्या लेखकाची असते. प्रत्यक्षात ती कथा पृथ्वीवर सध्याच्या परिस्थितीत कुठेही घडू शकते, मग केवळ ती विज्ञानकथा ठरावी म्हणून तिची रचना अवकाशयानात करायची किंवा अवकाशातील वसाहतीत करायची हा अट्टहास कशाला? ह्याचं एक कारण मला जाणवतं, ते म्हणजे बरेच संपादक आणि प्रकाशक हे विज्ञानकथेच्या स्वरूपाबाबत अनभिज्ञ असतात. आपण काळाच्या मागे आहोत, असं इतरांना वाटू नये, असं त्यांना वाटत असतं. त्यामुळे ही विज्ञानकथा हे लेखकाचं म्हणणं मान्य करून ते ती कथा छापतात किंवा विज्ञान कथासंग्रह म्हणून अशा कथांचा संग्रहही काढतात. कालांतरानं नेमाड्यांच्या शब्दांत सांगायचं तर अशा विज्ञानकथा लेखकाचा विज्ञानकथा लेखकराव होतो. ह्याच्या शब्दाला त्याच्या वर्तुळात मान मिळतो, पण त्यातून मराठी विज्ञानकथेचंच नुकसान होतं, हे लक्षात ठेवायला हवं.

विज्ञानकथा आणि फँटसी (चित्तचक्षु चमत्कारिक कथा किंवा कल्पनाविलास कथा) यांच्यामधील सीमारेषा पुसट आहे, पण ती पुसटशी का होईना अस्तित्वात असते. एखादी घटना जेव्हां विज्ञान साहित्यात घडते, त्या वेळी तिच्यासाठी काहीएक वैज्ञानिक स्पष्टीकरण आवश्यक असतं. ते लहान मुलाला बाटलीनं दूध पाजतात तसं नसावं, हेदेखील अपेक्षित असतं. विज्ञान साहित्यनिर्मिती करताना जे लेखक वा लेखिका असं स्पष्टीकरण कथेच्या विणीत लक्षात येणार नाही; अशा तऱ्हेनं कथा गुंफतात किंवा कथेच्या वा कादंबरीच्या कथानकाचा अंगभूत भाग बनवतात, ते

विज्ञानकथा लेखक म्हणून 'चांगले' ह्या विशेषणास पात्र होतात. हे ज्यांना जमत नाही त्यांच्या कथा बटबटीत बनतात; कारण त्या कथांमधले विज्ञान हे ठिगळ लावल्याप्रमाणे उठून दिसतं. अलीकडे एका वृत्तपत्रानं विज्ञानकथा छापायचा उपक्रम चालू केलाय, त्यातील एक-दोन अपवाद वगळता आतापर्यंतच्या कथा अशा बाळबोध, बटबटीत आहेत. इलेक्ट्रॉन, सूक्ष्मदर्शी आणि स्पेक्ट्रोमीटरचं कार्य समजावून देताना कथेचा बोजवारा उडतो, हे अशा लेखकांनी लक्षात ठेवायला हवं.

अलीकडचा विज्ञानकथेचा वाचक हा विज्ञानयुगातला वाचक आहे. आंतरजाल आणि स्पर्धात्मक परीक्षांची तयारी करताना त्याचा प्रचलित विज्ञान-तंत्रज्ञानाशी परिचय झालेला असतो, हे लक्षात घेणं अलीकडच्या विज्ञान साहित्याची निर्मिती करणाऱ्यांनी लक्षात ठेवणं आवश्यक आहे. काहीजण कथाकार म्हणून बऱ्यापैकी मान्यता मिळाल्यानंतर विज्ञानकथेकडे वळतात. असे लेखक बरेचदा कथेची कल्पना सुचली की त्या कथेला ते विज्ञानाचा मुलामा द्यायचा प्रयत्न करतात. इथे त्यांची फसगत होते. अशामुळे ते विज्ञान कथाकार म्हणूनही अपयशी ठरतात आणि त्यांचा मूळ लेखनाधार म्हणजे कथा, त्या लिहितानाही ते आत्मविश्वास गमावून बसतात. त्यांनी विज्ञानकथेच्या आकृतीबंधाचा अभ्यास केला, चांगल्या विज्ञानकथांचं वाचन-मनन केलं आणि स्वतःच्या गफलतींचा विचार करून त्यातून नव्यानं लेखन करताना आधीच्या कथांमधले दोष नव्यानं पुनरावृत्त होत नाहीत ना, ह्याची काळजी घेतली; तर ते पुढे चांगले विज्ञानकथा लेखक होऊ शकतात. केवळ आपलं पुस्तक प्रसिद्ध झालं यावरून आपण मोठे विज्ञानकथा लेखक झालो असा गैरसमज करून न घेता, हे पहिलं अडखळत टाकलेलं पाऊल आहे व अजून आपल्याला मोठा पल्ला गाठायचा असेल तर आपणच आपल्यात सुधारणा घडवून आणायला हवी, ह्याचं भान आता प्रत्येक विज्ञानकथा लेखकाने ठेवायला हवं. दुसरी एक महत्त्वाची गोष्ट म्हणजे विज्ञान संकल्पनांच्या बाबतीत बऱ्याच लेखकांच्या मनात काही भाबड्या समजुती असतात. उदा. त्रिमित प्रतिमा, कालप्रवास, सायबर विश्व वगैरे. ह्या क्लृप्त्या वापरायला सोप्या वाटतात. त्या वापरून चमत्कृतीजन्य कथा लिहिणं सोपं असतं; पण ह्या संकल्पनांच्या मर्यादा लक्षात घ्याव्या लागतात. उदा. त्रिमित प्रतिमेला भौतिक अस्तित्व नसतं. तिने हस्तांदोलन केलं तर समोरच्या व्यक्तीला ही खरी व्यक्ती नाही, हे लगेचच लक्षात येईल. अशा प्रतिमा पारदर्शकही असतात, हेही लक्षात ठेवायला हवं.

अशा समजुतींच्या गफलती टाळल्या तर विज्ञानकथा अधिक ठोस पायावर उभ्या राहतील. हे सांगायचं कारण म्हणजे आता विज्ञानकथा तंत्रज्ञानाची जाण असलेल्या नव्या पिढीकडून वाचली जाणार आहे आणि ही पिढी बिनधास्त आणि जरा जास्तच

स्पष्टवक्ती आहे. ह्याचं कारण मला वाटतं ही पिढी लेखकाला प्रत्यक्षात न भेटता, त्या लेखकाच्या लेखनाबद्दल, तिचं स्पष्ट मत व्यक्त करू शकते. तेव्हा विज्ञान-तंत्रज्ञानाचं भविष्यात प्रक्षेपण करताना आणि त्या भविष्यकालीन प्रगतीचा समाज किंवा व्यक्तिगत जीवनावर होणारा परिणाम चित्रित करताना काळजी घेतलेली बरी. चांगल्या कल्पना नीट फुलवल्या तर चांगली साहित्यकृती निर्माण होऊ शकते; मग ती कथा असो वा कादंबरी असो किंवा इतर कुठल्याही प्रकारची कलाकृती असो. ह्यासाठी दोन गोष्टींची आवश्यकता असते. त्या म्हणजे त्या कल्पनेवर लेखकाचा विश्वास असणं आणि त्याने ती मनात मुरवणं. तिसरी एक गोष्ट म्हणजे भाषासौष्ठव. मी मुद्दामच हा शब्द वापरलाय. भाषेला फुलोरा नसला तरी चालू शकतं, पण आपली कल्पना वाचकापर्यंत पोहोचवण्यासाठी योग्य शब्दांची निवड आणि वाक्यांची मांडणी ही आत्यंतिक गरजेची गोष्ट ठरते. त्यासाठी लेखकांनी मेहनत घेणं आवश्यक ठरतं. अलीकडच्या नव्या प्रसारण माध्यमांच्या युगात भाषेचं स्वरूप बदलतंय हे मान्य करूनसुद्धा जेव्हा कथालेखक कथा लिहून ती छापण्यासाठी देतो, तेव्हा मुद्रित माध्यमाचे प्राथमिक नियम त्याने पाळावेत ही एक माफक अपेक्षा असते एवढेच.

हे एवढे लिहायला एक कारण आहे. मी १९६५ साली पहिला लेख लिहिला आणि १९७०-७१ मध्ये विज्ञानकथा लिहू लागलो. त्या काळात भरपूर नियतकालिके होतीच, पण त्यांचे संपादक हे लेखकांना व्यवस्थित मार्गदर्शन करत असत. लिहावं कसं, याची माहिती नसलेल्या लेखकाला ठाकूनठोकून ते लेखनमार्गावर व्यवस्थित चालायला शिकवत असत. आता ती परिस्थिती राहिलेली नाही. कथांना एक प्रसिद्धीचा मार्ग म्हणजे जाहिरातींवर अवलंबून असलेले दिवाळी अंक आणि वृत्तपत्रांच्या पुरवण्या. ह्या पुरवण्यांमध्ये शब्दमर्यादा असते. त्यामुळे लेखकांवर मर्यादा येतात, हे मान्य करूनही, असं म्हणावं लागतं की त्या दिव्यातून सुरुवातीच्या काळातल्या लेखकांनाही जावं लागलं आहे.

१९७४ साली नारळीकरांना मराठी विज्ञान परिषदेचा पुरस्कार मिळाल्यानंतर मराठीत विज्ञानकथेला बरे दिवस आले. तोपर्यंत विज्ञानकथांना सुप्रतिष्ठित मासिकांमध्ये स्थान नसे. ह्यावर ह्याआधी बरंच लिहून झालं आहे. माझ्या सुरुवातीच्या विज्ञानकथा छापून आल्या त्या धनंजय, निशाचर, नाइट-किंग अशा प्रामुख्यानं रहस्यकथांना वाहिलेल्या मासिकांमध्ये. 'चांगली गूढ किंवा खून-मारामारीची कथा द्या, मग पान दीड पान जागा उरली तर ते विज्ञानकथेचं बघू!' असं ह्या मासिकांचे संपादक सांगत असत. नंतर म्हणजे १९७१ पासून हा दृष्टीकोन थोडा बदलला, पण तिथेही एक अडचण होती. डॉ. नारळीकर यांनी त्यांच्या 'यक्षाची देणगी' ह्या मौज प्रकाशनाने

काढलेल्या कथासंग्रहाच्या मनोगतात, ते विज्ञानकथा ही विज्ञान प्रबोधनासाठी लिहितात. विज्ञानाची माहिती वाचकाच्या गळ्याखाली उतरवायची ती एक शर्करा व गुंठित गोळी म्हणून ते विज्ञानकथेचा वापर करतात, ह्या अर्थाचं विधान केलं होतं. त्याला 'हे माझे म्हणणे आहे' अशी पुस्तीही जोडली होती. त्यामुळे काही काळ तरी विज्ञानकथा ही विज्ञानाचे धडे सोपे करण्यासाठी लिहिली जाते, हा गैरसमज मराठीत दृढ झाला. त्यामुळेच विज्ञानकथेचा साहित्य म्हणून कमी विचार झाला. सुदैवानं ही परिस्थिती आता बदलते आहे. नारळीकरांसह इतरांनीही आणखी एक गृहीत योग्य मानलं ते म्हणजे आजपर्यंतच्या विज्ञानाला लेखकाने धक्का न लावता, त्याचं प्रक्षेपण करावं. ह्याबाबतचं एक उदाहरण दिलं जातं, ते सर्वपरिचित आहे. आइनस्टाइनच्या विश्वात प्रकाशाचा वेग ही वेगाची अंतिम मर्यादा मानली जाते. हे विज्ञान कथाकारांनी मान्य करणं, वरील गृहितानुसार क्रमप्राप्त आहे. असं असेल तर आंतरतारीय प्रवास अशक्य ठरतो. ह्यासाठी मग काही वेगळे मार्ग शोधावे लागतात. ते कोणते हे सांगण्यासाठी एक वेगळा निबंध लिहावा लागेल, इथे ते टाळतो. इथे मी दोन वेगळी उदाहरणं घेतो. काही लेखकांनी त्यांच्या कथांत काही वैज्ञानिक गृहिते वापरून माणूस उजव्याचा डावा झाल्याच्या कल्पना मांडल्या आहेत, त्यासाठीचं योग्य ते वैज्ञानिक स्पष्टीकरण दिलं आहे. त्यामुळे ह्या शक्यतेवर चांगली विज्ञानकथा लिहिली जाऊ शकते. ह्यात अडचण एकच आहे की, माणूस अशातऱ्हेनं त्याची दर्पण प्रतिमा बनला तर तो उपाशी मरेल. आपली सजीवसृष्टी ही वामावर्ती आहे; म्हणजे सजीव ज्या कार्बनी घटकांचे बनले आहेत, त्या सर्व कार्बनी श्रृंखला डाव्या वळणाच्या आहेत. ज्यांना ह्याबद्दल अधिक माहिती करून घ्यायची इच्छा असेल त्यांनी जॉन डी. बॅरोचं 'लेफ्ट हँड ऑफ इलेक्ट्रॉन' हे पुस्तक अवश्य वाचावं.

आता काही कारणानं जर माणूस स्वतःची दर्पण प्रतिमा बनला तर तो दक्षिणावर्ती म्हणजे उजव्या वळणाचा होईल. त्यामुळे आपल्या वामावर्ती विश्वातलं अन्न त्याला पचवून शोषून घेता येईल का, हा प्रश्न उभा राहतोच. पण असं अन्न त्याच्यादृष्टीनं निरर्थक आणि विषारी ठरेल. तो मरेल. त्याला एक तर उपासमारीला तोंड द्यावं लागेल किंवा हे अन्न घातक ठरल्यामुळे तो मरू शकेल. त्यामुळे ज्याप्रमाणे विजेचा प्रत्यावर्ती प्रवाह (ए.सी.) थेट प्रवाह (डी.सी.) वापरणाऱ्या यंत्रणांमध्ये वापरताना प्रवाहबदल यंत्रणा (अॅडाप्टर) वापरावी लागते, तशी एखादी यंत्रणा असल्याशिवाय त्या दर्पण प्रतिमेला आपल्या वामावर्ती विश्वातील अन्न पचवता येणार नाही.

अनेक लेखक कालप्रवासाची कल्पना वापरून भूतकाळात जाताना दिसतात, किंवा काही कारणानं ते भूतकाळातील घटनांचा वापर त्यांच्या विज्ञानकथांमध्ये

करताना दिसतात. विशेषतः मानवी भूतकाळाचा वापर करताना पुरातत्त्वशास्त्राची माहिती करून घेणं आवश्यक ठरतं. मानवाने रूढार्थानं शेतीसंस्कृती साधारणपणे इ.स.पू. आठ हजार ते इ.स.पू. सात हजार वर्षांपूर्वी आपलीशी केली. अशा परिस्थितीमध्ये वीस हजार वर्षांपूर्वी भारतात प्रगत संस्कृती होती, असं म्हणणं हे रामायणामधील विमानांना मान्यता देण्यासारखंच आहे. त्याचबरोबर मानवी संस्कृतीच्या विकासाचे टप्पेही लक्षात घ्यावे लागतात. अश्मयुग व नंतर ताम्र–पाषाणयुग आणि त्यानंतर लोहाचा वापर असे हे टप्पे आहेत. निसर्गात सापडणाऱ्या तांब्याच्या खनिजांपासून तांबं वेगळं करणं सोपं असतं, पण लोहाचं तसं नाही. त्यामुळे लोहयुग ताम्र–पाषाणयुगाच्या आधी होतं, हे गृहीत चुकीचं ठरतं. अलीकडे वाचलेल्या काही कथांमधली ही उदाहरणं मुद्दाम इथे नमूद केली.

ह्या संग्रहातील कथांची निवड करताना मी माझी विज्ञान साहित्याशी असलेली बांधीलकी मात्र थोडी बाजूला ठेवली. त्यामुळे ह्यातील काही विज्ञानकथा ह्या विज्ञानकथेच्या व्याख्यांच्या आतबाहेर असल्याचं म्हणजे सीमारेषेवर असल्याचं दिसून येईल. ह्याला कारणही तसंच होतं. अलीकडे ह्या नव्या उमेदीच्या लेखकांच्या कथा पारखून छापणारी मासिकंच उरलेली नाहीत. त्यांच्या कथा दिवाळी अंकांतून छापल्या जातील याचीही खात्री देता येत नाही. अशा परिस्थितीत त्यांच्या कथा वाचून; त्यांना त्यांचे गुण आणि दोषही दाखवले जात नाहीत. त्यामुळे त्यांना विज्ञानकथा लेखनात आत्मोन्नतीशिवाय मार्ग नसतो. आत्मोन्नती हा अलीकडचा चलनी शब्द आहे, फक्त तो सेल्फ इम्प्रुव्हमेंट असा वापरला जातो, एवढेच.

आपल्याच कथेचं आपणच परीक्षण करणं सोपं नसतं. बहुतेक लेखकांना आपण जगातली सर्वोत्कृष्ट कथा लिहिली आहे, असं वाटत असतं. ते योग्यच आहे; पण ती कथा नाकारली गेली; तर ती का नाकारली गेली किंवा छापली गेल्यानंतर ती का छापली गेली, आणि त्या कथेत आणखी सुधारणा करणं शक्य होतं का, ह्याचा विचार फार कमीजण करतात. त्यांची आत्मसंतुष्टताच त्यांना मारक ठरते. ह्या कथासंग्रहाचा विचार मराठी सायफाय कट्ट्याच्या बैठकीत जेव्हा मला सुचला, तेव्हा ह्या मंडळींनी कथा ऐकून चर्चा न करता त्या वाचून चर्चा करावी, असं मला वाटलं. कारण कथाकथन ही एक वेगळीच कला आहे; ती सर्वांकडेच असते, असं नाही. दुसरं म्हणजे त्यांचा जर एक प्रातिनिधिक संग्रह निघाला तर त्यांना उत्तेजन मिळायला मदत होईल आणि एकमेकांच्या कथा वाचून ते आपापल्या कथालेखनात सुधारणा करतील, असंही मला वाटलं. सायफाय कट्ट्यात ज्या खुल्या दिलानं चर्चा होत होती ती पाहता, आपल्या कथा चांगल्या व्हाव्यात ही त्यांची इच्छा स्पष्टच दिसत होती.

त्या दृष्टीनं मग कट्ट्याच्या सदस्यांच्या कथा आणि एखादी कट्टाबाह्य कथा ह्या संग्रहात घ्यावी असं मी ठरवलं.

इथे आणखी एक गोष्ट मला सांगावीशी वाटते ती म्हणजे आपण ज्या संस्कृतीत वाढतो, ती संस्कृती आपण झुगारून देऊ शकत नाही. गेली काही वर्षं जरी आपल्यावर वेगानं सांस्कृतिक आक्रमण होत असलं तरी ही भारतीय सांस्कृतिक नीतीमूल्ये आपण झुगारून देऊ शकत नाही. त्यामुळे भारतीय साहित्यिकांच्या साहित्याची, भले मग ते विज्ञान साहित्य का असेना; त्याची पाश्चात्त्य साहित्याशी तुलना करताना हा मुद्दा लक्षात ठेवणं आवश्यक ठरतं. ह्याचं एक उदाहरण देतो. अमेरिकेत 'वर्स्ट पोट्रेयल ऑफ लव्ह सीन्स' अशी एक यादी गेली कित्येक वर्षं प्रसिद्ध होते. त्या यादीत गेल्या पंधरा वर्षांत दहा भारतीय वंशाचे लेखक-लेखिका एकतर अग्रभागी किंवा पहिल्या तीन क्रमांकात आढळतील. हे सर्व लहानपणापासून पाश्चात्त्य देशात वाढलेले किंवा तिकडेच जन्माला आलेले आहेत; पण त्यांची लैंगिक संबंधांची वर्णनं ही ओढूनताणून चिकटवलेली वाटतात. तेव्हा भारतीय विज्ञान साहित्याची पाश्चात्त्य विज्ञान साहित्याशी तुलना न करता, ते आहे तसं स्वीकारावं, असं मला वाटतं. हा मुद्दा मी मुद्दाम उपस्थित केला, ह्याचं कारण मध्यंतरी एक इंग्रजीचे प्राध्यापक मला म्हणाले, 'आपल्याकडच्या विज्ञानकथा तिकडे बालसाहित्यात जमा होतील.' त्यांची माझी जुनी ओळख आहे. त्यामुळे त्यांच्याशी वाद घालण्यात अर्थ नाही, हे मला ठाऊक होतं; पण हा मुद्दा मला महत्त्वाचा वाटला. इ.स.२००० पासून २०१३ पर्यंतच्या दर वर्षी निघणाऱ्या पाश्चात्त्य विज्ञानकथांचे प्रातिनिधिक संग्रह मी वाचले आहेत. त्या प्रकारच्या कथा आपले वाचक नाकारतील; ह्याची मला खात्री वाटते.

आता मन्वंतरसंबंधी-

या संग्रहातल्या कथा निवडणं ही एक तारेवरची कसरत होती; पण तरीही ज्या लेखकांच्या कथा मला मिळाल्या त्यातील योग्य वाटल्या त्या कथा मी निवडल्या. त्या कशा ते आधीच सांगितलंय. यातील कुठल्याही लेखकाशी माझा फारसा परिचय नाही. मराठी सायफाय कट्ट्याच्या एका बैठकीला मी हजर होतो आणि त्याआधी एका शिबिरात मी त्यांना मार्गदर्शन करण्यासाठी उपस्थित होतो. एवढ्या परिचयावर व्यक्तिगत संबंध प्रस्थापित होत नाहीत. त्याचा एक फायदा म्हणजे कुणीच कथालेखक जवळचाही नव्हता किंवा लांबचाही नव्हता. त्यामुळे या निवडीत व्यक्तिसापेक्षता टाळणं सहज शक्य झालं आणि एखाद्याला झुकतं माप दिलं गेलंय, असं मला वाटत नाही. तरीही यातील काहीजण नाराज होण्याची शक्यता मी गृहीत धरतो, पण आधी म्हटल्याप्रमाणे हा अशा प्रकारचा पहिलाच संग्रह असणार नाही. जेव्हा पुढचा संग्रह

निघेल त्या वेळी त्यांच्या कथांमध्ये अधिक प्रगल्भता असेल, आणि त्या वेळी त्यांच्या कथांमधली सुधारणा त्यांच्या आपोआपच लक्षात येईल, असं गृहीत धरतो. तरीही या निवडीला माझ्या वैयक्तिक आवडीनिवडीचा परिणाम झाला असणार हेही मला मान्य करणं भाग आहे. कथेचा विषय, कथनशैली आणि मांडणी, आशय व्यक्त करण्यातील सुलभता आणि भाषासौष्ठव यांचा प्रभाव या निवडीवर पडला आहे. विशेषतः ज्या कथांमध्ये भाषासौष्ठव आणि सुलभ मांडणी आढळली, त्यांची माझ्याकडून झटकन निवड झाली. याचं कारण अशा कथांमध्ये कथामूल्य आणि विज्ञान यांची आपोआपच योग्य मिसळ होते. काही कथांत – पुणेकरांच्या भाषेत बोलायचं तर – विज्ञानाची तर्री कथेवर मात करताना दिसेल, तर काही कथांत विज्ञान कमी पडल्यानं कथा थोडी सपक झाल्याचं वाटेल; तरीही हे लेखक नव्या उमेदीनं विज्ञानकथा क्षेत्रांत उतरले आहेत, हे लक्षात ठेवायला हवं.

यातल्या काही कथा अतिशय चांगल्या आहेत. काही लेखकांच्या कल्पना चांगल्या आहेतच, पण त्यांचा प्रयत्नही चांगला आहे. त्यामुळे विज्ञानकथेचं पुढे काय होणार, ही काळजी करायचं कारण नाही. आणखी एक महत्त्वाचा मुद्दा म्हणजे सर्वांनी कथालेखन करायचं म्हणून हे लेखन केलेलं आहे. विज्ञान शिकवण्यासाठी एकही कथा लिहिलेली नाही. हे विज्ञानकथेच्या भवितव्याच्या दृष्टीनं चांगलं लक्षण आहे. या कथा निवडताना १९७० सालची परिस्थिती आठवावी. विज्ञानकथेचा त्यानंतरचा प्रवास लक्षात घेतला तर सुरेश भटांचा शेर नमूद करायला प्रत्यवाय नसावा.

मी एकटाच त्या रात्री आशेने तेवत होतो ।
मी विझलो तेव्हा सारे आकाश उजळले होते ।।

यामुळेच या नव्या मंडळींना, त्यांच्या नव्या तंत्राला आणि विज्ञान–प्रगतीच्या नव्या वाटांचा मागोवा घेणाऱ्या कथांना आणि त्यांच्या लेखकांना शुभेच्छा!

अखेरीस, 'मन्वंतर'ला मूर्त स्वरूप द्यायला निलेश पाष्टेंनी मान्यता दिली, हे मला महत्त्वाचं वाटतं. मी त्यांच्याकडे हा विषय काढला आणि लगेचच 'हे काम झालंच समजा' असं आश्वासन त्यांनी मला दिलं. दत्तात्रेय पाष्टे हे माझे जुने स्नेही. त्यांचाही पाठिंबा होताच. पण ह्या पुस्तकातल्या कथा मी डायमंड पब्लिकेशन्सच्या हाती सोपवल्यावर त्यांच्यावरचे खरे संपादकीय संस्कार त्यांच्या संपादकीय मंडळाकडून केले गेले, हे येथे आवर्जुन नमूद करावं लागेल.

–निरंजन घाटे

माइंड रीडर

प्रतीक पुरी

इन्स्पेक्टर बालाजी काळे यांनी आरशात पाहून आपल्या कडक युनिफॉर्मवर एक कौतुकाची नजर फिरवली.

"परफेक्ट!" ते समाधानानं हसले. शेवटची एक तयारी म्हणून त्यांनी आपल्या डोळ्यांत कॉन्टॅक्ट लेन्सेस घातले आणि कानात एक भीकबाळीसारखी दिसणारी रिंग घातली. प्रत्यक्षात ती एक अत्यंत पॉवरफूल साउंड रिसेप्टर सिस्टिम अर्थात ध्वनिग्रहण करणारी अतिशय संवेदनशील यंत्रणा होती. "अॅक्टिव्हेट!" त्यांनी स्पष्ट आवाजात म्हटलं आणि या दोन्ही यंत्रणा कार्यान्वित झाल्या. त्यांच्या कार्यकक्षेत येणाऱ्या विविध ठिकाणच्या बातम्या त्यांच्या कानात आदळू लागल्या. त्यातील त्यांना हव्या त्या बातमीला परवानगी देताच त्याचे दृष्य तपशीलही लगेच त्यांच्या डोळ्यांतील कॉन्टॅक्ट लेन्सेसवर उमटू लागले. रोजच्याच बातम्या होत्या. आपल्या कडक अंमलबजावणीबद्दल आणि अत्यंत प्रामाणिक वागणुकीबद्दल काळे हे सर्वदूर परिचित होते. प्रामाणिकपणा हा गुणधर्म २०४४ सालीही अत्यंत दुर्मीळच होता. तंत्रज्ञानाच्या अफाट प्रगतीत स्वत:चा प्रामाणिकपणा जपणं ही केवळ नैतिक गोष्ट नव्हती, तर तांत्रिक बाबही झाली होती. आणि त्यासाठी त्यांना अपार मेहनत घ्यावी लागत होती. आपल्या हायड्रो–हेली कारमध्ये बसताच त्यांनी "ऑफिस" अशी आज्ञा दिली. कार आपोआप सुरू होत त्यांच्या ऑफिसकडे निघाली. रोजच्या घटनांवर एक नजर टाकत असतानाच त्यांच्या कानात एक वेगळा संदेश आदळला : 'नमस्कार महोदय, रिमोट वॉचिंग सॅटेलाईट कॅमेरा फोर्समधून एक दृक–संदेश पाठवण्याची आज्ञा असावी.'

“आज्ञा आहे.”

‘चार सेकंदांपूर्वी तुमच्या कार्यक्षेत्रातील सेक्टर ६४ मधील एक स्व-जळीताची घटना संक्रमित करत आहोत. धन्यवाद!’

काळेंनी आपल्या कॉन्टॅक्ट लेन्सवर लक्ष केंद्रित केलं. अवघ्या पाच सेकंदांची व्हिज्युअल मेल होती ती. एक माणूस दिसत होता आणि थोड्याच वेळात त्याची वाफ झाली. अक्षरश: वाफ. दोनदा मेल पाहिल्यानंतर काळेंनी फटाफट निर्णय घेऊन आदेश द्यायला सुरुवात केली.

“चौधरी, एक व्हिज्युअल मेल पाठवत आहे. त्याचे डिटेल्स शोधून मला पाठवा. मी घटनास्थळी जातोय. आपली इन्व्हेस्टिगेटिंग टीम पाठवा तोवर ताबडतोब तिकडे.”

“येस सर.”

काळे घटनास्थळावर पोहोचले तेव्हा इन्व्हेस्टिगेटिंग टीम आधीच पोहोचली होती आणि त्यांची शोधमोहीम सुरूही झाली होती. तंत्रज्ञानातील बदलांना पोलीसदलही अपरिचित नव्हतं. पण तरीही तपासाच्या काही जुन्या पद्धती आजही आदर्श म्हणून पाळल्या जात होत्या. आणि काळे अशाच पद्धतींवर विश्वास असणारे, काहीसे परंपरावादी अधिकारी होते. त्यांनी सभोवताली एक नजर फिरवली. ती जागा म्हणजे एक जुनाट प्रार्थनास्थळ होतं. धर्म ही बाब या काळात झपाट्यानं नाहीशी होत होती. त्यामुळे अशी ठिकाणं सध्या बऱ्यापैकी शांत व निर्मनुष्य होती. त्या माणसानं स्वत:ला जाळून टाकलं ती वेळही अशी होती की तो कुणाच्या नजरेस पडला नव्हता. अपवाद, अर्थात सॅटेलाईट कॅमेऱ्याचा. जे सगळीकडेच होते. त्यांच्या कक्षेतून जमिनीवर चालणाऱ्या मुंगीच्या तोंडातील साखरेचा कणही सुटत नव्हता. अर्थात सध्या मुंग्याच अस्तित्वात नव्हत्या हा भाग वेगळा. कॅमेरा नसता तर जळीताची ही बातमी कळायला बराच काळ गेला असता. काळेंनी एक नि:श्वास सोडला आणि चौधरींकडे मोर्चा वळवला.

“काही माहिती मिळाली चौधरी?”

“येस सर. व्हिज्युअल्स फक्त पाच सेकंदाचेच आहेत. आम्ही ते सुपर स्लोवर मोशन्समध्ये रूपांतरित करतोय. ते काम होताच ते तुम्हाला ट्रान्सफर करू. आम्हाला थोडी राख मिळालीय मृत इसमाची. प्राथमिक अंदाज असा आहे की त्याने अति ज्वलनशील पदार्थांचा लेप लावून स्वत:ला जाळून घेतलं. राखेची अल्ट्रा डीएनए कॉम्बिनेशन्स तपासून आम्ही ती माहितीही लवकरच पाठवतो सर.”

''गुड! मी वाट बघतोय. मृताचा पत्ता लागताच त्याच्या घरच्यांना बातमी द्या. आणि कोणा जबाबदार माणसाला माझ्याशी जोडून द्या.''

''येस सर.''

काळेंनी ऑफिसमध्ये पोहोचताच स्वत:ला आपल्या केबिनमध्ये कोंडून घेतलं. प्रथमदर्शनीच ही केस त्यांना वेगळी वाटत होती. आपल्या अंतर्मनावर विश्वास ठेवून काम करणाऱ्या मोजक्या लोकांपैकी ते एक होते. आजवरच्या अनुभवांनी त्यांचा हा विश्वास सार्थ ठरवला होता. आत येताच त्यांनी पुन्हा एकदा तो व्हिज्युअल मेल पहायला सुरुवात केली. पण सर्व घटना केवळ पाच सेकंदात घडत असल्यानं त्यात केवळ तो माणूस आणि त्याचं क्षणात अंतर्धान पावणंच दिसत होतं. त्यांनी लेगच सुपर स्लोवर मोशन्सची मेल मागवून घेतली. त्यात प्रत्येक सेकंद साठ सेकंदापर्यंत लांबवला गेला होता. त्यामुळे त्यांना सर्व गोष्टी अगदी स्पष्टपणे दिसत होत्या व कळत होत्या. त्यांना तीन गोष्टी लक्षात आल्या, ज्यावर त्यांचा विचार सुरूही झाला होता. पहिली म्हणजे तो माणूस काहीतरी पुटपुटत होता. दुसरी, त्याचं बोलणं संपताच त्याचा चेहरा उजळून निघाला आणि तिसरी म्हणजे तो नाहीसा होण्याआधी त्याच्या चेहऱ्यावर आलेली खिन्नता.

काळे विचार करत होते, त्या माणसाचं पुटपुटणं याचा अर्थ तो निश्चित काही तरी बोलत होता. आणि ते कदाचित सूचकही असू शकणार होतं. त्याचा उजळलेला चेहरा कदाचित आपलं काम झाल्याचं अतिव समाधान व्यक्त करत होता. आणि खिन्नता, कदाचित आपण आता जाणार, आपल्या घरच्यांपासून कायमचे दुरावणार यातून आलेली असेल. प्रश्न इतकाच होता की तो काय सांगायचा प्रयत्न करत होता आणि कोणत्या संदर्भात? थोडा विचार करून त्यांनी त्या माणसाच्या ओठांवर लक्ष केंद्रित केलं. लिप रीडिंगचा प्रोग्रॅम आपल्या हिअरिंग एडमध्ये डाऊनलोड करून त्यांनी तो काय बोलतोय ते जाणून घ्यायला सुरुवात केली.

त्याच्या ओठांच्या हालचालीचा पॅटर्न एकसारखा होता आणि रिपीट होत होता.

शब्द होते- शब्द हेची धन.. शब्द हेची धन.. शब्द हेची धन..

काळेंनी आपले डोळे मिटले आणि शांतपणे ते विचार करू लागले. हे शब्द ओळखीचे वाटत होते त्यांना. त्यांनी इन्डीनेटवर इन्डुलच्या सर्च इंजिनवर त्या शब्दांचा उच्चार केला आणि माहितीचं भांडारच त्यांच्या डोळ्यांपुढे उलगडलं. त्यातील एका लिंकवर त्यांनी शोध घेतला, संत तुकाराम यांच्या एका अभंगातील ओळ होती ती; पण या तरुण माणसाला त्याची माहिती कशी झाली? हं, कदाचित

प्राचीन वाङ्मयाचा अभ्यासक असावा तो, पण त्यांनाच ते पटलं नाही. अहं काहीतरी वेगळी बाब आहे ही, ते विचार करत असतानाच त्या माणसाचा अल्ट्रा डीएनए अहवाल त्यांच्या डोळ्यांत आला. तो वाचताच ते ताडकन उडाले. अतिशय स्फोटक माहिती होती ती.

मृत माणूस कोणी सामान्य माणूस नव्हता. प्रख्यात तरुण संशोधक आशिष साळवे हा होता. लहान वयापासूनच आपल्या असामान्य प्रतिभेनं त्याने देशातच नव्हे तर जगभरात नाव कमावलं होतं. पण त्याहीपेक्षा तो गाजला होता त्याच्या माइंड रीडर संशोधनासाठी. दुसऱ्याचं मन वाचण्याचं त्याचं हे संशोधन अत्यंत गाजलं होतं. ते २०४० मध्ये झालं होतं आणि आशिष त्या वेळी केवळ वीस वर्षांचा होता. पण त्यानंतर काही दिवसातच तो विस्मरणाच्या पडद्याआड गेला होता आणि आता तर तो कायमचाच गेला होता. आणि त्याचं ते संशोधन त्याचं पुढे काय झालं. काळे पुन्हा विचारात गुंगले. ही केस आता अतिशय संवेदनशील झाली होती. मुख्य म्हणजे आशिषच्या घरच्यांनाही आशिषबद्दल फार माहिती नव्हती. तो एका गुप्तस्थळी संशोधन करतोय एवढंच त्यांना माहीत होतं. अधनंमधनं तो त्यांच्याशी बोलायचाही आणि आता त्याच्या मृत्यूचीच बातमी त्यांना कळत होती. त्याचं कारण काय असावं त्यांनाही कळत नव्हतं. पैसा, प्रसिद्धी, सत्ता सर्व गोष्टी आशिषच्या पुढ्यात हात जोडून उभ्या असताना त्याने आत्महत्या का करावी, त्यांना समजत नव्हतं. काळेही चक्रावले होते. या केसची उकल व्हायलाच हवी. त्यांनी ठरवलं. एव्हाना त्यांच्या वरिष्ठांना त्यांनी याची माहिती दिली होती. आणि त्यानंतर अवघ्या तासाभरात त्यांना थेट पोलीस महासंचालकांचाच निरोप मिळाला. केसचा तपास ताबडतोब थांबवण्याविषयी. आत्महत्येची केस म्हणून ही केस बंद करावी, असा स्पष्ट आदेशच महासंचालकांनी काळेंना दिला आणि काळे काही बोलण्याआधीच त्यांचा संपर्क तुटला. काही वेळातच एक विभागीय मेल त्यांना मिळाली. आशिष साळवे संदर्भातील कोणतीही माहिती यापुढे काळेंना कळणार नव्हती. काळेंनी तरीही एक प्रयत्न केलाच. पण त्यांच्या सर्चला रेड झोनमध्ये टाकण्यात आलं. त्याचा अर्थ स्पष्ट होता. ही माहिती त्यांनाच काय कोणालाच मिळणार नव्हती. पोलीस खात्यानंही त्यांच्या मेलमधील सर्व मेल्स ताबडतोब डीलीट करून टाकल्या. नशीब त्यांच्या मेंदूतील स्मृती कोणी डीलीट केल्या नव्हत्या. ते खिन्नपणे हसले आणि त्यांना खाडकन काहीतरी आठवलं. येस्स. मेंदूतील स्मृती.. मेंदू.. मेंदूचं वाचन.. आशिषचं संशोधन याच्याशी संबंधित होतं. कोणाच्याही मनातील विचार वाचण्याविषयी. त्याचा तर त्याच्या या आकस्मिक मृत्यूशी संबंध नव्हता ना.

काळेंना स्वस्त बसवत नव्हतं. अधिकृतरित्या या केसवर त्यांना काम करता येणं शक्य नसलं तरी स्वत:च्या समाधानासाठी आणि या प्रकरणाचा छडा लावण्यासाठी त्यांच्यातला कर्तव्यदक्ष पोलीस अधिकारी त्यांना सातत्यानं उचकवत होता. शेवटी त्यांनी ठरवलंच. काळेंच्या कामाने प्रभावित झालेले अनेक लोक समाजात वेगवेगळ्या स्तरांवर काम करत होते. त्यांच्या मदतीनं या केसचा उलगडा करायचा त्यांनी ठरवलं. आशिषचे शेवटचे शब्द त्यांना आठवत होते. शब्द हेची धन.. शब्द हेची धन.. कशासाठी म्हणाला असेल तो हे.. तो तेवढंच बोलला की आणखीही काही बोलला. सॅटकॅमचे रेकॉर्ड्स तपासायला पाहिजेत. त्यांनी लगेच आपल्या एका मित्राला फेवर मागितलं. खरं तर ही जोखीम होती, पण काळेंच्या अर्जाच्या मागणीला नकार देणं त्या माणसाला कठीण गेलं. त्याने आशिषच्या मृत्यूआधीच्या चोवीस तासांचं रेकॉर्डिंग काळेंना उपलब्ध करून दिलं. ते बघताना काळेंना दोन गोष्टी जाणवल्या. आशिष बराच वेळ त्या जागी होता. आणि तो काहीतरी पुटपुटत होता. ते रेकॉर्ड झालं नाही. कारण हे सॅटकॅम्स होते. जे फक्त चित्रीकरणाच्या कामी येत. आवाजाचं रेकॉर्डिंग त्यात होत नव्हतं. मग आशिष काय बोलत होता. त्यांनी लिप रीडिंग सॉफ्टवेअरचा उपयोग केला पण या वेळी आशिष भराभर बोलत होता आणि ते डीकोडिफाय करणं सोपं नव्हतं. पुढे काय.. काळे विचारात पडले. शब्द हेची धन.. शब्द हेची धन.. येस्स.. आपल्याला आधीच सुचायला पाहिजे होतं हे.. आशिषने एक सोपी पद्धत वापरली होती संदेश देण्यासाठी. तो बोलला होता. त्याला जे काही सांगायचं होतं ते तो बोलला होता. आणि त्याचं ते बोलणं अद्याप कुठेतरी सुरक्षित होतं. ध्वनी नष्ट होत नाहीत. ते फक्त पुढे पुढे जात राहतात. सेकंदाला ३६० मीटर्स या वेगानं. त्यांचा मागोवा घेतला तर ते सहज सापडणार होते. काळेंनी आनंदानं शीळ घातली. साउंड केचरच्या सहाय्यानं आशिषच्या शब्दांचा मागोवा घेणं सहज शक्य होतं. आपल्या एका तरुण पण या कामात तरबेज असलेल्या साउंड इंजिनिअरकडे त्यांनी धाव घेतली. कधीतरी एका केसमध्ये त्यांनी त्याची सोडवणूक केली होती. त्या उपकाराची परतफेड करण्याची यापेक्षा चांगली वेळ नव्हती. त्याने तातडीनं आपली यंत्रणा कामाला लावली. कारण आशिषच्या तोंडातील पहिला शब्द बाहेर पडून आता एकवीस तास उलटले होते. सध्या तो त्याच्या मूळ स्रोतापासून २७, २१६ किलोमीटर दूर होता आणि तो शब्द आता या क्षणीही दर सेकंदाला ३६० मीटर पुढे जात होता.

‘‘घाई कर बाळा. आपल्यापाशी फार वेळ नाही. एकदा का ते शब्द पृथ्वीच्या कक्षेतून निसटले तर कधीच गवसणार नाहीत.’’

बाळाने त्यांना उत्तर दिलं नाही. तो शांतपणे आपलं काम करत होता.

ही आजकालची पोरं, काळे पुन्हा पुटपुटले.

बाळाने याही वेळेस प्रत्युत्तर दिलं नाही. काही वेळानं त्याने एक हिअरिंग एड काळेंच्या कानात घातली.

''सर, तुम्हाला हे भाषण फक्त ऐकायचं आहे की त्याचं रेकॉर्डिंगही हवंय.''

''हे भाषण नाही बाळा, पण ते असो.''

आशिषच्या बोलण्याचं, जी त्याची मृत्यूपूर्व जबानी ठरणार होती तिचं रेकॉर्डिंग करावं की नाही अशा द्विधा मन:स्थितीत ते होते. त्यांनी पुन्हा एकदा त्यांच्या मनाचा कौल घेतला.

''कर रेकॉर्डिंग.''

''ओक्के सर! गो अहेड.''

काळेंनी हिअरिंग एडला सुरू होण्याचा आदेश दिला आणि एक परिचित आवाज त्यांच्या कानावर आदळू लागला. तो आशिषचा आवाज होता.

'नमस्कार! मी आशिष साळवे, आणखी काही काळानंतर मी या जगात नसणार आहे. मी स्वत:ला संपवण्याचा निर्णय घेतला आहे. आणि त्यासाठी मीच जबाबदार आहे. पण हा निर्णय मी का घेतला हे सांगणं गरजेचं आहे; कारण त्याचा संबंध समस्त मानवजातीशी आहे. सध्या जिवंत असलेल्या आणि नंतर जन्माला येणाऱ्या प्रत्येक मानवी जीवाशी त्याचा संबंध आहे. थोडक्यात सांगायचं तर मी या सर्वांची एका संकटातून सुटका केली आहे; पण यासाठी मला माझे प्राण द्यावे लागत आहेत. मला त्याची खंत नाही. हे जर बलिदान असेल तर मी हजार वेळा तयार आहे. मानवजातीच्या कल्याणासाठी, पण या बलिदानाचा काही उपयोग होणार आहे का हीच काळजी मला सतावत आहे. जे संकट मी टाळलं आहे ते तात्पुरतं टाळलं गेलं आहे. कायमचं नाही. त्याचा धोका नष्ट झालेला नाही. त्यामुळे मी आज त्यासंबंधी काही सांगून जाणार आहे, ज्याची मला आजवर परवानगी नव्हती. हे कोणीतरी ऐकावं आणि सर्व लोकांपर्यंत पोचवावं एवढीच माझी अपेक्षा आहे. मी हे स्वत:ही करू शकलो असतो, पण त्यामुळे धोका मात्र टळला नसता. मी जोवर जिवंत आहे तोवर तो राहिला असता. मी गेल्यानंतर तो फक्त काही काळासाठी लांबलेला आहे एवढंच. हा धोका आहे संपूर्ण मानवजात गुलाम होण्याचा.

'मी एक संशोधक आहे. माइंड रीडर म्हणून मी ओळखला जातो. लोकांचं मन वाचण्याची करामत मी विज्ञानाच्या साहाय्यानं करून दाखवली होती, पण याची सुरुवात नवीन मात्र नव्हती. भारतीय योग विज्ञानात मन वाचण्याची सिद्धी आहेच.

अनेक जादूगारांनीही तसा दावा केला आहे. संशोधकांनी मात्र याकडे शास्त्रीय दृष्टिकोनातून पाहण्याचं ठरवलं आणि मनात उमटणारे विचार वाचता येतील का आणि कसे, याकडे लक्ष दिलं. ज्यांना बोलता येत नाही त्यांच्याकरता मग त्यामागचं कारण काहीही असो. त्यांच्याशी संवाद साधता यावा हा यामागचा एक निर्मळ आणि उदात्त हेतू होता. त्यामुळे कोट्यावधी लोकांचं जीवन बदलणार होतं. २०१२ मध्ये अमेरिकेतील कॅलिफोर्निया विद्यापीठाच्या डॉ. ब्रायन पास्ली या शास्त्रज्ञाच्या नेतृत्वाखाली झालेल्या संशोधनात पहिल्यांदाच एक मोठं यश मिळवण्यात आलं. आपण जे मनात बोलतो त्या शब्दांचं आपला मेंदू हा विद्युत आलेखात रूपांतर करत असतो. हे आलेख ओळखून ते ध्वनीमध्ये रूपांतरित करता येऊ शकतात. पास्लीच्या टीमने याचे प्राथमिक प्रयोग यशस्वीरित्या केले होते. पण ही अवघड, किचकट आणि वेळखाऊ प्रक्रिया होती. यात ज्या माणसाला बोलता येत नाही, त्याच्या मेंदूत एक इलेक्ट्रोड बसवला जायचा. तो जे मनात बोलायचा आणि ऐकायचा त्याच्या विद्युत आलेखांचं रूपांतर संगणकाच्या सहाय्यानं शाब्दिक ध्वनीत केलं जायचं. पण हे संशोधन अगदीच प्राथमिक पातळीवरचं होतं. याची पुढची पायरी असणार होती, एक असं उपकरण तयार करणं जे थेट या मानसिक संवादाचं शब्दांत रूपांतर करू शकेल. यासाठी गरज होती ती एका इलेक्ट्रोडची जो समोरच्या माणसाच्या मेंदूत बसवलेला असेल.

'माझा तेव्हा जन्मही झाला नव्हता. २०२० मध्ये मी जन्माला आलो. पण काही दोषांमुळे मला बोलताच येईना. माझ्या मनातील विचारही अर्थात माझ्या आई- वडिलांना कळणं शक्य नव्हतं. मघाशी सांगितलेलं ते उपकरण तेव्हाही अस्तित्वात आलं नव्हतं. मी थोडा मोठा झाल्यावर माझा हा वाचा दोष नाहीसा झाला, पण माझ्या मनातील उत्सुकता मात्र वाढली होती. असं काही करता येणार नाही का की समोरच्या माणसाशी आपण मनाने संवाद साधू शकू किंवा त्याच्या मनातील बोलणं आपल्याला ऐकता येईल. मी मग त्याच दिशेनं काम करायला सुरुवात केली. त्यात पास्लीच्या कामाची मला माहिती मिळाली आणि मी थरारलो. पण हे काम पुढे अपूर्ण राहिलं होतं. मी ते तडीस न्यायचं ठरवलं. आणि सुदैवानं मला त्यात यश आलं. मी काही उपकरण तयार केलं नाही. मी एक पद्धत विकसीत केली. यात बोलू न शकणाऱ्या व्यक्तीच्या मेंदूत एक इलेक्ट्रोड बसवला जातो. हा असतो रिफ्लेक्टर, जो मनातील मानसतरंग प्रक्षेपित करतो. तसाच इलेक्ट्रोड दुसऱ्या माणसाच्या मेंदूत असतो. हा असतो रिसेप्टर, जो हे तरंग पकडतो आणि त्याचं ध्वनीयुक्त शब्दात रूपांतर करतो. २०४० मध्ये अशी एक पद्धत मी विकसीत केली आणि तिची यशस्वी चाचणी केली आणि त्यानंतर जगभरात माझं नाव झालं.

'मला जे हवं होतं ते मी करून दाखवलं होतं. कोट्यावधी लोकांना आता त्याचा फायदा होणार होता. अगदी लहान बाळाच्या मनात काय चाललंय याचे अंदाज बांधण्याची आता गरज भासणार नव्हती. सत्याचं राज्य आता कविकल्पना ठरणार नव्हती. मुक्या लोकांना कोणी हिनवणार नव्हतं. पण... पण... मला माहीत नव्हतं की माझ्या या कल्पना कल्पनाच राहणार होत्या म्हणून.

'माझ्या या संशोधनानंतर साधारण महिनाभरानं मला केंद्र सरकारने भेटीला बोलावलं. त्यानंतर मी कोणालाच सार्वजनिक जीवनात पुन्हा दिसलो नाही. मला भेटायला गृहखाते, संरक्षण, विदेश आणि अर्थमंत्रालयाचे वरिष्ठ अधिकारी आले होते. मला भेटण्याआधी, मला काय सांगायचं याबाबतीत त्यांनी बरीच चर्चा केली असणार. कारण त्यांनी माझ्याशी चर्चा केली नाही तर सरळ आदेश द्यायला सुरुवात केली. सौम्य आवाजात पण ठामपणे. मी त्यांच्यासाठी काय करायचं यासंदर्भात. त्यांनी मला सांगितलं की माझ्या या संशोधनावर यापुढे केवळ आणि केवळ सरकारचाच हक्क असणार होता. आणि मी यापुढे केवळ त्यांच्यासाठीच काम करायचं. माझ्या संशोधनात काही मूलभूत बदल त्यांनी सुचवले होते. पहिला बदल म्हणजे रिसेप्टर डीव्हाईसचं उत्पादन हे मर्यादित प्रमाणात करायचं. त्याची रचना अशी करायची की जी कोणाच्या लक्षात येणार नाही व कोणत्याही स्कॅनमध्ये त्यांचा तपास लागणार नाही. केवळ काही निवडक लोकांच्या मेंदूतच ते बसवले जातील. हे असतील माइंड रीडर्स. याच्या ठीक उलट इतर सर्व माणसांच्या मेंदूत रिफ्लेक्टर्स बसवले जातील. हे त्यांच्या भल्यासाठीच आहे हे आम्ही त्यांना पटवून देऊ. जन्माला येणाऱ्या प्रत्येक बाळाच्या मेंदूतही हे रिफ्लेक्टर्स बसवण्यात येतील. ही उपकरणं ते आपल्याही मेंदूत बसवणार होते जेणेकरून जनतेचा विश्वास ते जिंकू शकतील. पण जी गोष्ट जनतेला कळणार नव्हती ती करायचा शेवटचा आदेश मला होता. ती म्हणजे माइंड रीडर्स आपल्या पुढ्यात आहे, जवळपास आहे हे कळवणारं एक शोधक उपकरण तयार करण्याबाबत. जे केवळ त्या व्यक्तीच्या सूचनेनुसार काम करणार होतं आणि माइंड रीडरला आपलं मन वाचू द्यायचं की नाही हे ठरवणार होतं. ही उपकरणं केवळ सरकारी नियंत्रणातच राहणार होती. सामान्य जनतेला ती कधीच मिळणार नव्हती.

'मी हे ऐकलं आणि मला आठवण झाली ती १९८४ या जॉर्ज ऑरवेलच्या कादंबरीची. त्या प्रतिभावंतानं अशाच एका अराजकाचं वर्णन या कादंबरीत केलं होतं. मी थरारलो. माझ्या संशोधनाचा उद्देश काय होता आणि हे लोक त्याचा हा कसला दुरुपयोग करायला निघाले होते. ते लक्षात येताच मी ठरवलं की हे होऊ

द्यायचं नाही, पण मी एकटा होतो. सरकारी ताकदीच्या विरुद्ध लढायची ताकद माझ्यात नव्हती. आणि मुख्य म्हणजे मी लोकांना हे सत्य सांगितलं तरी हा धोका संपणार नव्हता, कारण माझं संशोधन आता त्यांच्या ताब्यात होतं. मला लोकांपुढे जाण्याआधी हा धोका कायमचा नसला तरी तात्पुरता तरी नष्ट करायचा होता, जेणेकरून मधल्या वेळेत काही सुज्ञ लोक यावर काही करतील.

'मी त्या वरिष्ठ अधिकाऱ्यांना होकार दिला आणि बदल्यात प्रचंड सवलती उकळल्या, ज्यामुळे त्यांना संशय येणार नाही. प्रत्यक्षात मी त्यांच्या या भयस्वप्नाच्या चिंधड्या कशा उडवता येतील याचा विचार करत पुढचं संशोधन सुरू ठेवलं. सर्वांत आधी त्या प्रकल्पाशी संबंधीत प्रत्येकाला मी एकत्र केलं. त्यांची संख्या फार नव्हती. त्यांनाही मी सरकारकडून भरपूर सवलती देऊन खूश केलं. मग सरकारी हेतूची पूर्ण कल्पना न देता पुढे आपल्याला काय करायचं आहे. याच्या सूचना देऊन सर्वांना कामाला लावलं. मी दोन पातळ्यांवर काम करत होतो. एकात सरकारी आदेशाची अंमलबजावणी होती आणि दुसऱ्या पातळीवर मी त्याच्या नेमकं उलट संशोधन करत होतो. माइंड रीडर्सना मात देणारं लोकांच्यां मेंदूवर नियंत्रण ठेवण्याची यंत्रणा उभारण्यात मी लवकरच यशस्वी झालो. त्याचा उपयोग मी माझ्या या संशोधकांवरच केला. मी त्यांचेच मेंदू ताब्यात घेतले आणि त्यांची मनं काबीज केली. त्याही पुढे जाऊन मी त्यांना आदेश देऊन त्यांच्या मनातील विचार बदलण्याचं तंत्र विकसीत केलं. नंतर त्यांच्या मनातील व मेंदूतील या चालू असलेल्या संशोधनाविषयीची सर्व माहिती चूकीच्या पद्धतीनं भरली, जेणेकरून पुन्हा त्यांनी संशोधन सुरू केलं तरी त्यांचा गोंधळच उडावा. एक महिन्याआधी मी माझ्या टीममधल्या शेवटच्या माणसाच्या मेंदूतील माहिती अशी बदलून टाकली आणि माझी योजना पूर्ण झाली. पण एक शेवटचा भाग होताच ही सर्व माहिती माझ्या मेंदूत साठलेली होती. आता माझी योजना पूर्ण झाली आणि माझा छळ करून प्रसंगी मला मारून माझ्या मेंदूतील ही माहिती जाणून घेण्याचा प्रयत्न कोणी केला तर काय, हा प्रश्न मला छळत होता. त्याचं उत्तर मला मिळालं. माझ्या आत्मनाशात. केवळ मनाचा नाही तर मेंदूचा संपूर्ण विनाश.

'मी माझ्या शरीराला उच्च ज्वलनशील द्रव्य लावलं आहे. काही वेळातच माझी वाफ होणार आहे. मानवजातीला एका संकटातून मी काही काळासाठी तरी वाचवलं आहे. त्यापुढचं माहीत नाही. मला संत तुकारामांचा अभंग आठवतोय. त्यांनी शब्दाचं आपल्या जीवनात काय महत्त्व आहे ते सांगितलं होतं ते मला आठवतंय.

‘आम्हा घरी धन शब्दांचीच रत्ने। शब्दांचीच शस्त्रे यत्न करू। शब्दची आमुच्या जीवाचे जीवन। शब्दे वाटू धन जन लोका। तुका म्हणे पाहा शब्दची हा देव। शब्दची गौरव पूजा करू।’

— —

काळेंनी एक नि:श्वास सोडला.

‘‘धीस इज हॉरिबल मॅन ! सिंप्ली हॉरिबल!’’ तो तरुणही हे संभाषण ऐकत होताच. ‘‘सर प्लीज डू समथिंग. काहीही करा पण हे थांबवा सर. ही गोष्ट सर्वांना कळायलाच पाहिजे.’’

‘‘त्याचा परिणाम काय होईल माहितेय तुला?’’

‘‘माझाही जीव जाईल असंच ना. तयारी आहे माझी त्याला. पण मी सहजासहजी मरणार नाही. ह्या हरामखोरांना उघडं पाडूनच जाईन मी. मी हे संभाषण करतो सगळीकडे प्रक्षेपित. उडू दे साला गोंधळ मग. बघू काय करतात हे लोक.’’ काळेंना अचानक त्या पोराचं कौतुक वाटलं. ही तरुण पिढी. आपले किती गैरसमज आहेत यांच्याबद्दल. पण तसं नव्हतं. ही मुलं उगाच गप्पा मारत नव्हती. ढोंग करत नव्हती. पण त्यांच्या मनात देशाबद्दल, इथल्या लोकांबद्दल सच्ची भावना होती. आशिषने स्वत:चं बलिदान दिलं होतं आणि आता हा पोरगाही त्याच गोष्टीला तयार झाला होता. जोवर ही पोरं आहेत तोवर या देशाचं काही वाईट होणार नाही. आपण असू किंवा नसू देत.

त्यांच्याही नकळत काळेंनी निर्णय घेतला होता. या कारस्थानाचा भांडाफोड करण्याचा...

‘‘सबूर, घाई करून चालणार नाही. काळजीपूर्वक करायला पाहिजेत या गोष्टी. हे रेकॉर्डिंग सांभाळून ठेव. मी सांगेन तेव्हाच ते प्रक्षेपित करायचं.’’

‘‘येस बॉस, पण लक्षात ठेवा, आपल्याशी खेळायचं नाही.’’

‘‘नाही खेळणार. आता आपण मिळून त्यांच्याशी खेळायचं आणि त्यांना मात द्यायची.’’

‘‘येस..’’

काळेंनी हिअरिंग एड सुरू केली आणि आदेश दिला, ‘‘कनेक्ट मी टू नॅशनल क्राईम ब्युरो. नीड टू रिओपन आशिष साळवे केस इमिजिएटली.’’

आणि ते गुणगुणू लागले– शब्दांचीच शस्त्रे यत्न करू... शब्दांचीच शस्त्रे यत्न करू...

संभ्रम

मेघश्री दळवी

दरवाजावर हळूच थाप मारल्याचा आवाज आला आणि मी दचकून जागी झाले. जवळजवळ मध्यरात्र झाली होती. खरंच कोणी आलं होतं की मला भास झाला होता? पुन्हा एकदा दरवाजावर टकटक झाली आणि मी उठून बसले. बाहेर शुनू आणि टिपी उभे होते.

''प्रमुखाची तब्येत खराब आहे.'' शुनू नम्रपणे म्हणाला.

''ठीक आहे.'' मी म्हटलं, कपडे नीट केले आणि माझा बटवा उचलला.

त्यांच्याकडे मशाल होती, माझ्यासाठी. त्यांना अर्थात चांदण्याचा प्रकाश पुरेसा होता.

प्रमुखाच्या घरापर्यंत पोहोचायला आम्हाला साधारण सात मिनिटं लागली. त्याचं घर सगळ्यात मोठं आणि उत्तम सजवलेलं होतं.

प्रमुखाच्या कुटुंबानं माझं स्वागत केलं आणि मला त्याच्या बिछान्याजवळ नेलं.

गवताच्या मऊ गादीवर प्रमुख पडून होता. एरवी महाकाय शक्तिशाली वाटणारा प्रमुख आता एकदम मलूल दिसत होता.

मी त्याच्या कपाळावर हात ठेवला. टोळीतल्या फार थोड्या लोकांना त्याच्याबरोबर एवढी जवळीक दाखवता आली असती. नंतर मी त्याची नाडी बघितली, डोळे बघितले. त्याला थोडा ताप होता. मग मी माझा बटवा उघडला. त्यातून काही पाने काढली आणि शुनूजवळ दिली.

“याचा रस काढून दे. मी परत सकाळी येऊन बघेन.”

त्याने मान डोलावली. या लोकांचा माझ्यावरचा विश्वास पाहून पुन्हा एकदा माझं मन भरून आलं.

खोपट्यात परत आल्यावर माझा डोळा लागेना. या टोळीचा सरळ साधा मोकळेपणा पाहून माझं आश्चर्य अजून मावळत नव्हतं.

— —

साधारण सहा महिन्यांपूर्वी त्यांनी मला पहिल्यांदा पाहिलं होतं, नदीकाठी, मळक्या कपड्यांत. मला तशा अवस्थेत बघून ते हळूहळू माझ्याजवळ आले होते. खरंतर त्यांचं ते रानटी रूप पाहून मी हबकलेच होते. ते काय करतील याची मला भयंकर भीती वाटत होती. पण ते तिघे-चौघे फक्त जवळ आले, काहीतरी बोलले आणि अतिशय नम्रपणे माझ्या उत्तराची वाट पहात उभे राहिले.

ते काय बोलले हे मला अर्थात समजलं नव्हतं. मी काय बोलणार होते? पण माझ्या त्या अवतारामुळे काय समजायचं ते ते समजले होते.

मग एक आडदांड दिसणारा तरुण पुढे आला होता आणि मला सरळ उचलून घेऊन चालायला लागला होता. त्यांचा बाकीचा गट एका दिशेनं निघून गेला होता, आणि हा मला दुसऱ्या दिशेनं घेऊन चालला होता. माझ्या नशिबात पुढे काय वाढून ठेवलं आहे, मला जरा जरा कल्पना यायला लागली होती.

मी मनोमन माझ्या यंत्राला दोष देत होते, पण त्यात माझ्या यंत्राची काय चूक होती?

जीव मुठीत घेऊन, डोळे गच्च बंद करून मी माझे अखेरचे क्षण मोजत होते.

तेवढ्यात त्याने मला अलगद खाली ठेवलं होतं. मी हळूच डोळे उघडून पाहिलं तर तो मला त्यांच्या वस्तीत घेऊन आला होता. लगेच चार-पाच प्रौढ बायका माझ्या आजूबाजूला येऊन उभ्या राहिल्या. त्यांच्या चेहऱ्यावर आश्चर्याच्या जोडीनं एक प्रचंड कुतूहल होतं.

तो तरुण मात्र माझ्याकडे कटाक्षही न टाकता आपल्या कामाला निघून गेला होता. त्याचं नाव शुनू, हे मला नंतर समजलं आणि तेव्हापासून मी त्याला आपला तारणकर्ता मानायला लागले होते.

त्या बायकांनी मोठ्या प्रेमानं मला साफ केलं होतं, खायला फळं-मुळं दिली होती. त्यांच्या भाषेत माझी विचारपूस केली होती. मी साहजिकच त्यांना काही उत्तर देऊ शकत नव्हते. पण तरीही अतिशय सहजतेनं त्या माझी काळजी घेत होत्या.

हळूहळू मी त्यांच्यात रुळत गेले होते. त्या टोळीनंही मला अगदी नैसर्गिकपणे

आपल्या गटात सामावून घेतलं होतं. अर्थात मला त्यांच्याइतके अधिकार नव्हते, पण मला अन्नाचा योग्य वाटा मिळत होता, त्यांच्या स्त्रियांच्यात बसायला मिळत होतं आणि प्रत्येक वेळेला मुक्काम हलवताना ते आवर्जून मला बरोबर घेत होते. इतकंच काय, तर मी घातलेल्या कपड्यांकडेही ते जाणूनबुजून दुर्लक्ष करत होते.

टोळीतले पुरुष शिकारीला जात. स्त्रिया जंगलात फळं-मुळं, कंद आणि बिया वेचायला जात. वयस्कर स्त्रिया आणि लेकुरवाळ्या बायका वस्तीवरच राहत. मीही हळूहळू वेचायला शिकले. फळं तोडून त्यातल्या बिया काढायला शिकले. माझे कपडे फाटायला लागले, तशी झाडांच्या झावळ्या काढून त्यांनी अंग झाकायला शिकले.

टोळीतल्या तरुण मुली कधी कधी माझ्याजवळ येऊन मला निरखायच्या. माझा गोरा रंग घासून निघतो का बघायच्या, माझ्या पातळ केसांना कुरवाळून घ्यायच्या. कधी कधी त्या कुजबुजायच्या, तर कधी जोरजोरात हसायच्या. पण त्यांच्या त्या वागण्यात मत्सरापेक्षा मला कुतूहलच जास्त आढळत होतं.

वस्तीत मुलं पुष्कळ होती. सावळ्या काळ्या वर्णाची, बुटकी, फेंगड्या पायांची, कपाळ असं पुढे आलेली. माझ्या काळात त्यांना कोणीच सुंदर म्हटलं नसतं. पण त्यांच्या काळात ती फार फार सुंदर होती. ही मुलं माझ्याशी खूप खेळायची, मस्ती करायची. मला एकेकदा ओरबाडायचीदेखील. मीही बराच वेळ त्यांच्यातच असायचे. मुलांमधलं निरागस प्रेम कसं असतं हे मी इथे पहिल्यांदा अनुभवत होते. नाहीतर माझ्या काळात मी मुलांजवळ कधी फिरतही नव्हते.

त्यांची भाषा मी पटकन शिकले. एकेकाळी जर्मन, वेल्श, फिनिशवर माझं किती प्रभुत्व होतं; त्या मानानं ही आदिम भाषा खूपच सोपी होती. आणि इथे तर ती माझ्या जीवनाचा एकमेव आधार होती.

माझा धीर चेपला तशी एक दिवस मी टोळीतल्या बायकांना विचारलं, मी त्यांना वेगळी वाटते का म्हणून.

"हूं, तुझा रंग खूप फिका आहे." एकजण म्हणाली, "अजून गडद व्हायला हवा. आमच्या माणसांना हा तुझा रंग मुळीच आवडायचा नाही."

"शिवाय तू खूप बारीक आहेस, तुला मुलं कशी होणार?" दुसरीने शंका काढली.

इतके दिवस टोळीतला एकही पुरुष माझ्याकडे पहातदेखील का नव्हता त्याचं कारण मला उमगलं. माझ्या बाविसाव्या शतकातल्या अंगकाठीनं मला वाचवलं होतं.

“माझ्यासारख्या आणखी कोणी दिसल्या आहेत तुम्हाला?” मी खडा टाकून पाहिला.

“तुझ्यासारख्या नाहीत, पण वेगवेगळ्या गटात वेगवेगळ्या बायका तर असतातच की!” तिसरी बेफिकीरीनं उत्तरली.

त्यांना निरनिराळ्या टोळ्या अधूनमधून भेटत राहायच्या. मी असेतो चार भेटल्या. टोळीतली माणसं एकमेकांशी प्रेमानं बोलायची, एकत्र बसून जेवायची. कधी त्यांच्यातले पुरुष आमच्यातल्या बायका निवडायच्या, तर कधी आमचे लोक त्यांच्या स्त्रिया ठेवून घ्यायचे. सगळा कारभार शांतपणे आणि सहजतेनं व्हायचा.

मला मात्र याचं फार आश्चर्य वाटायचं. माझ्या तुटपुंज्या माहितीनुसार ही आदिम माणसं क्रूर, रानटी असतील असं मला वाटत होतं. पण किती चुकीचं होतं माझं आधुनिक ज्ञान!

— —

जवळजवळ दोन तासांनी सूर्य वर आला. मी माझ्या खोपट्यातून बाहेर आले आणि बटवा घेऊन प्रमुखाच्या घराकडे गेले. तो बाहेरच बसला होता. त्याने हसून माझं स्वागत केलं. त्याची तब्येतही आता बरीच चांगली दिसत होती.

“धन्यवाद डॉक्टर.” त्याने माझे आभार मानले.

मी थोडी शरमलेच. माझ्या काळात मी काही डॉक्टर नव्हते, पण या काळात हे लोक मला डॉक्टर म्हणून मोठा मान देत होते.

मी बटव्यातून आणखी पानं काढून प्रमुखाच्या पत्नीजवळ दिली. “याचा रस काढून आता एकदा द्या आणि मग सूर्य माथ्यावर आला की आणखी एकदा द्या.”

माझ्या स्वरात एक अनोखा आत्मविश्वास होता. महिन्याभरापूर्वी असं बोलायची माझी हिंमत झाली नसती.

तिने मान डोलावली आणि ती घरात गेली.

मीही पटकन माझ्या खोपट्यात परत आले. सकाळच्या वेळी ते चिमुकलं खोपटं साफ करण्याचा माझा रिवाज होता. सवयीनं मी कामाला लागले. खरंतर साफ करण्यासारखं तिथे काहीच नव्हतंच. चाळीसेक चौरस फुटाचं वेडंवाकडं खोपटं आणि त्यात दोन मातीची भांडी. त्यातल्याच एका भांड्यातल्या पाण्यानं मी माझं तोंड धुतलं. भांड्यातल्या पाण्यात मी माझा चेहरा निरखून घेतला. दररोज या वेळी पाण्यात माझं रूप पाहताना मला हमखास आरशाची आठवण यायची. पण कालयंत्रात बसताना व्हॅनिटी बॅग घेण्याचा प्रघात नव्हता ना.

मला खूपदा मोह अनावर व्हायचा. एक दगड घेऊन मस्तपैकी घासून

गुळगुळीत करावा आणि त्याचा आरसा करावा. त्यात बघून केस नीट करावेत, चेहरा साफ करावा. पण अशा वेड्या कृत्याची काय किंमत मोजावी लागेल हेही मला चांगलंच ठाऊक होतं. मी माझा काळ सोडून इथे आलेय खरी, पण मला या काळाचा मान राखायला हवा, उत्क्रांतीचा वेग जपायला हवा, त्यात लुडबुड करून मुळीच चालणार नाही, हे मी माझ्या मनाला सतत बजावत रहायचे.

आधीच मी एक चूक केली होती. दोन खरंतर किंवा तीन. एक म्हणजे मी कालयंत्र बनवलं होतं. दुसरी चूक म्हणजे, मी एकटीच त्या यंत्रातून इतक्या लांबवर आले होते. आणि तिसरी चूक म्हणजे मी या काळातल्या माणसांना औषधांची ओळख करून दिली होती.

माझ्या आयुर्वेदिक औषधांची माहिती मी चुकूनच दिली होती; पण आता ती माहिती पसरायला वेळ लागणार नाही हे मला माहीत होतं. आज ना उद्या, ही बातमी इतर टोळ्यांपर्यंत जाणार होती आणि मग? नुसत्या कल्पनेनं माझा थरकाप उडाला. या यंत्रापायी मी काय काय उत्पात करून ठेवणार होते?

दिवस वर आला, तशा झोपडीत गरम झळा जाणवू लागल्या. मी बाहेर आले आणि बायकांच्यात जाऊन बसले. त्यांनी नेहमीप्रमाणं माझं हसून स्वागत केलं. काहीजणी नदीकडे निघाल्या होत्या, मीही त्यांच्या जोडीनं चालायला लागले.

नदीवर मुलं मासे पकडत होते. हातानं, नाहीतर पानांवर. नदीत मासे भरपूर होते. मुलांच्या छोट्या छोट्या हातांनीही कितीतरी मासे पकडले होते. तळलेल्या मसालेदार माशांच्या आठवणीनं माझ्या तोंडाला पाणी सुटलं. या माझ्या साथीसोबत्यांना मसाले आणि तेल वापरायला शिकवायची मला जबर इच्छा होती; पण एकदा मी मनाला आवर घातला. सध्यातरी माशांच्या नैसर्गिक चवीवर मी समाधान करून घेणार होते.

टिपीपण त्या मुलांच्यात होता. पाहिलं तर तो वयानं बराच मोठा होता. त्याच्या वयाची इतर मुलं आता मोठ्यांच्या बरोबर शिकारीला जात होती. पण हा मात्र वस्तीवर नाहीतर जवळच फिरत रहायचा. लहान मुलांबरोबर. तरीही टोळीतलं कुणी त्याला काही बोलायचं नाही. शक्यतो कोणावर बळजबरी न करता त्याला आपल्यात सामावून घेण्याची ही पद्धत मला खूप आवडायची, समंजस आणि प्रगल्भ वाटायची.

मला पाहून टिपीने हात हलवला. ''डॉक्टर, बसा इथे.'' त्याने आपल्या जवळच्या एका दगडाकडे हात केला. त्याचा तो आदरार्थी 'डॉक्टर' असा उल्लेख ऐकून मी जरा अवघडले.

त्याच्या बाजूला बसून मी मुलांचा खेळ पाहण्यात गुंगून गेले. थोड्याच वेळात टिपीने एक मोठ्ठा मासा पकडला आणि सगळे त्याच्याभोवती जमा झाले, आनंदानं चित्कारायला लागले.

मला आता हे संथ मोकळं आयुष्य आवडायला लागलं होतं. शिकार करायची, मासे पकडायचे, खायचं-प्यायचं. उद्याची चिंता करायची नाही. आयुष्य अगदी सहजपणे, नैसर्गिकपणे उपभोगायचं. जणू तेच आपलं जीवित कार्य असल्यासारखं. कितीतरी सहस्त्रकं ही माणसं अशी राहिली असतील, हसत खेळत, मजा करत. फक्त जगत.

यंत्र आणि तंत्रज्ञानाचा उदय होईपर्यंत.

मी माझ्या काळातल्या धकाधकीच्या दिवसांची आठवण करण्याचा प्रयत्न केला. माझं मन त्या दिवसांत नुसत्या कल्पनेनंही जायला तयार नव्हतं. ती इन्स्टिट्यूटमध्ये वेळेवर पोचायची धावपळ, तिथल्या जीवघेण्या स्पर्धेत टिकून राहायची धावपळ, संध्याकाळी घरी परततानाची रस्त्यावरची गर्दी, सुगीच्या दिवशी राहिलेली कामं उरकण्याची धडपड, घाईघाईत तयारी करून मित्रमैत्रिणींसोबत भटकायला जायची धडपड...

मी आता तिथे नव्हते तर त्या माझ्या सहकाऱ्यांना, मैत्रिणींना माझी आठवण तरी येत असेल का? मी नाहीशी झालेय हे त्यांच्या ध्यानात तरी आलं असेल का?

सुस्कारा टाकून मी आजूबाजूला पाहिलं. नदी संथ वहात होती. नदीवर त्या अर्धअनावृत आदिम स्त्रिया मनमोकळ्या गप्पा मारत होत्या. टिपी आता नदीत पोहत होता आणि पोहता पोहता छोट्या मुलांवर पाणी उडवत होता. काही तरुण मुली मोठ्या बायकांचं बोलणं ऐकता ऐकता पाण्याशी खेळत होत्या.

किती शांत समाधानी आयुष्य होतं.

अर्थात इथले तोटे आणि धोके मला माहीत नव्हते असं नाही, पण तरीही मला इथे आवडायला लागलं होतं.

आम्ही दगड घासून आग पेटवली. त्याच्यावर तो मोठा मासा भाजला. छोटे मासे तर कच्चे खायला एकदम छान लागत होते. मुलांनी काही टॅडपोल पकडले होते आणि ते मोठ्या चवीचवीनं खात होते.

सूर्य आता कलला होता. आणखी चारएक तासांनी सूर्य मावळला असता आणि लांबलचक रात्र सुरू झाली असती.

— —

रात्रीच्या शांत स्तब्ध वातावरणात मला विचार करायला खूप वेळ मिळायचा.

माझ्या सध्याच्या आयुष्याबद्दल, माझ्या आधीच्या आयुष्याबद्दल, जॉनबद्दल, माझं संशोधन, तंत्रज्ञान आणि माझ्या कालयंत्राबद्दल.

जॉन आणि मला कालयंत्र बनवायचा एकच ध्यास लागलेला होता. आमचा बराचसा वेळ आम्ही याच गोष्टीवर घालवत असू. किंबहुना कालयंत्रामुळेच आम्ही जवळ आलो होतो, एकत्र काम करायला लागलो होतो.

आमच्याकडे होते नव्हते ते सगळे पैसे खर्च करून आम्ही कालयंत्राचं एक मॉडेल बनवलं होतं. त्याच्यामागून साधारण शंभर वर्षे मागे जाण्यातही आम्ही सफल झालो होतो. आमच्या दृष्टीनं कालयंत्रातून पुढे भविष्यात प्रवास करणं अशक्यप्राय होतं आणि म्हणून आम्ही भूतकाळावरच भर देत होतो.

आमच्या पहिल्यावहिल्या यशानं आम्ही खूप आनंदून गेलो होतो. आता आम्हाला हे यंत्र जगासमोर आणायचं होतं. त्यासाठी लागणारे पैसे उभे करायचे होते. म्हणून दिवसरात्र एक करून आम्ही आमचं मॉडेल कसं सुधारता येईल, याचे आराखडे बनवत होतो. आमच्यासाठी आता एकच स्वप्न होतं– कालयंत्र परिपूर्ण करायचं.

आणि तेवढ्यात जॉनला अपघातात मृत्यू आला होता. आमचं स्वप्न चक्काचूर झालं होतं.

जॉन गेल्यावर खूप दिवस मी भरकटल्यासारखी झाले होते. घरात स्वत:ला कोंडून घेऊन दिवसच्या दिवस एकटीच राहत होते. जॉन सोडला तर माझं जवळचं असं कोणी नव्हतं. कालयंत्रावर काम करायचं म्हटलं तरी मला एकटीला ते नकोसं वाटत होतं.

माझ्या मैत्रिणींनी हळूहळू मला त्यातून बाहेर काढलं होतं. मन रमवायला आपल्यासोबत सहलींना, पार्ट्यांना नेलं होतं. जवळजवळ दोन वर्षांनी माझी गाडी रुळावर आली होती. मग मी एकट्यानेच कालयंत्राचं काम पुरं करायला घेतलं होतं, मन लावून मी त्यात सुधारणा केल्या, जास्त अचूक यंत्रणा बसवली, आणि एक दिवस चक्क सोळाव्या शतकात जाऊन आले.

मग मला तो नादच लागला. माझी प्रत्येक ट्रीप छोटी होती, आमच्या काळातल्या एक दिवसाइतकीच. ते बरंच होतं म्हणा, कारण एक दिवस मी नसले तरीही फारसं कोणाच्या लक्षात येत नव्हतं.

हळूहळू मी कालावधी वाढवायला घेतला. बाराव्या शतकापर्यंत गेले आणि एकदा न राहवून मी आदिमानवाचा काळ सेट केला.

यंत्रानं आपलं काम चोख केलं, मला या काळात आणून सोडलं, पण बेशुद्धावस्थेत.

काय, कशी, ठाऊक नाही; मी कधीतरी शुद्धीवर आले, पण कालयंत्र जवळ नव्हतं. कुठे दिसतही नव्हतं. माझ्या अचाट साहसानं, अति आत्मविश्वासानं या इतिहासपूर्व कालात मी स्वत:ला हरवून बसले होते.

रात्रीच्या उबदार एकटेपणात मला जॉनची फार आठवण येत होती. जॉनची आणि शुनूची.

या सगळ्या गोंधळातून शुनूनेच मला वाचवलं होतं. म्हणून शुनूच्या पायाला जखमा झाल्यावर मी न राहवून झाडपाल्यांचं माझं ज्ञान उघडं केलं होतं.

पण काळाच्या प्रवाहात केलेली ती ढवळाढवळ मला आता भोवत होती.

त्यानंतर लगेचच मी एका छोट्या मुलाच्या डोक्याची जखम भरली होती, दिवस भरत आलेल्या एकीच्या सुजलेल्या पायांची दूख कमी केली होती, आणि एका वृद्धेच्या मोडक्या हाताला पाल्याचा लेप लावून दिला होता. आजूबाजूला झाडं, मुळ्या भरपूर होत्या आणि माझं तुटपुंजं ज्ञान मोठ्या कामी आलं होतं.

माझ्या टोळीतल्या सगळ्यांनी मी पाला गोळा करताना वा त्याचा रस काढताना मोठ्या कुतुहलानं माझं निरीक्षण केलं होतं. एकेकदा मला वाटलं होतं की ते ज्ञान चटकन आत्मसात करतील आणि मग मी डॉक्टर राहणार नाही. पण आश्चर्य म्हणजे एकदाही, एकानेही आपणहून मुळ्या-पाला काढला नाही की माझ्या बटव्याला हात लावला नाही. त्यात त्यांची काय भावना होती माहीत नाही. पण माझा डॉक्टरचा किताब मात्र तसाच राहिला होता. आणि आता मी त्यांच्या प्रमुखावर उपचार केले होते. हा केवढा मोठा मान असतो हे यांच्यात राहिल्याशिवाय समजायचं नाही. पण एकीकडे मला या मानाचं ओझंही वाटत होतं. पुढे काय ताट वाढून ठेवलं आहे या कल्पनेनं मनाचा थरकाप होत होता.

— —

आणखी काही दिवस गेले. दिवस महिन्यांचा मला आता काही ताळमेळच राहिला नव्हता. पण हिवाळा आता जवळ येत चालला होता, म्हणजे मी इथे येऊन पडल्यावर साधारण आठ महिने उटलून गेले होते.

आता आम्ही दुसऱ्या नदीच्या काठी येऊन पोहोचलो होतो. काठावर भरपूर हिरवळ होती. हे अमाप गवत बघून मला गाई, म्हशी पाळायची प्रचंड ऊर्मी आली होती, पण मी ती दाबून टाकली. दूध, दही नसलं तरी मासे आम्हाला खूप मिळायचे. आणि जंगलात रानडुकरं, हरणांसारखे प्राणी बरेच होते. आमचे तरबेज शिकारी आम्हाला खायला-प्यायला काही कमी पडू देत नव्हते.

रात्री गारठा खूप वाटायचा म्हणून आम्ही शेकोटी पेटवून सगळे तिच्याभोवती

बसायचो. हसत, गप्पा मारत, ताऱ्यांकडे बघत. माझं ग्रहताऱ्यांचं आधुनिक ज्ञान मी गुपचूप दडपून टाकलं होतं आणि त्यांच्या समजुतीनं ते आकाशातल्या प्रकाशगोलांना जे काही म्हणायचे, तेच मीही म्हणायला लागले होते.

माझ्या टोळीत आता नऊ मुलांची भर पडली होती. त्या लहानग्यांबरोबर माझा वेळ खूप छान जात असे. मुलांना, म्हाताऱ्यांना, आजारी लोकांना सगळ्यांनी मिळून सांभाळायचा आमचा रिवाज होता. मीही हे काम मोठ्या हौसेनं करायचे.

मधूनमधून मला माझ्या बाविसाव्या शतकाची आठवण यायची. पण पहिल्याइतकी नाही. मी परत जाण्याची आशाच सोडून दिली होती का? हो बहुतेक. की आपण परत जाऊ शकत नाही ही माझी खात्री झाली होती? तेही बहुतेक. या काळात मला नव्याने कालयंत्र बनवणं काही शक्य नव्हतं. माझ्या जुन्या यंत्राचाही पत्ता नव्हता. तेव्हा आता आपण इथेच राहायचं याची बहुधा माझ्या मनानं तयारी केली होती.

आता मला फक्त एकच करायचं होतं. काल आणि उत्क्रांती यांचा तोल सांभाळून राहायचं होतं. आधीच्या माझ्या औषधी ज्ञानानं मी काळाच्या ओघात जरा ढवळाढवळ केली होती, आता मला आणखी काही न बिघडवता तो समतोल कायम ठेवायचा होता.

शुनूवर मी पहिल्यांदा उपचार केले, तेव्हा टोळीवाल्यांनी मला विचारलं होतं, माझ्याकडे काही खास शक्ती आहे का. मला माझ्या चुका आणखी वाढवायच्या नव्हत्या. म्हणून मी वरवरचं उत्तर दिलं होतं की, आमच्याकडे सर्वांना एवढी जुजबी माहिती असतेच. त्यावर अतिशय नम्रपणे त्यांनी विचारलं होतं, अशी माहिती असलेल्यांना काय म्हणतात. मी पटकन बोलून गेले होते, 'डॉक्टर.' आणि मग मला तेच नाव पडलं होतं.

हिवाळा जवळ आला होता. रात्री जमीन गार गार लागत होती. झावळ्यांचं छानसं अंथरूण-पांघरूण करायचा केवढा मोह होत होता. पण मला आणखी एक गोष्ट या काळात घुसडायची नव्हती.

दिवस हळूहळू चालले होते. संथपणे, आरामात. जवळजवळ एक दिवसाआड मी कुणाला न् कुणाला आयुर्वेदिक औषधं लावत होते. पानं, फुलं गोळा करून त्यांचा रस काढत होते. कधीकधी ती रसरसशीत पिवळीधम्मक फुलं पाहून मला जॉनची फार आठवण यायची. जॉन, आमचं चिमुकलं विश्व आणि आमचं कालयंत्र. अगदी नावापुरतं मला माझं कालयंत्र मिळालं असतं.. नुसतं पहायला तरी...

— —

ती दुसरी टोळी आम्हाला भेटली तो दिवस मला पक्का आठवतोय. आकाशात ढगांची एकच दाटी झाली होती. जोराचा पाऊस पडेल म्हणून कोणी वस्ती सोडून फारसं दूर गेलं नव्हतं.

मी इतर बायकांच्यात बसले होते, गप्पा मारत होते.

दुरूनच त्यांची टोळी मोठी वाटत होती. सुमारे वीस तरुण सर्वांत पुढे होते. स्त्रिया, मुलं मागून येत होती. शेवटी म्हातारी आणि आजारी माणसं होती. मी पाहिलेली ही चौथी टोळी होती आणि त्या चौघांमधली ही सर्वांत मोठी टोळी होती.

आमच्यातल्या पुरुषांनी मोठ्या आनंदानं जोरात ओरडून त्यांचं स्वागत केलं. त्यांचा प्रमुख आमच्या प्रमुखाकडे आला आणि दोघेही हसतमुखानं कडकडून भेटले.

तेवढ्यात त्यांच्या एका तरुणाचं माझ्याकडे लक्ष गेलं. तो एकदम चिडल्यासारखा झाला आणि आपल्या प्रमुखाकडे जाऊन काही बोलायला लागला. बोलणं माझ्याविषयीचं असावं, कारण तो अधूनमधून माझ्याकडे बोट दाखवत होता.

त्याचा आवाज मध्येच वाढला.

''ती तुमच्याबरोबर का आहे? ती वाईट आहे, सैतानी आहे.'' तो ओरडून बोलत होता.

आमच्या प्रमुखाने ठामपणे सांगितलं, ''ती चांगली आहे. आम्हाला खूप मदत करते.''

''नाही नाही.'' त्यांच्या प्रमुखाचा आवाज चढला. ''काही दिवसांपूर्वी आम्ही तिला एका नदीकाठी बघितलं होतं. तिच्याकडे काहीतरी चकाकत होतं. मोठं चमकतं असं काहीतरी सैतानी. त्या चमकत्या वस्तूत काहीतरी फिरतही होतं आणि त्यात तारे होते आकाशातले. हे तारे तिच्याकडे कसे? तिच्याकडे कसलीतरी दुष्ट शक्ती आहे अमानवी अशी.''

ओह! तो माझ्या कालयंत्राबद्दल बोलत होता तर.

आमचा प्रमुख जरा चमकला. त्याला माझ्या शक्तीची प्रचिती तर आली होती, पण ती शक्ती वाईट आहे हे बहुधा त्याला पटत नव्हतं.

''ती आमची डॉक्टर आहे.'' क्षणभर विचार करून तो म्हणाला. ''तिच्या शक्तीनं ती आमची दुखणी बरी करते.''

त्याच्या प्रमुखाने या शिफारशीकडे पूर्ण दुर्लक्ष केलं. आता तो सरळ सरळ माझ्याकडे रोखून बघत होता. ''आम्ही ती चमकती वस्तू उघडली. तिच्यातून काही काही आवाज येत होते आणि आमच्यातल्या एकाने नुसता हात लावला, तर तो

जोरानं लांब फेकला गेला. कसला तरी मोठा धक्का लागल्यासारखा. ती चेटकीण आहे, तिला दूर कुठेतरी सोडून द्या; नाहीतर सरळ ठार मारा.''

आता शुनू पुढे आला. ''तिने आमचं काहीच वाईट केलं नाही, उलट ती आमच्या जखमा बऱ्या करते. ती चेटकीण नाही. आम्हाला ती आवडते. तिला का म्हणून मारायचं?''

''तिच्याकडची ती चमचम वस्तू आम्ही एक दिवस फक्त आमच्याजवळ ठेवली, तर काय काय अघटित घडायला लागलं आमच्या वस्तीत.'' त्यांचा प्रमुख तावातावानं बोलत होता. ''शेवटी आम्ही त्याचे तुकडे तुकडे करून नदीत फेकून दिले, तेव्हा कुठे सगळं स्थिरस्थावर झालं. तिलाही तुकडे तुकडे करून फेकून द्या.''

म्हणजे यांनी माझ्या कालयंत्राची अशी वाट लावली होती तर. मी एकदम बधिर होऊन गेले. कालयंत्रातून मी परत काही जाऊ शकणार नाही, मला माहीत होतं. पण त्याची अशी दशा-दशा होईल, मला स्वप्नातही वाटलं नव्हतं.

माझ्या जवळच्या बायका एकदम संशयानं माझ्याकडे बघायला लागल्या. एक छोटी मुलगी आपल्या आईला बिलगली आणि विचारायला लागली, ''चेटकीण म्हणजे काय?'' तिच्या आईने एक जळजळीत नजर माझ्याकडे फेकली.

आता पुढे काय होणार, मला जराही कल्पना येईना. भीतीनं मी एकदम गारठून गेले होते. मी यांच्यात एकटी पडले आहे, याची भयंकर जाणीव मला होत होती.

त्यांच्यातला एक भडक तरुण माझ्या दिशेनं पुढे आला. तेवढ्यात उडी मारून शुनू पुढे झाला आणि त्याने त्याचा रस्ता अडवला. त्यांची मारामारी सुरू झाली. मोठी माणसं आता ओरडायला लागली.

आणखी काही तरुण त्या मारामारीत सामील झाले. त्यांच्या बाजूनं आणि आमच्या बाजूनंही. मी खूप हादरून गेले होते. अशी लढाई मी पहिल्यांदाच पहात होते. आणि ती लढाईही माझ्यावरून होत होती.

मला तिथून जीव घेऊन पळून जावंसं वाटलं; पण माझे पाय जणू मणामणांचे होऊन गेले होते.

अखेर दोन्ही प्रमुखांनी मध्ये पडून हा झगडा संपवला, तेव्हा सहाजण तरी चांगलेच जखमी झाले होते. शुनू आणि तो दुसऱ्या टोळीतला तरुण, दोघांचाही राग अजून शांत झाला नव्हता.

''या वेळी आम्हाला तुमची मेजवानी नको आणि तुमच्या बायकापण नकोत.'' त्यांच्या प्रमुखाने जाता जाता टोला हाणला, ''त्या अमानवी शक्तीच्या स्त्रीने तुम्हाला बिघडवलंय.''

ती टोळी निघून गेल्यावर शुनू शांतपणे माझ्याकडे आला. मी मुकाट्यानं त्याला आणि इतरांना औषधं लावली.

त्या दिवशी कोणीच माझ्याबरोबर एकही शब्द बोलायला तयार नव्हतं. मला आता खरोखरीच भीती वाटायला लागली. या माणसांचा विश्वास आपण गमावला असला, तर आपल्याला इथून निघायला हवं, मला वाटत होतं. पण मी जाणार कुठे? या आदिकाळात या रानटी टोळ्यांमध्ये माझा निभाव कसा लागणार?

ही माझी टोळी मला अतिशय प्रेमानं वागवत होती, पण इतर टोळ्या मला इतक्या सहजपणे त्यांच्यात सामावून घेतील? कशी मी स्वतःला सांभाळणार? कसं मी माझं संरक्षण करणार?

आपल्यामुळे या माणसांना त्रास व्हायला नको असं एकीकडे वाटत होतं, तर त्यांच्याशिवाय आपलं कसं होणार म्हणून त्यांना सोडवतही नव्हतं.

माझ्या या चेटकी शक्तीची बातमी हळूहळू सर्वदूर पसरत गेली की, मग पुढे काय होणार आहे? मला कोणी पळवून नेईल? हाल हाल करून मारून टाकील? माझ्यामुळे या टोळ्यांमध्ये वैर उत्पन्न होतं आहे? उद्या माझ्या टोळीतही फूट कशावरून नाही पडणार? मग माझं काय होणार? हे माझं काय करणार?

अख्खी रात्र मी अशी जागून तळमळत काढली.

— —

पहाट होताच टिपी मला बोलवायला आला. मी मान खाली घालून त्याच्या मागोमाग प्रमुखाच्या घराकडे गेले. टोळीतली सगळी महत्त्वाची माणसं तिथे गोळा झाली होती.

"हे खरं आहे का?" प्रमुखाचा आवाज नेहमीसारखा शांत असला तरी त्याची भेदक नजर माझा वेध घेत होती, "काल ते जे काही म्हणत होते ते?"

काय बोलावं मला सुचेना. मी तशीच गप्प उभी राहिले.

"तुझ्याकडे खरंच काही अमानवी वस्तू होती? तुला चेटकी शक्ती आहे?"

त्याने अगदी सरळ स्पष्टपणे त्याचा प्रश्न विचारला होता. आता मलाही स्पष्ट बोलणं भाग होतं. कसं सांगावं याचा विचार करता करता मी पटकन बोलून गेले.

"हो, प्रमुख. माझ्याकडे खरोखरच ती चकाकती वस्तू होती. पण ती वस्तू काही अमानवी वा वाईट नव्हती. उलट ती माझ्या ज्ञानाचं भांडार होती. त्यात माझं डॉक्टरी ज्ञान होतं. आणखी औषधांची माहिती होती."

हे मीच बोलत होते? इतक्या तयारीनं? आणि इतकं सरळ सरळ खोटं? की

हा माझा बाविसाव्या शतकातला आत्मविश्वास बोलत होता? दांभिकता, खोटेपणा, लबाडी याच्यात मुरलेलं माझं आधुनिक धूर्त अंतर्गत मन तर नव्हतं ना बोलत?

मला सूर सापडला होता.

''पण.. पण त्या लोकांनी ती वस्तू नष्टच करून टाकली. हा फार मोठा तोटा झाला, प्रमुख. माझा, तुमचा, आपल्या सगळ्यांचा. मला आशा होती, आज ना उद्या मला ती मिळेल आणि मी तुम्हाला आणखी मदत करू शकेन.'' माझ्या बोलण्यात डोकावणारा मुरब्बी राजकारणी मला स्वत:लाच समजत नव्हता.

शुनू मोठ्या विश्वासानं हसला. माझं बोलणं काम करतंय, मला दिसत होतं. ''ते दुष्ट लोक होते, तुला मारायला निघाले होते.''

''हो.'' मी पुन्हा एकदा आत्मविश्वासानं मान डोलावली.

त्याच्या चेहऱ्यावर खूप समाधान दिसत होतं. प्रमुखाकडे वळून तो म्हणाला, ''आपण डॉक्टरचं आपल्या सगळ्या शक्तीनिशी रक्षण करायचं. ती वाईट नाही. आपल्याला तर हे माहीत होतंच. उलट ती आपल्याला मदत करते. तिला घालवून देण्याऐवजी आपण तिला जपलं पाहिजे. इतरांनीही तिला ओळखलं पाहिजे. आपण सांगू सगळ्यांना. तिच्या ज्ञानाचा उपयोग सगळ्यांना होऊ दे.''

प्रमुखाने हसून संमती दिली. त्यालाही बहुधा हलकं वाटत होतं.

त्या क्षणी मी समजून गेले, मी बाजी जिंकली आहे. माझ्या प्रगत ज्ञानाची मला आजवर भीती वाटत होती. उगीचच, वेड्यासारखी. पण या ज्ञानाच्या जोरावरच मी आता त्यांच्यावर राज्य करणार होते.

या आदिम काळात आपला टिकाव कसा लागणार याचं भय मला कशाला होतं? त्यांच्यासारखे मला भाले फेकता येत नसतील, अचाट वेगानं खडकांवरून धावता येत नसेल, नुसत्या वासांवरून जंगली श्वापदांचा माग काढता येत नसेल; पण माझ्याकडे माझी आधुनिक अस्त्रं होती ना.

गोड बोलून काम करून घेणं, हेरगिरी करून प्रतिस्पर्ध्याच्या कायम एक पाऊल पुढे राहणं, हुशारीनं वाटाघाटी करून आपल्या पदरात जास्तीतजास्त पाडून घेणं. माझ्या काळातली ही कौशल्यं मी या काळातही वापरू शकत होतेच की. अधिक चतुराईनं; कारण या काळातले माझे प्रतिस्पर्धी, माझे शत्रू माझ्या काळाच्या खूप म्हणजे खूप मागे होते.

मला आता कसली भीती होती? माझ्या काळातली साधी साधी माहिती देऊन त्या बदल्यात मी माझं आयुष्य सुरक्षित ठेवणार होते.

विजयी मुद्रेनं मी टोळीतल्या माणसांकडे नजर फिरवली. काळाचा आदर

करणं, उत्क्रांतीचा नैसर्गिक वेग कायम ठेवणं, याला आता माझ्या दृष्टीनं काहीही मोल नव्हतं. आता मोल होतं माझ्या जगण्याला, माझ्या अस्तित्वाला.

''हो, प्रमुख. माझं ज्ञान आता तुमचंच समजा. आणि ते मी तुम्हालाच नाही तर सर्वांना द्यायला तयार आहे. फक्त औषधंच नव्हे, तर आणखी कितीतरी गोष्टी मी तुम्हाला सांगू शकते, शिकवू शकते.''

शुनू भारल्यासारखा माझ्या दिशेनं येऊ लागला. जणू तो माझा पहिला शिष्य होता.

आणि मग या काळातली डॉक्टर म्हणून मी हळूहळू खूप प्रसिद्ध होऊ लागले. औषधं देणारी डॉक्टर, मसाले बनवणारी आणि मशागतीनं शेती करू शकणारी तज्ज्ञ, आरसे बनवायची कला अवगत असणारी आणि भिंगाच्या साहाय्यानं सूर्यप्रकाश एकवटून आग लावू शकणारी ज्ञानी स्त्री. नाजूक दिसत असली, तरी धातूसारख्या कठीण पदार्थाला सहज वाकवू शकणारी अद्भुत व्यक्ती.

मला आता स्वतःची फिकीर नाही. काळाचीही नाही.

तरीही कधीतरी एकांतात माझ्या मनात विचार डोकावल्यावाचून राहत नाहीत, हे जे मी काही केलं, करते आहे, त्याने माझ्या भविष्यातल्या विश्वात काय उलथापालथ होत असेल? की ज्या भविष्यकाळात मी आधी राहत होते, ते विश्व म्हणजे माझ्या सध्याच्या वर्तणुकीचं फलित होतं? मी असं मुक्तहस्तानं जे ज्ञान वाटत चालले आहे, त्या पायावरच का भविष्यातल्या प्रगतीचा डोलारा उभा राहिला होता? माझं अस्तित्व टिकवून धरण्यासाठी मी जे काळाशी आणि प्रगतीशी खेळ केले, ते होणारच होते का? उत्क्रांतीमध्ये ते गृहीतच धरले होते का?

कुणास ठाऊक, मला तर सत्य कधीच कळणार नाही.

आयुष्यभर हा संभ्रम मी असाच घेऊन राहणार आहे. डॉक्टर सर्वज्ञानी असली, तरी तिला हे एक कोडं कधीच उलगडणार नाही.

आवाजभिंत

शिरीष नाडकर्णी

सकाळची नीरव शांतता भंग करत मोबाईलची रिंग वाजू लागली आणि माझी झोपमोड झाली. बराच वेळ झाला तरी रिंग थांबेना तसा नाइलाजानं हात लांब करून मोबाईल घेतला. पलीकडून आवाज आला,

"सोहोनी बोलताहेत? मी इन्स्पेक्टर राणे बोलतोय लालगेट पोलीसचौकीतून."

"हो, मी सोहोनी बोलतोय. मी काय मदत करू तुम्हाला?" पोलीसचौकीतून फोन म्हटल्यावर मी चाचरत विचारलं.

"तुम्ही इन्स्टिट्यूट ऑफ फंडामेंटल रीसर्च या संस्थेत प्रोफेसर कविश्वरांबरोबर संशोधन सहाय्यक म्हणून काम करता असं समजलं, खरंय?"

"हो खरंय. का काय झालं?" माझ्या डोळ्यावरची झोप आवरत मी विचारलं.

"कविश्वरांनी काल रात्री घरी बेगॉन पिऊन आत्महत्या करण्याचा असफल प्रयत्न केला. त्यांना वेळीच इस्पितळात हलवलंय. ते बेशुद्ध आहेत. या केसच्या तपासाचं काम माझ्याकडे आलंय. त्यांच्या टेबलावर तुमच्या नावाचं एक बंद पाकीट मिळालं आहे. त्यात काय लिहिलंय ते बघण्यासाठी तुम्ही कविश्वरांच्या घरी येऊ शकाल? लगेच?"

राणे फटाफट बोलून गेले. आणि माझी झोप खाडकन उडाली. काल रात्री कविश्वर आणि मी प्रयोगशाळेतून बाहेर पडलो, तेव्हा एवढ्या आनंदात होतो की स्वर्ग ठेंगणा वाटावा. गेली सहा वर्षं ज्या उपकरणाच्या निर्मितीसाठी आम्ही दिवसरात्र एक

करून मेहनत केली, त्याची चाचणी काल यशस्वी झाली होती. कालचा दिवस सुवर्णदिन ठरला आमच्या आयुष्यात! काल रात्री आम्ही संस्थेच्या प्रयोगशाळेतून बाहेर पडलो. कविश्वरांनी ते उपकरण संस्थेच्या कॉलनीत असलेल्या आपल्या घरी काही चाचण्यांसाठी नेलं. मी माझ्या गाडीतून त्यांना त्यांच्या घरी सोडलं. ते उपकरण अतिशय जपून गाडीतून उतरवून त्यांच्या बेडरूममधील एका टेबलावर ठेवलं. आणि शहरातल्या माझ्या निवासस्थानी आलो. सकाळ उगवली ती ही धक्कादायक वार्ता घेऊन. कविश्वरांनी असं अविचारी कृत्य का करावं? कळेच ना. मन बधिर झालं.

‘‘मी अर्ध्या तासात पोहोचतो तिकडे.’’ एवढंच सांगून मी फोन ठेवला. तोंडावर फकाफका पाणी मारलं. अंगावर कपडे चढवले आणि घराबाहेर पडलो. गाडी चालवताना डोळ्यांसमोर आत्तापर्यंतचा जीवनपट दिसू लागला.

प्राध्यापक कविश्वर माझ्या जीवनाचा दीपस्तंभच ठरले होते. मला आठवतंय, इलेक्ट्रिकल इंजिनीअरिंगमध्ये मी एम. टेक.ची परीक्षा दिली. रिझल्टची वाट बघत होतो. त्या वेळी इन्स्टिट्यूट ऑफ सायन्समध्ये आमच्यासारख्या नवोदित इंजिनीअर्सचा एक सेमिनार भरला होता. त्याचा विषय होता- ‘संशोधनासाठी नवीन कल्पना.’ कित्येक पेपर्समधून माझा पेपर निवडला गेला होता. माझा विषय होता- ‘वातावरणात विरत जाणाऱ्या ध्वनीलहरींचे पुनर्जनन.’ माथेरानला सहलीला गेलो होतो, त्या वेळी इको पॉईंटला भेट दिली. आपण ओरडून दिलेली हाक, प्रतिध्वनी होऊन आपल्यालाच ऐकायला मिळते. आपण बोललेले शब्द किंवा ध्वनीलहरी स्रोतापासून बाहेर पडतात. जोपर्यंत अडथळा येत नाही, तोपर्यंत प्रवास करतात. अडथळा आला की परावर्तित होतात आणि पुन्हा दुसरा अडथळा येईपर्यंत प्रवास करतात. जर एखाद्या खोलीत बसून आपण काही शब्द बोललो, तर त्या ध्वनीलहरी समोरासमोरील भिंतींवर आदळत राहतात. प्रत्येक वेळी परावर्तित होताच ध्वनीलहरींची तीव्रता कमीकमी होत जाते. ही तीव्रता श्रवणशक्तीच्या मर्यादेपेक्षा कमी असल्यानं त्या लहरी आपल्याला ऐकू येत नाहीत. पण जर ह्या लहरी एखाद्या पृष्ठभागावर कंपन निर्माण करत असतील, तर त्यायोगे त्याच्या सभोवती चुंबकीय क्षेत्र निर्माण करून त्या क्षेत्रात होणाऱ्या बदलाने सूक्ष्म वीज निर्माण करता येईल. आणि ह्या ऊर्जेपासून कार्बन पटलावर कंपनं निर्माण करून ध्वनीलहरींचं पुनर्जनन करता येईल. हाच विचार मी त्या पेपरमध्ये मांडला होता. त्या सेमिनारमध्ये माझ्या कल्पनेची खूप प्रशंसा झाली.

नंतरच्या काही दिवसांतच इन्स्टिट्यूट ऑफ फंडामेंटल रीसर्च या संस्थेतून प्रा. कविश्वरांचं पत्र आलं, त्यांनी मला संस्थेत भेटायला बोलावलं. मी त्यांना

भेटायला गेलो. ते मेकॅनिकल इंजिनीअरिंगमध्ये डॉक्टरेट होते आणि ध्वनी पुनर्जननाच्या विषयावर संशोधन करत होते. त्यांना इलेक्ट्रिकल इंजिनीअरिंगमध्ये पारंगत अशा सहाय्यकाची गरज होती. त्यांनी मला संस्थेत संशोधक म्हणून रुजू होण्याची ऑफर दिली आणि मी ती स्वीकारली.

तिथून सुरू झाला आमच्या संशोधनाचा प्रवास. गेली सहा वर्षं हे संशोधन अविरत चालू होतं. कित्येक असफल प्रयत्नांनंतर, अनेकदा निराशांच्या गर्तेमधून बाहेर पडल्यानंतर मागील दोन महिन्यांपासून आम्हांला अपेक्षित परिणाम मिळू लागले. आम्ही त्या उपकरणाचं नाव ठेवलं होतं 'साउंड ट्रेसर.' प्रयोगशाळेतल्या यशस्वी चाचण्यांनंतर सर्व प्रकारच्या वातावरणात चाचण्या घेण्यासाठी ट्रेसर घेऊन काल कविश्वरांच्या घरी आलो. आज मी अपेक्षा करत होतो की सकाळीच कविश्वरांचा फोन येईल. घरात घेतलेल्या चाचण्या यशस्वी झाल्या म्हणून. पण छे! असं काहीतरी होईल असं मला स्वप्नातसुद्धा वाटलं नव्हतं.

इन्स्टिट्यूटच्या मुख्य प्रवेशद्वारात येताच मी गाडी थांबवली, गेटवरच्या वॉचमनने गेट उघडलं आणि मी गाडी सरळ स्टाफ-कॉलनीकडे घेतली. मनात शंकांचं काहूर दाटलं होतं. काय लिहिलं असेल त्या पाकिटात? कविश्वरांच्या घरापाशी एक जीप उभी होती. मी घराजवळ गाडी उभी करताच, एक तरुण इन्स्पेक्टर उभा असलेला दिसला आणि त्याला पाहताच मी पुढे झालो आणि म्हणालो, ''मी सोहोनी, आपण इन्स्पेक्टर राणे ना?'' त्यावर माझ्याशी हस्तांदोलन करत ते म्हणाले, ''सोहोनी एवढ्या लांब आलात, त्याबद्दल धन्यवाद! मी तुमचा जास्त वेळ घेणार नाही. ते तुम्हाला लिहिलेलं पत्र वाचलंत तर आत्महत्येचं नेमकं कारण कळू शकेल. चला आपण त्यांच्या खोलीत जाऊ या.''

कविश्वरांचा राहण्याचा क्वार्टर म्हणजे एक बैठा बंगला होता. बंगल्याच्या फाटकात एक हवालदार उभा होता. राणेंना पाहताच त्याने सलाम ठोकला. बंगल्यात कोणीच नव्हतं. कविश्वरांच्या पत्नी बहुधा हॉस्पिटलमध्ये गेल्या असाव्यात असा तर्क काढला. कविश्वरांना मूलबाळ नव्हतं. त्यामुळे चार खोल्यांच्या बंगल्यात ते दोघेच राहत. या बंगल्यात मी कैक वेळा येऊन गेलो होतो, पण आजचा प्रसंग अकल्पित होता. राणे मला कविश्वरांच्या बेडरूममध्ये घेऊन गेले. या बंगल्यातली सर्वांत अजागळ खोली म्हणजे ही बेडरूम. त्या खोलीला नीटनेटका ठेवण्याचा वहिनींचा प्रयत्न नेहमी विफल जात असे. बेडरूमच्या भिंतींवर पेन्सिलीनं कसलीशी समीकरणं लिहिलेली. रात्री वेळीअवेळी उठून चिंतन करायचं. दिसेल त्या कागदावर काहीबाही समीकरणं सोडवत बसायचं. अर्धवट सोडवलेल्या समीकरणांचे कागद बोळे करून

इतस्तत: फेकायचे, ही त्यांची वाईट खोड. पुस्तकांच्या रॅकमध्ये सकाळी व्यवस्थित लावलेली पुस्तकं रात्रीच्या वेळी अस्ताव्यस्त पसरलेली असत. एकंदर कविश्वर तल्लख बुद्धीचे अजागळ गृहस्थ म्हणून विख्यात होते. ते केवळ झोपण्यापुरते आणि सकाळची आन्हिकं उरकण्यापुरते घरी असायचे. बाकी उर्वरित काळ ग्रंथालय किंवा प्रयोगशाळेत व्यतीत करत. कविश्वर आपल्या वाट्याला फार कमी येतात, ही वहिनींची नित्याची तक्रार. किंबहुना त्यांच्या अनुपस्थितीत आयुष्य जगण्याची त्यांनी सवयच लावून घेतली होती. मी कविश्वरांचा सहाय्यक म्हणून रुजू झालो. तेव्हा वहिनींना वाटलं होतं की कविश्वरांचं कामाचं ओझं विभागलं जाईल आणि ते घरी जास्त वेळ राहतील. पण छे!

राणे आणि मी बेडरूममध्ये आलो. टेबलावर थर्माकोलच्या जाड बॉक्समध्ये सुरक्षित ठेवलेला साउंड ट्रेसर नजरेस पडला. बाजूलाच एक लिफाफा पडला होता. आणि त्याच्यावर माझं नाव लिहिलं होतं. हातावर मोजे चढवत राणेंनी तो लिफाफा अलगद उचलला. आणि त्याच्या कडा फाडत, आतला कागद बाहेर काढला. मलापण डिस्पोजेबल मोजे दिले. मी ते मोजे हातात चढवत, तो बाहेर काढलेला कागद आपल्या हातात घेऊन उलगडला. कविश्वरांचं किरटं अक्षर नजरेस पडलं, मी वाचू लागलो-

प्रिय सोनू, (हे त्यांनी मला ठेवलेलं नाव)

ही चिठ्ठी ज्या वेळी तुझ्या हातात पडेल तेव्हा मी या जगात नसेन. ही चिठ्ठी मी रात्री दोनच्या सुमारास लिहीत आहे. सविता दुसऱ्या खोलीत झोपली आहे, हे बरंच झालं. मला माझ्या जीवनाचा कंटाळा का आला, याचं उत्तर तुला साउंड ट्रेसरवर मिळेल. दुपारी बारा वाजता साउंड ट्रेसर चालू कर. या जगात मला आपलासा वाटणारा तूच एकमेव आहेस. आपलं संशोधन जगप्रसिद्ध कर. मानमरातब मिळव. मला आता कशातच रस राहिला नाही. हे सारं मी मनापासून लिहीत आहे. तुझा निरोप घेतोय.

तुझा मित्र,
कविश्वर

मी ती चिठ्ठी राणेंना दाखवली. माझा जो संशय होता की उपकरण घरी हलवताना धक्का लागून अकार्यक्षम झालं असेल, त्याचं निवारण झालं. उपकरण व्यवस्थित चालू असावं. मग असं काय घडलं की कविश्वरांनी हा जीवन संपवण्याचा निर्णय घ्यावा? मनात वादळ घोंघावू लागलं. घड्याळात बघितलं. सव्वादहा वाजले होते. म्हणून अजून पावणेदोन तासांनी साउंड ट्रेसर चालू केल्यावर हे रहस्य कळणार होतं.

‘‘सोहोनी, साउंड ट्रेसर ही काय भानगड आहे याविषयी जरा सांगाल?’’ राणेंनी मला विचारलं.

‘‘ओ येस! मी शक्य तेवढ्या सोप्या भाषेत सांगतो. समजा मी बंद खोलीत काही शब्द बोललो, म्हणजेच माझ्या तोंडून काही ध्वनीलहरी विशिष्ट तीव्रतेनं – ज्याला इंग्रजीत Amplitude म्हणतात – बाहेर पडल्या तर त्या लहरी एका दिशेनं प्रवास करतील. या लहरी समारेच्या भिंतीवर आदळतील आणि परत फिरतील. परतताना त्यांची तीव्रता कमी होईल. जर आपण भिंतीचा परावर्तन निर्देशांक ‘क्ष’ मानला, तर परावर्तित ध्वनीलहरींचा वेग ‘क्ष’ पटीने कमी होईल आणि तीव्रताही कमी होईल. ह्या लहरी पुन्हा समोर येणाऱ्या भिंतीवर आदळतील आणि परत उलट्या दिशेनं प्रवास करतील. अशी तीव्रता प्रत्येक परावर्तनाला कमीकमी होत जाईल. हे परावर्तन अखंड चालूच राहील. पण ही लहरींची तीव्रता आपल्या श्रवणशक्तीच्या किमान मर्यादेपेक्षा कमी असल्यानं, तो आवाज आपल्याला ऐकू येत नाही. पण ह्या ध्वनीलहरी एखाद्या चुंबकीय क्षेत्रात बसवलेल्या अतिसूक्ष्म तारेवर आदळून कंपनं निर्माण करत असतील; तर ही कंपनं विद्युतप्रवाहात रूपांतरित करता येतील. हा विद्युतप्रवाह कार्बनचे कण असलेल्या चुंबकीय पटलावर कंपनं निर्माण करून दूरध्वनीच्या रिसिव्हरप्रमाणे असलेल्या उपकरणात ध्वनीलहरींना पुन्हा निर्माण करतील. या तत्त्वावर आम्ही संशोधन केलं आणि त्यातून निर्माण झाला- साउंड ट्रेसर.’’ मी राणेंना समजावण्याचा प्रयत्न केला आणि त्यांच्या चेहऱ्यावरून त्यांना ते समजलं असावं असा मी कयास बांधला.

‘‘म्हणजे या साउंड ट्रेसरवर काही वेळापूर्वी या खोलीत काय बोललं गेलं ते परत ऐकता येईल असंच ना.’’ राणे.

‘‘ अगदी बरोबर. बारा तासांपूर्वी काय बोललं गेलं ते ऐकता येईल. कालच आमच्या प्रयोगशाळेत एक दीर्घ चाचणी घेतली. सुमारे बारा तासापूर्वी सीडी प्लेअरवर वाजवलेलं गाणं प्रयोगशाळेत जसंच्यातसं बारा तासानंतर पुनर्ध्वनित झालं. तेही सलग वीस मिनिटं. तो अपूर्व क्षण आम्ही कधीच विसरणार नाही. मग कविश्वरांनी टुम काढली, प्रयोशाळेऐवजी घरगुती वातावरणात त्याची चाचणी घ्यावी. त्यासाठीच आम्ही रात्री ते उपकरण इकडे घेऊन आलो.’’ मी स्पष्ट केलं.

त्यानंतर बराच वेळ कुणी काही बोललं नाही. राणे बराच विचार करून म्हणाले,

‘‘पण तुम्ही आणि मी, आता जे काही बोलतो आहोत, त्या लहरीपण या खोलीत परावर्तित होत असतील, मग त्या लहरी जुन्या परावर्तित लहरींमध्ये

मिसळणार नाहीत यासाठी काय केलं तुम्ही?'' राणेंच्या प्रश्नाचं मी स्वागत केलं. या माणसाकडे खरंच चौकस बुद्धी आहे, याची मला खात्री पटली.

''राणे, तुम्ही रास्त प्रश्न विचारला. आम्ही ही कंपनं पकडण्यासाठी जी तार वापरली तिची जाडी आपल्या डोक्यावरच्या केसाच्या जाडीपेक्षा एक हजारपट कमी आहे. ती दोन मिलीमीटर लांबीची टंगस्टन धातूची तार आम्ही दोन अतिसूक्ष्म चिमट्यांमध्ये बसवली आहे. आणि त्या तारेच्या सर्व बाजूंनी वेढली आहे. लघुतम छिद्रं असलेली, ज्याला इंग्रजीत पोरस म्हणतात अशी खास आवरणयुक्त भिंत ज्याला मी नाव ठेवलंय- 'आवाजभिंत'. ही भिंत एखाद्या फिल्टरसारखं काम करते. फक्त ठरावीक तीव्रतेच्या ध्वनीलहरी ही भिंत पार करून जाऊ शकतील. त्या तीव्रतेपेक्षा जास्त तीव्रतेच्या लहरी परावर्तित केल्या जातील. त्यामुळे तुमचं माझं बोलणं जोपर्यंत या बंद खोलीत पुन्हा पुन्हा परावर्तन होऊन, त्या कमी तीव्रतेला पोहोचेल; तेव्हाच ही 'आवाजभिंत' त्या लहरी आत सोडेल आणि त्या लहरी तारेवर आदळून कंपनं निर्माण करतील. आलं लक्षात?'' मी त्यातल्या त्यात सोपी भाषा वापरून सांगितलं. राणेंचा चेहरा आश्चर्यानं विस्फारला होता. असं काही घडू शकतं याचा त्यांना धक्काच बसला.

''मग या तुमच्या संशोधनानं पोलीसखात्याच्या गुन्ह्याचा शोध घेण्याच्या पद्धतीत क्रांती होईल क्रांती!''

''नक्कीच. पण हे बाल्यावस्थेत आहे. आम्हांला सर्व चाचण्या पूर्ण करणं गरजेचं आहे. सध्या मी तुम्हाला एवढंच सांगतो की बारा तास परावर्तित होऊन क्षीण झालेल्या लहरी पार करू शकतील इतपत क्षमतेचं फिल्टर आणि सेन्सर आम्ही बनवू शकलो. या फिल्टरची क्षमता जर सुधारू शकलो किंवा सेन्सरच्या तारेला अजून लघुतम करू शकलो; तर पंधरा किंवा त्याहून अधिक तासांपूर्वीच्या लहरींचंसुद्धा पुन्हा पुनर्जतन करता येईल.'' मी सांगितलं.

''सोहोनी, तुमच्या उपकरणाला काही धक्का लागला नाही ना, जरा चेक करा.'' राणे म्हणाले.

मी टेबलावर ठेवलेलं थर्माकोलचं जाडजूड बॉक्स अलगद उघडलं. आत एक स्टीलची मजबूत फ्रेम होती, तिच्या चारी बाजूला लहानसाही धक्का लागून आतल्या लघुतम टंगस्टन फिलामेंटला नुकसान पोहोचू नये म्हणून कणखर शॉक ॲब्सॉर्बर्सची मालिका बसवली होती. या फ्रेममध्ये फिल्टरच्या आवरणांच्या भिंतीआड होती टंगस्टनची लघुतम वायर. मी अलगद रिसिव्हरचा पॉवर सप्लाय चेक करून रिसिव्हर चालू केला. रिसिव्हरवर तुटक तुटक असंबद्ध आवाज येत होते.

म्हणजे उपकरण कार्यक्षम आहे, याची खात्री पटली. माझं लक्ष टेबलाखाली ठेवलेल्या जुन्या कॅसेट-प्लेअरकडे गेलं. मनात विचार आला, ह्या जुन्या कॅसेट-प्लेअरवर कदाचित साउंड ट्रेसरवरचे आवाज रेकॉर्ड केले असतील. या आशेनं राणेंच्यासमोर त्यांच्या अनुमतीनं प्लेअरमधली कॅसेट वाजवून बघितली, उलटी, सुलटी, फास्ट फॉरवर्ड करून वाजवली, पण कॅसेटवर काहीच रेकॉर्ड केलेलं दिसलं नाही. वाटलं कदाचित कविश्वरांनी रेकॉर्ड केलेले आवाज पुसून टाकले असावेत. म्हणजे आता बारा वाजेपर्यंत थांबणं भाग होतं. घड्याळात बघितलं तर दहा वाजून पन्नास मिनिटं झाली होती. अजून तासभर अवकाश होता. तेवढ्या वेळात कविश्वरांची खुशाली हॉस्पिटलमध्ये जाऊन बघावी, असा विचार आला. मी राणेंना विचारलं, ''अजून तासभर वेळ आहे, मी हॉस्पिटलमध्ये जाऊन येऊ का? वैनींना भेटून जरा दिलासा देता येईल आणि कविश्वरांची चौकशीपण करता येईल.''

त्यावर राणे म्हणाले, ''कविश्वरांना आयसीयूमध्ये ठेवलंय, डॉक्टर बघायला परवानगी नाही देणार. आणि वैनींना भेटायचंय तर त्यांना हॉस्पिटलमध्ये चक्कर आली, म्हणून चिरमुले नावाच्या कविश्वरांच्या मित्राने त्यांना आपल्या घरी नेलंय असं समजलं. तेव्हा हॉस्पिटलमध्ये जाऊन काही उपयोग नाही.''

तेवढ्यात कविश्वरांच्या घरचा फोन वाजला. फोन राणेंनी उचलला आणि माझ्याकडे दिला. प्रा. चिरमुलेंचा फोन होता. मी कविश्वरांच्या घरी आलो असेन या अंदाजानंच केला होता.

''कोण सोहोनी ना? काय लिहिलंय चिठ्ठीत ते कळलं का?'' चिरमुलेंनी विचारलं.

''हो वाचली चिठ्ठी. जीवनाचा कंटाळा आला, असं लिहिलंय आणि जीवनाचा कंटाळा का आला हे कळण्यासाठी बारा वाजेपर्यंत थांबावं लागेल.'' मी सांगितलं.

''बारा वाजेपर्यंत थांबावं लागेल, म्हणजे नक्की काय होईल बारा वाजता?'' चिरमुलेंनी विचारलं.

''सर, तुम्हाला कल्पना आहे की आम्ही साउंड ट्रेसरवर संशोधन करतोय. ते मॉडेल काल रात्री कविश्वरांनी घरी आणलं होतं. ट्रेसरवर बारा तासांपूर्वीच्या आवाजाच्या लहरींचं पुनर्निर्माण होतं. काल रात्री बारा वाजता कविश्वरांनी जे बोललंय ते दुपारी बारा वाजता ट्रेसरवर पुनर्ध्वनित होईल. ते पुनर्ध्वनित होताच कारण कळेल.'' मी स्पष्ट केलं.

''अस्सं. सोहोनी मला एक सांगा, ट्रेसर बारा तासापूर्वीचे आवाज पुनर्ध्वनित करतो, हे नक्की का? तुमची खात्री आहे तशी?'' चिरमुलेंनी विचारलं.

''सर, प्रयोगशाळेतल्या आमच्या सर्व चाचण्या शंभर टक्के यशस्वी ठरल्या.'' मी छातीठोकपणे सांगितलं.

''हा तुमचा शोध खरंच एक क्रांतिकारक शोध आहे. पण अशा शोधानंतर आमचा मित्र हा काय वेडेपणा करून बसला काही कळत नाही.'' असं म्हणून चिरमुलेंनी फोन ठेवला.

''हे चिरमुले कोण?'' राणेंनी विचारलं.

''चिरमुले कविश्वरांचे कॉलेजपासूनचे मित्र. इन्स्टिट्यूटमध्ये फिजिक्स डिपार्टमेंटमध्ये प्रोफेसर आहेत.

कविश्वरांच्या घरी त्यांच्या परिवाराचं नियमित येणंजाणं आहे.'' मी सांगितलं.

''चिरमुल्यांना चिठ्ठीचं कसं कळलं?'' राणेंनी पोलिसी खाक्यात विचारलं.

''वैनी त्यांच्याच घरी आहेत. त्या बोलल्या असतील कदाचित. म्हणून त्यांनी फोन केला असावा.'' मी म्हणालो.

''चिरमुल्यांचा आणि कविश्वरांचा खूप घरोबा आहे का?'' राणेंनी विचारलं.

''हो. चिरमुले, कविश्वर आणि सरितावैनी एकाच ज्युनियर कॉलेजात क्लासमेट होते. नंतर कविश्वरांनी मेकॅनिकल इंजिनिअरिंग केलं, तर चिरमुल्यांनी फिजिक्समध्ये डॉक्टरेट मिळवली आणि ते इन्स्टिट्यूटमध्ये फिजिक्स डिपार्टमेंटमध्ये लेक्चरर म्हणून आले व आता प्रोफेसर झाले.'' मी माहिती पुरवली.

''चिरमुले, व्यक्ती म्हणून कसे आहेत. म्हणजे त्यांचा स्वभाव कसा आहे?'' राणेंनी विचारलं.

''त्यांचा स्वभाव कविश्वरांच्या स्वभावाच्या एकदम उलट. कविश्वर संशोधन, अध्यापन यात इतके गर्क असतात की त्यांना जगाची, घराची शुद्ध नसते. त्याउलट चिरमुले. डिपार्टमेंटमध्ये संशोधनापेक्षा राजकारणात गर्क. सभोवती असलेल्या विश्वाच्या इत्थंभूत बातम्या काढण्यात त्यांचा बराच वेळ खर्च होतो. साहजिकच अध्यापन, संशोधन यांना त्यांच्या लेखी प्राधान्य नसतंच. वेगवेगळ्या कमिटींमध्ये स्वत:ची वर्णी लावून घेण्यात त्यांना स्वारस्य वाटतं. कसल्याशा विषयांवर रीसर्च पेपर लिहून येनकेन प्रकरणे प्रकाशित करण्यात त्यांचा हातखंडा.'' तेवढ्यात राणेंचा मोबाईल वाजला. मोबाईलवर संभाषण संपवताच मला म्हणाले, ''सोहोनी, अजून चाळीस मिनिटं राहिली आहेत. मी पटकन लालगेट चौकीत जाऊन एका कॅसेटची व्यवस्था करतो. तुम्ही इथेच थांबा. कॉन्स्टेबल इथे राहील.'' असं म्हणत आपली कॅप डोक्यावर ठेवत ते बेडरूमला नुसती कडी लावून बाहेर पडले, जाता जाता बाहेर असलेल्या हवालदाराला काही सूचना देऊन गेले.

मी बाहेर दिवाणखान्यात पंखा चालू केला आणि सोफ्यावर बसकण ठोकली. पोटात कावळे कोकलायला लागले होते. मन विचारांच्या वावटळीत सापडलं होतं. बारा वाजता कसला रहस्यभेद होणार, याची काळजी लागली होती. मी भानावर आलो. ते दारावरच्या बेलच्या आवाजानं. मी दरवाजा उघडला, बाहेर हवालदार आणि चिरमुले उभे होते. मला हवालदाराने विचारलं, ''हे साहेब तुम्हाला भेटायला आलेत. तुम्ही ओळखता यांना?''

''अरे, सरिताचे कपडे न्यायला आलो होतो. तिचं बीपी डाऊन झालं, म्हणून ती माझ्या घरी झोपून आहे. बरं वाटत नाही तिला. बरं तुमचा ट्रेसर केव्हा चालू करणार?'' चिरमुल्यांनी बातमी काढण्यासाठी विचारलं.

''बरोबर बारा वाजता. त्याआधी इन्स्पेक्टर येतील, मग चालू करू.'' मी उत्तरलो.

''मला तुमचा हा प्रयोग पाहण्याची खूप इच्छा होती. पण कपडे गोळा करून लगेच निघायला हवं. तू मला ते उपकरण दाखवशील? बरीच उत्सुकता आहे ते बघायची.'' चिरमुले म्हणाले. मला त्यांच्या चांभारचौकश्या करणाऱ्या स्वभावाचा प्रत्यय आला. प्रसंग कोणता याचंही भान नव्हतं त्यांना. पण आमच्या इन्स्टिट्युटचे सिनियर प्राध्यापक म्हणून त्यांचा आदर राखण्यासाठी मी त्यांना कविश्वरांच्या बेडरूममध्ये घेऊन आलो. त्या उपकरणाची माहिती दिली. सारंकाही सांगून झाल्यावर चिरमुल्यांनी विचारलं,

''सोहोनी, तुम्ही सेन्सर म्हणून जी तार वापरली, ती अतिशय नाजूक असणार, जरा जोराचा धक्का लागला तरी ती तुटू शकेल. मग असं असताना तुम्ही हे उपकरण घरी आणण्यात फार मोठी जोखीम घेतली असं नाही वाटतं?'' त्यावर मी खास बनवलेल्या शॉक ॲब्सॉर्बरच्या भक्कम फ्रेमची माहिती दिली.

त्या फ्रेमकडे बराच वेळ ते बघत राहिले. मग अचानक मूड बदलत म्हणाले, ''सोहोनी तुम्ही सकाळपासून इथेच आहात, मीपण धावपळ करून थकलोय. आपण एकेक कप चहा घेऊ, म्हणजे फ्रेश वाटेल.'' मी बघतच राहिलो, खरंतर माझ्या पोटात कावळे केव्हापासून कोकलत होते. या कॉलनीत एकपण हॉटेल नव्हतं, मग चहा कुठे मिळणार असा विचार करत होतो.

तोच चिरमुले म्हणाले, ''घरात दूध असेल, तर इथेच बनवू या. कविश्वरांचं घर मला परकं नाही. चहा-साखर कुठे असतं ते माहीत आहे मला. किचनमध्ये बघू या चला.''

आम्ही दोघं किचनमध्ये आलो. चिरमुलेंनी सराईतपणे साखरेचा डबा

काढला. चहाचा डबा काढला. फ्रीजमधून दूध काढलं. तेव्हा मला थोडा संकोच वाटू लागला. मी त्यांना सक्ती करून दिवाणखान्यात बसवलं आणि मी चहा करायच्या तयारीला लागलो. मी रिकामं पातेलं शोधलं, त्यात पाणी भरून गॅसवर उकळायला ठेवलं. पाण्याला आधण येताच त्यात साखर टाकून मग चहाची पावडर टाकली. दोन रिकामे कप शोधून, दूध घालून त्यात चहाचा अर्क घालत होतो. तेवढ्यात बाहेरून राणेंचा आवाज ऐकू आला, ''कोण तुम्ही? काय करता या बेडरूममध्ये?'' मी धावत बाहेर आलो. राणे आणि चिरमुले कविश्वरांच्या बेडरूममध्ये होते. चिरमुल्यांना घाम फुटला होता.

''काही नाही कविश्वरांचे आणि त्यांच्या मिसेसचे कपडे शोधत होतो. हॉस्पिटलमध्ये लागतील ना.''

मी पुढे झालो आणि म्हणलो, ''राणे, हे प्राध्यापक चिरमुले. मी त्यांच्याविषयी तुम्हाला बोललो होतो.''

''अस्सं! मग कपडे शोधायचं सोडून ते उपकरण कशाला हातात घेतलं होतं?'' राणेंच्या नजरेत एक वेगळेपण जाणवलं. त्यांची पोलिसी भेदक नजर चिरमुल्यांना न्याहाळत होती. चिरमुल्यांचा चेहरा पडला होता. ते अडखळत म्हणाले, ''काही नाही जरा उत्सुकता होती म्हणून बघत होतो.''

''हे हातातून पडलं असतं तर आमची सगळी धडपड वाया गेली असती याची कल्पना आहे का तुम्हाला? एवढं नाजूक उपकरण लांबूनच बघायचं. हात लावायचाच कशाला?'' राणे थोडंसं दरडावत म्हणाले.

तेवढ्यात राणेंचा मोबाईल वाजला. ''काय म्हणतोस? कविश्वरांना आयसीयूमधून बाहेर आणताहेत. छान छान. कंडिशन स्टेबल आहे. शुद्ध नाही आली अजून. बरं बरं ठीक आहे. शुद्ध आली की कळव. इकडचं काम संपवून स्टेटमेंट घ्यायला यावं लागेल मला.''

कविश्वरांच्या प्रकृतीची बातमी ऐकून बरं वाटलं. ती बातमी ऐकताच काखेतल्या एअरबॅगमध्ये होते ते कपडे कोंबून चिरमुले लगबगीनं ''मी निघतो'' म्हणत बाहेर पडले. मी चहाची आठवण केली तरी तिकडे दुर्लक्ष करत आपली गाडी चालू करून त्यांनी पोबारा केला. राणे बाहेर आले आणि बाहेरच्या हवालदाराला त्यांनी काहीतरी सांगितलं. त्यावर त्याने आपली मोटरसायकल चालू केली आणि तो चिरमुल्यांच्या गाडीमागे निघाला. राणे आत येईपर्यंत मी चहाचे कप घेऊन दिवाणखान्यात आलो आणि राणेंना एक कप दिला. राणेंनी धन्यवाद देत कप घेतला आणि म्हणाले, ''चिरमुल्यांवर नजर ठेवायला हवी. त्यांची चिन्हं ठीक दिसत नाहीत.''

"अहो, त्यांच्यावर कशाला नजर ठेवताय?" मी विचारलं.

"सोहोनी, मला यायला एक सेकंद जरी उशीर झाला असता, तर तुमचा ट्रेसर जमिनीवर पडून तुटला असता. तो तोडण्याचा त्यांचा इरादा होता. त्यांनी तो उचलला होता, तो खाली पाडण्यासाठी. नशीब की मी वेळेवर आलो. तुम्ही त्यांना बेडरूममध्ये एकटं येऊच कशाला दिलंत?" राणे म्हणाले.

"मला त्यांनी चहा घेऊ या म्हणून विचारलं. मी किचनमध्ये चहा करण्यात दंग होतो, त्यामुळे माझं तिकडे लक्ष नव्हतं. पण ते असं करतील याची जरासुद्धा कल्पना नव्हती. पण त्यांनी असं का करावं?" मी विचारलं.

"सोहोनी, मला यायला एक सेकंद जरी उशीर झाला असता, तर तुमचा ट्रेसर जमिनीवर पडून तुटला असता. तो तोडण्याचा त्यांचा इरादा होता. त्यांनी तो उचलला होता, तो खाली पाडण्यासाठी. नशीबाने मी वेळेवर आलो. तुम्ही त्यांना बेडरूममध्ये एकटं येऊच कशाला दिलंत?" राणे म्हणाले.

"मला त्यांनी चहा घेऊ या का म्हणून विचारलं. मी किचनमध्ये चहा करण्यात दंग होतो, त्यामुळे माझं तिकडे लक्ष नव्हतं. पण ते असं करतील याची जरासुद्धा कल्पना नव्हती. पण त्यांनी असं का करावं?" मी विचारलं.

"कदाचित द्वेष असावा तुमच्या शोधाचा किंवा तुमच्या उपकरणाची तार तुटली असती तर बारा तासांपूर्वी कविश्वर काय बोलले, हे आपल्याला कधीच कळलं नसतं. ते कळू नये म्हणूनसुद्धा त्यांनी तसा प्रयत्न केला असेल. तुम्हाला चहा करण्यात गुंतवून त्यांना तो कार्यभाग साधायचा होता. कदाचित असं असेल, की कविश्वरांनी काल रात्री ट्रेसर चालू केला, त्या वेळी त्यांना बारा तासापूर्वी म्हणजे काल दुपारी या खोलीत असे काही आवाज किंवा संभाषणं ऐकायला मिळाली असतील की त्याचा त्यांना धक्का बसला असेल." राणेंनी अनुमान काढलं.

"काल दुपारी कोण असणार इथे कविश्वरांच्या बेडरूममध्ये? या एकाकी घरात वैनींशिवाय कोण असेल?"

"ते लवकरच कळेल. त्याआधी आपण जे काही ऐकणार आहोत ते रेकॉर्ड करून ठेवू. पुढच्या तपासाला फार मदत होईल." असं म्हणत त्यांनी खिशातून एक कॅसेट बाहेर काढली आणि बेडरूममध्ये असलेल्या कॅसेट-प्लेअरमध्ये घातली. कॅसेट-प्लेअर ट्रेसरसमोर ठेवला. बाराला पाच मिनिटं कमी असताना ट्रेसर चालू केला. ट्रेसरच्या रिसिव्हरमधून वेगवेगळे अनोळखी आवाज येत होते. बरोबर बारा वाजता घड्याळाच्या बारा टोल्यांचा आवाज रिसिव्हरमधून ऐकू आला. पुन्हा काही वेळा शांतता. मग अचानक कर्रऽऽ कर्रऽऽ असा आवाज आला, बहुधा बेडरूमचा

दरवाजा उघडल्याचा आवाज असावा. मग फताकऽऽ फताकऽऽ सपाता घालून कुणी चालल्याचा आवाज. असं चालणं कविश्वरांचंच. म्हणजे बेडरूममध्ये ते आले असतील. पुन्हा कसलेकसले आवाज. त्यातला एकच ओळखीचा वाटला. रिसिव्हरचा खर्रऽऽ असा. आम्ही अंदाज केला, काल रात्री बारा वाजता, कविश्वरांनी बेडरूममध्ये प्रवेश करून ट्रेसर चालू केला असावा. मग बराच वेळ शांतता.

एकदम एक बायकी आवाज, 'शऱ्या, ये आत ये, लंचटाइम झाला वाटतं.'

मग एक पुरुषी आवाज, बहुधा त्या शऱ्याचा, 'सकाळपासून वाटच बघत होतो केव्हा लंचटाइम होतो याची.'

'बाईसाहेब निवांत दिसताहेत. सगळी कामं आटपलेली दिसताहेत.'

नंतर तोच बायकी आवाज, 'शऱ्या, तू आलास ना की सगळी कामं बंद. खरं सांगू तुझ्या येण्यानं खराखुरा वसंत फुलतो, या रखरखीत वाळवंटात.'

'असं का, मग हा फुललेला वसंत स्वतःच्या हातानं स्पर्श करून बघायलाच हवा.' शऱ्याचा आवाज.

त्यानंतर बायकी आवाज, 'हातानं कशाला? ओठानं कर ना!' आणि नंतर 'आईऽऽ गं, हळू ना' लडिवाळ आवाज. मग पुचुक पुचुक, आईऽऽ आऊऽऽच, स्सऽऽ अशी आवाजांची इंद्रधनुष्यं फुलत होती. हे आवाज नुसतं ऐकताच कुणालाही अंदाज यावा, इथे काहीतरी प्रेमप्रसंग घडला असावा. राणे आणि मी, गालातल्या गालात हसत होतो. काल दुपारी बारा वाजता आम्हाला अनपेक्षित असा प्रेमप्रसंग या ठिकाणी घडला, या कल्पनेनंच हसू आलं. खरंतर ही आमची पहिलीवहिली सहज प्रतिक्रिया होती. पण नंतर चीड आली. हे प्रेमी युगुल कोण असावं याचा अंदाज घेण्यासाठी पुढची आवाजशृंखला ऐकणं भागच होतं. बराच वेळ असे थोड्या थोड्या अवधीनं चित्रविचित्र आवाज येतच होते.

मग पुन्हा संभाषण सुरू झालं, 'शऱ्या, तू आलास की तृप्त करून जातोस. तेवढंच सुख आयुष्यात, बाकी ज्याच्याशी लग्न केलं त्याला फिकीरच नाही माझ्या सुखाची, संशोधनापुढे दिसतं काय त्याला.'

मग शऱ्याचा आवाज, 'सरिता, लग्न करताना मूर्खपणा केलास ना, तो निस्तर आयुष्यभर. लवकर कपडे घाल. निघतो आता. लंच करायला घरी बायको वाट बघत असेल. उशीर झाला तर नसते प्रश्न विचारत बसेल.' प्रेमी युगुलामधल्या स्त्री पात्राची तर ओळख पटली. सरिता, अर्थात कविश्वरांची धर्मपत्नी! हे ऐकल्यावर कविश्वरांना धक्का बसणं साहजिकच आहे. आता हा शऱ्या कोण? डोक्याला ताण देऊ लागलो. विचार करता करता लख्ख प्रकाश पडला, प्रोफेसर शरच्चंद्र चिरमुले.

त्यांनी सकाळी मला आपणहून फोन केला, कपडे नेण्याच्या निमित्तानं घरी आले, मला चहात गुंतवून ट्रेसरची नासधूस करायचा असफल प्रयत्न केला. सारं चित्र स्फटिकासारखं स्पष्ट झालं. चिरमुल्यांच्या प्रत्येक कृतीचा अर्थ कळला. रिसिव्हर चालूच होता. राणे शांतपणे रिसिव्हरसमोर कान लावून बसले होते. मी कंटाळून बेडरूममधून बाहेर पडलो.

एखादा हिंदी चित्रपट समोर उलगडावा तसाच अनुभव आला. एक संशोधनवेडा प्रोफेसर, नवऱ्याच्या या कामाच्या अतिरेकानं एकाकी पडलेली त्याची पत्नी, आणि तो एकाकीपणा भरून काढण्यासाठी आला कॉलेजचा सहपाठी, असा हा त्रिकोण. आपली पत्नी आपल्याच एका मित्राशी संबंध ठेऊन आहे, हे अचानक लक्षात आल्यावर आत्महत्येचा केलेला प्रयत्न. पण आता याचा अंत काय होणार? कविश्वर केव्हाही शुद्धीवर येतील. त्यानंतर काय? आपल्याला गुरूतुल्य व्यक्तीचं वैयक्तिक आयुष्य उद्ध्वस्त झालेलं पाहावं लागणार. काय उपयोग या संशोधनाचा? बराच वेळ विचार केला आणि ठरवलं, आपणच काही करायला हवं. एका निश्चयानं मी पुन्हा बेडरूममध्ये आलो. ट्रेसर चालूच होता. रिसिव्हर शांत होता. राणे हातातल्या पॅडवर काहीतरी लिहीत होते. मी ट्रेसर बंद केला. राणेंचं लक्ष माझ्याकडे गेलं. मी शांतपणे त्यांच्याशेजारी बसलो आणि म्हणालो, ''राणे, प्लीज ही कॅसेट पुसून टाकू या. एका हुशार संशोधक व्यक्तीचं भविष्य उद्ध्वस्त होण्यापासून वाचेल त्यातून.''

''सोहोनी, तुम्ही काय बोलताहात याची शुद्ध आहे का?'' राणे म्हणाले.

''हो, ट्रेसरमधून काय ऐकायला मिळालं हे फक्त तुम्हाला आणि मला माहीत आहे. ट्रेसर म्हणजे काय हे अजून जगाला माहीत नाही. त्याच्या चाचण्यांचा काय रिपोर्ट आहे हे कुणालाच माहीत नाही. कोर्टात केस गेली तर या ट्रेसरचा वापर करून रेकॉर्ड केलेली टेप पुरावा म्हणून कितपत ग्राह्य मानली जाईल, हाही प्रश्नच आहे. पण या टेपमुळे एका गुरूतुल्य व्यक्तीचं आयुष्य उद्ध्वस्त होईल, लोकांमध्ये त्यांचं हसं होईल आणि जगणं निरर्थक होईल.''

''मग तुमचं म्हणणं काय आहे? ही केस बंद करू? पुरावा नष्ट करू?'' राणे चिडून म्हणाले.

''राणे, दोन मिनिटं तुम्ही इन्स्पेक्टर आहात हे विसरून जा. एक माणूस म्हणून विचार करा. जर आपण म्हणालो, ट्रेसरनं काहीच रेकॉर्ड केलं नाही, तर कुणाला काहीच कळणार नाही. कदाचित एक अयशस्वी उपकरण म्हणतील आणि विसरून जातील. पण या आपल्या कृतीमुळे शुद्धीवर येणाऱ्या कविश्वरांना सन्मानानं जगण्याची

एक संधी मिळेल. या टेपनं जे भयानक सत्य सर्वांपुढे येईल त्यानं त्यांचं आयुष्य अधिक लाजिरवाणं होईल.''

''सोहोनी, तुम्हाला काय वाटतं, आपण सत्य लपवलं तर या अशा बाहेरख्याली पत्नीबरोबर ते एकाच घरात राहतील? पुन्हा संसार करतील तिच्याबरोबर?'' राणेंनी विचारलं.

''कदाचित ते विभक्त होतील. कदाचित सारंकाही विसरून, पत्नीला माफ करून एकत्र राहतील. तो त्यांचा प्रश्न आहे. पण त्यांचं हे रहस्य रहस्यच राहिलं तर या टेपमुळे होणारी जननिंदा, क्लेश तर त्यांना सोसावे लागणार नाहीत. राणे, प्लीज त्यांना एकदा सन्मानानं जगायची संधी देऊयात. यामुळे, त्या अभ्यासू संशोधकाकडून भविष्यात अजून नवीन संशोधनंपण होतील. त्याच्यातल्या संशोधकाला जगवायला हवं.''

''समजा, मी तुमची विनंती मान्य केली, तर माझ्या रिपोर्टमध्ये आत्महत्येचं कारण काय लिहू?''

त्याचंही उत्तर माझ्याकडे तयार होतं. ''ट्रेसर नादुरुस्त झाला म्हणून कविश्वरांना मानसिक धक्का बसला किंवा अजाणतेपणे औषधाऐवजी विष पोटात गेले, यांपैकी तुम्हाला काय योग्य वाटेल ते लिहा. बाकी शुद्धीवर आल्यावर कविश्वरांना काय सांगायचं आणि त्यांच्याकडून काय स्टेटमेंट घ्यायचं ते तुम्ही माझ्यावर सोपवा. आता ट्रेसरची तार खरोखरच डॅमेज करायची असेल किंवा ट्रेसर दोन तीन दिवसांसाठी जाणूनबुजून नादुरुस्त करायचा असेल, तर त्यालापण माझी तयारी आहे.''

राणेंची मन:स्थिती द्विधा झाली. कर्तव्य आणि माणुसकी यात काय निवडावं हा प्रश्न त्यांना पडला होता. पण शेवटी माणुसकीच्या भावनेनं कर्तव्यावर विजय मिळवला. त्यांनी रेकॉर्ड केलेली कॅसेट रिवाईंड करून पुसून टाकली. मीपण ट्रेसरची सहज रिपेअर करता येणार नाही, अशी चुंबकीय क्षेत्र निर्माण करणारी कॉईल शॉर्ट करून उपकरण किमान दोन दिवस चालू होणार नाही, अशी व्यवस्था केली. आणि आमचं आताचं संभाषण बारा तासानंतर ट्रेसरवर पुन्हा ऐकायला मिळणार नाही, याची व्यवस्था केली. हे जर केलं नसतं तर यदाकदाचित चेक करायला कुणी ट्रेसर चालू केला असता तर राणेंच्या नोकरीवर शेकलं असतं. राणेंनी रिपोर्ट लिहिला– ट्रेसर नादुरुस्त असल्यानं काल रात्री बारा वाजता काय बोललं गेलं हे कळलं नाही. त्यावर मी सही केली. राणेंचे मनापासून आभार मानले आणि निघालो. अर्धी लढाई तर जिंकली होती. आता एका कठीण कामगिरीवर जायचं होतं, शुद्धीवर येणाऱ्या कविश्वरांना सामोरं जायचं होतं आणि त्यांना आत्महत्येच्या आरोपातून कसं सोडवायचं हेही चांगल्या वकिलाकडून समजून घ्यायचं होतं.

गंध दरवळला

स्मिता पोतनीस

गेल्या काही दिवसात रेवाचं वजन पाच-एक किलोंनी तरी नक्की कमी झालं होतं. डाएटिंग कशाला, तिच्या जीवाला लागलेला घोरच त्याला कारणीभूत होता. तिचा किंचित गव्हाळी वर्ण काळवंडल्यासारखा भासायला लागला. मन अस्वस्थ असलं की शरीरावर त्याचा परिणाम होतोच. रोज ट्रेडमिलवर चार-पाच किलोमीटर धावणारी रेवा, साधं या न्यूरोसायन्स रीसर्च सेंटरच्या दुसऱ्या मजल्यावरच तर जायचंय मग लिफ्ट कशाला, असा विचार करून जिने चढल्यावर घामानं थबथबली. ती थकून तिथे असलेल्या सोफ्यावर टेकली. रेवा शरीरानं नाही पण मनानं थकून गेली होती. घाम पुसत तिने समोर पाहिलं तर समोरच्या दरवाजावर तिला पाटी दिसली- डॉ. श्रीनाथ रेड्डी.

ती लगेच उठली आणि त्या दरवाजापाशी गेली. न्यूरोसर्जन असणाऱ्या डॉ. श्रीनाथनी हॉस्पिटलमध्ये न बोलावता तिला इकडची अपॉईंटमेंट दिली होती. आज प्रथमच डॉ. श्रीनाथना भेटायचं होतं. तिला प्रचंड टेन्शन आलेलं होतं. घशात आवंढेही येत होते; पण तिने मन घट्ट करायचा पण केला होता. त्यामुळे निदान डोळ्यांतून आसवं बाहेर येत नव्हती. नाहीतर स्वतःच्या छकुलीला काही झालं तर कसं सहन व्हावं तिला?

ती केबिनपाशी आली, तेव्हा तिला पाहून एक शिपाई घाईघाईनं पुढे आला आणि त्याने सांगितलं की, डॉक्टर अजून यायचे आहेत. तुम्ही बसा. ते यायला अजून साधारण वीसेक मिनिटं लागतील.

''ओह! म्हणजे अजून आले नाहीत का डॉक्टर? मला वाटलं, मलाच उशीर झालाय की काय? मी धावतपळत आले. त्यांनी तर अगदी वेळेवर यायला सांगितलं होतं.'' रेवाच्या बोलण्यात नकळत कटुता आली.

''बरोबर आहे मॅडम, ते येतात वेळेवर पण साहेबांना ओपीडीत उशीर झाला म्हणून मग इकडे यायलाही उशीर झालाय. ते येतच आहेत. त्यांचा फोन आला होता, तुम्हाला बसायला सांगण्यासाठी. पाणी आणू का?'' शिपायाने अतिशय अदबीनं विचारलं.

ते पाहून रेवा कसनुशी झाली. तिला आपल्या स्वरात नकळतपणे आलेल्या कडवटपणाचा पश्चात्ताप वाटायला लागला. त्याने पाणी आणू का विचारल्यावर तिला जाणवलं, तिचा घसा कोरडा झालाय. तिने पाण्यासाठी होकार दिला. आणि ती परत सोफ्यावर बसली.

शिपायाने दिलेलं पाणी पितापिता रेवाला बाजूच्या काचेत तिचा चेहरा दिसला. स्वतःची अवस्था बघूनही तिला गदगदलं. तिला एक क्षणभर वाटलं, समीर म्हणतो तसं आपण हे दुःख ओढवून तर घेतलं नाही ना? आपण जरा जास्तच विचार करतो म्हणून तर नाही ना हे असं? त्यात हल्ली डॉक्टरांचीही चेन असते. आपण त्याला बळी तर जात नाहीयोत ना? तसं बघायला गेलं तर सौम्याला काय झालंय? ती नेहमीसारखीच तर आहे. आपणच घरात टेन्शनमध्ये आहोत. बाकी सगळे आपापल्यात मग्न आहेत. मग का आलोय आपण इकडे? जायचं का परत? तेवढ्यात तिच्या मनात परत आलं, काय हा वेडेपणा? असं केलं तर सौम्यावर उपचार कसे होणार? नाही नाही. अति ताणाचाही अचानक कंटाळा येतो तसं झालंय. म्हणून परत जायचा विचार आला. अजूनही त्या दिवशीचं सौम्याचं वागणं आठवतंय की. त्याच दिवशी खरी जाग आली आपल्याला.

'इऽऽगं बाई! काय सिगरेटी फुंकतायत कळत नाही. काय सुख लाभतं या लोकांना? घाणेरडा जळकट वास या लोकांना येत नाही की काय? इथे आमचा जीव जायची वेळ आली घुसमटून. यांची काय नाकं बंद झाली की काय?' आपल्याला हे असं इतकं तणतणायला झालं तरी रेवाबरोबर असलेली सात वर्षांची सौम्या स्कूटीवर शांत बसून होती. तिने एकदाही नाकावर हात ठेवला नाही. हिला त्रास होत नाहीये वासाचा तेव्हा किती आश्चर्य वाटलं रेवाला.

'सौम्या, तुला सिगरेटीचा वास येत नाहीये का गं?' रेवाने जरा आश्चर्यानंच विचारलं, पण त्यात गांभीर्य मात्र नव्हतं.

'नाही. सिगरेटीचा वास म्हणजे?' सौम्याने विचारलं.

'सिगरेटीचा वास म्हणजे काय सांगणार आता हिला कपाळ? अगं, जळकट वास येतोय ना तो.' रेवा असं बोलल्यावर सौम्या म्हणाली, 'नाही. मला तू काय म्हणतेस ते काहीच कळत नाहीये.'

'अगं, नाकानं हुंगून बघ ना. जोरात श्वास घे म्हणजे कळेल तुला.' रेवाने सौम्याला सांगितलं.

सौम्याने दीर्घ श्वास घेतला. आणि तरीही तिचा चेहरा कोराच राहिला. ती नॉर्मल श्वासोच्छ्वास करत राहिली तेव्हा खरंच नवल वाटलं. रेवा काही एकटीच नाही तर इतरही काहीजणी नाकाला रुमाल लावून जात होत्या, त्या स्मोकिंग झोनजवळून जाताना.

अचानक रेवाला आठवलं, सौम्याला आत्ता पहिल्यांदाच वास येत नाहीये असं नाही. याआधी एकदा.. हो बरोबर, सौम्या तेव्हा दोनेक वर्षांची असेल. गुलाबाच्या झाडावरून तोडलेल्या गुलाबाचा वास रेवाने घेतला. किती मधुर होता. त्या कोमल पाकळ्या आणि त्याचा तो मंद मधुर सुवास! सौम्याबरोबर होती म्हणून तिलाही नाकाला लावायला सांगितलं तेव्हा तिने तो गुलाब नाकापाशी धरला. आणि काही न कळून रेवाकडे परत दिला. रेवाला त्याचंही कौतुक वाटलं. रेवा तिच्या बालिशपणाला हसली. 'इवलंसं पिल्लू माझं! कळलंच नाही का ममाने गुलाब का दिला ते?' असं म्हणून रेवाने सौम्याला जवळ घेतलं व म्हटलं, 'अगं सोने, गुलाब आहे ना? रोझ! बघ तरी किती छान दिसतो की नाही? तसाच त्याचा वासही खूप छान असतो. तो असा नाकापाशी धरून छान वास घ्यायचा. कळलं का? बरं राहू दे आता. नाहीतर नेमका गुलाबाचा काटा टोचायचा सोनुलीला.'

तेव्हाही हिला वास नव्हता आला? खरंच असं काही वेळा कळूनही आपल्या जाणिवेपर्यंत पोहोचलं नाही? गुलाबाचं एक वेळ राहू दे, पण त्या दिवशी कचऱ्याच्या गाडीजवळून जाताना इतकी प्रचंड घाण येत होती त्या वेळीही सौम्या निर्विकारच होती. त्या वेळी वाटलं, हिला सर्दी झालीय म्हणून, पण हिला वास कमी येतो की काय? कधीपासून? त्याने काय होत असेल? तशी हिला चव तरी कुठे कळतेय म्हणा? तेही तिला वास येत नाही म्हणून तर नाही? की चव कळत नाही म्हणून हिला वास येत नाही? अगं बाई, असं असेल तर हिला डॉक्टरांकडे न्यायलाच हवं.' रेवाने स्वत:शीच ठरवलं.

पण ही जाणीव झाल्यापासून रेवाला काही सुचेचना. तेव्हा मग धाकट्या चार वर्षांच्या श्रियाला चव लागतेय का? तिला वास येतोय का, हे बघायला सुरुवात

केली. नाही तर दोघींनाही एकदम डॉक्टरांकडे घेऊन जायला हवं. रेवाने स्वत:शी ठरवलं. पण श्रियाचं सौम्यासारखं नव्हतं.

समीरला जेव्हा रेवा म्हणाली, ''समीर, अरे सौम्याला वासच येत नाही. तिला काही काही पदार्थांच्या चवी कळतात, पण सगळ्या चवी तिला जाणवत नाहीत. तिला डॉक्टरांकडे घेऊन जायला हवं.''

समीर म्हणाला, ''रेवा, तुझा वेळ जात नाहीये का? उगीच काय टाइमपास चाललाय? अगं, माझ्या आईलाही वास यायचा नाही. आजीलाही यायचा नाही. त्याने काय फरक पडतो?''

''समीर, तुझ्या आजीला म्हातारपणी वयाच्या पंच्याऐंशीच्या पुढे वास येणं कमी झालं होतं, ते वयपरत्वे. तुझ्या आईचं मला माहीत नाही. कारण, त्या आपल्या लग्नाआधीच गेल्यात. पण मग त्यांना सर्दी, सायनसचा काही त्रास होता का? सौम्याला लहानपणापासून आहे तसा? आणि ते काही असलं ना तरी मी सौम्याला डॉक्टरांकडे नेणार.'' रेवाने समीरला निर्वाणीने सांगितलं.

''ठीक आहे. जा, पण त्यावर काहीही उपाय नाही हे लक्षात घे. आणि काय फरक पडतो वास न आल्यानं?'' समीर म्हणाला.

''अरे, असं कसं म्हणू शकतोस तू? प्रत्येक वासाचं आपलं आपलं एक रूप असतं. आपल्याला घ्राणेंद्रिये उगीच मिळालीत का? इथे कुत्र्यांनाही वास येतात, तर माणूस असून, माझ्या लेकीला वास का यायला नको? नाही. मी तिला डॉक्टरांकडे घेऊन जाणार. उद्या देव न करो, पण कधी कुठे काम करत असताना गॅस लीक झाला तरी तिला कळणार नाही हे डेंजरस आहे. तसं नाही जमायचं. त्यावर काहीतरी उपाय असेलच ना.'' रेवा मनातून घाबरल्यानं अर्ध स्वत:शी आणि अर्ध समीरला उद्देशून बोलली. तिच्या मनात काजळी भरून आली होती.

दुसऱ्या दिवसापासून मग फॅमिली डॉक्टर, त्यानंतर इएनटी स्पेशालिस्ट, त्यांनी काढायला सांगितलेले रिपोर्ट्स! सगळं चक्रासारखं सुरू झालं. त्यात गरागरा फिरायला व्हायला लागलं. समीर जरी असा बोलला होता, तरी तोही कामातून वेळ काढून मदत करत होताच. शेवटी बापाचं हृदय असतंच ना! त्याच्याकडे त्याच्या आईचा अनुभव होता म्हणून तसा तो आपल्याइतका घाबरला नाही. पण, एवढं सगळं करून हाताशी काय लागलं? त्या डॉक्टरांनी सांगितलं की, सौम्याचं ऑपरेशन करूनही काही उपयोग होणार नाही. त्यामुळे आहे ती परिस्थिती स्वीकारा. ते ऐकून पुरतं कोलमडल्यासारखं झालं रेवाला. शेवटी आहे ती परिस्थिती त्यांनी स्वीकारली.

अचानक एक दिवस इएनटी स्पेशालिस्ट डॉ. कदमांचा फोन आला आणि

त्यांनी डॉ. श्रीनाथ रेड्डी यांचं नाव सुचवलं. त्यांना भेटायची तयारी दर्शवल्यावर ते म्हणाले, ''तुम्ही डॉ. श्रीनाथना भेटा. मी त्यांच्याशी बोलून ठेवतो.''

ती आशा दिसल्यावर किती पटकन डॉ. श्रीनाथांची अपॉईंटमेंट घेतली. त्यांनी सगळे रिपोर्ट्स घेऊन या रीसर्च सेंटरमध्ये बोलावलं. सौम्यालाही बरोबर आणायची गरज नाही म्हणाले. आणि म्हणूनच तर आज आपण इकडे आलोय.

रेवा स्वत:च्या विचारातून बाहेर आली, तोवर शिपाई समोर येऊन उभा राहिला होता. त्याने सांगितलं, ''मॅडम, डॉक्टरसाहेब आलेत.'' रेवा लगेच उठली आणि सगळ्या रिपोर्ट्सची फाईल सांभाळत डॉ. श्रीनाथ रेड्डींच्या केबिनमध्ये गेली.

''या मिसेस लोणकर बसा.'' डॉ. श्रीनाथ म्हणाले.

त्यांनी निर्देश केल्यानुसार रेवा त्यांच्या समोरच्या खुर्चीत बसली.

''डॉ. कदमनी.. अं.. तुम्हाला सांगितलंय ना?'' एकीकडे रिपोर्ट्सची फाईल पिशवीतून काढत म्हणाले, ''हे रिपोर्ट्स!''

''हं, बघू.'' डॉ. श्रीनाथनी ते रिपोर्ट्स हातात घेत म्हटलं.

त्यानंतर डॉ. श्रीनाथ रिपोर्ट्स पहात होते. रेवाला काळजात काहीतरी अडकल्यासारखं होत होतं. हे न्यूरोसर्जन आता काय सांगतील? काही ऑपरेशन वगैरे तर नाही ना सांगणार? ऑपरेशन तेही मेंदूचं. रेवा अस्वस्थपणे आपले घामेजलेले हात रुमालानं पुसत बसली.

समोर काळेसावळे, उंच तसेच मध्यम अंगकाठीचे आणि तरतरीत चेहऱ्याचे, डोळ्यावर फ्रेमलेस चष्मा घातलेले डॉ. श्रीनाथ रेड्डी रिपोर्ट्स पहात बसलेले होते. त्या चष्म्यातून दिसणारे त्यांचे डोळे आणि त्यांचा आवाज, बोलण्याची पद्धत खूप आश्वासक वाटली रेवाला. आता ते काय सांगताहेत म्हणून ती वाट बघायला लागली.

''हं, मी सगळे रिपोर्ट्स चेक केले मिसेस लोणकर. डॉ. कदमनी जे सांगितलं ते योग्यच आहे; यावर ट्रीटमेंट ॲज सच नाहीये.'' डॉ. श्रीनाथ यांच्या या बोलण्यावर रेवाची प्रचंड निराशा झाली. त्याच वेळी तिच्या चेहऱ्यावर प्रश्नचिन्ह उमटलं. त्यात स्पष्ट दिसत होतं की मग मला पुन्हा आशा लावायला का बोलावलं इकडे. ते ओळखून डॉ. श्रीनाथ म्हणाले, ''हे बघा, मी काय सांगतो ते ऐका. त्यावर ट्रीटमेंट नाही हे सत्य आहे; पण माझा विश्वास आहे की जर आमचा प्रयोग यशस्वी झाला आणि तो होणारच अशी आमची खात्री आहे, तर तुमची मुलगी नक्की सुवास, दुर्गंधी असे सगळे वास अनुभवू शकेल. एवढंच नाही तर जे कितीतरी लोक या रोगावरील ट्रीटमेंटवाचून जगत राहतात त्यांना ती ट्रीटमेंट मिळवून देईल.''

रेवा त्यांच्या बोलण्यानं गोंधळून गेली. ''प्रयोग? म्हणजे? मी समजले नाही.'' रेवाने विचारलं.

''म्हणजे अशी ट्रीटमेंट आम्ही आमच्या या रीसर्च सेंटरमध्ये पहिल्यांदाच करतोय.'' डॉ. श्रीनाथ म्हणाले. ते पुढे सांगणार त्याआधी रेवा उत्कटपणे जवळजवळ ओरडलीच, ''नो वे डॉक्टर! तुम्ही तिला गिनीपिग करताय? नाही. मी याला तयार नाही. तुमच्या प्रयोगासाठी तुम्ही माझ्या मुलीचा वापर करणार? तुम्ही असं विचारूच कसे शकता? राहू दे तिला तसंच. हे शक्य नाही.'' एवढं बोलूनच रेवाचा गळा दाटून आला. तिला खूप असहाय वाटलं. इतकं सगळं केलं हा माझा मूर्खपणा होता? याचा फायदा हे डॉक्टर असे घेतील असं वाटलंच नव्हतं. माझी लेक काय रस्त्यावर पडलीय असं वाटतंय की काय? म्हणे प्रयोग करणार. वा रे वा? तिला काही त्याचाच त्रास झाला तर? म्हणजे माझ्यामुळे तिला काहीतरी भयंकर संकटांना तोंड द्यायला लागायचं. नाही शक्य नाही.

डॉ. श्रीनाथनी रेवासमोर पाण्याचा ग्लास धरला. ''मिसेस लोणकर, कूल डाऊन. हे बघा, तुमच्यावर कसलीही जबरदस्ती नाहीये. नका तुम्ही प्रयोग करायला देऊ. पण जर तिच्यावर ट्रीटमेंट करायची तर एवढा एकच मार्ग आहे. नाहीतर जेव्हा कोणी असा प्रयोग करायला तयार होतील, त्यानंतर तिला ट्रीटमेंट मिळेल. नक्कीच, पण हे बघा मिसेस लोणकर, तुम्ही शांतपणे विचार करा. मी त्या प्रयोगाबद्दल तुम्हाला काही माहिती देऊ इच्छितो. तुमची तयारी असेल तर मी सांगेन. त्यावरही तुम्ही लगेच काही निर्णय द्यावा असं नाही. रादर, निर्णय सांगाच अशीही जबरदस्ती नाही. तुम्ही ऐकायला तयार असाल तर मी सांगेन.'' एवढं बोलून डॉ. श्रीनाथ शांत बसले.

रेवाने जरा भानावर येऊन डॉ. श्रीनाथकडे पाहिलं. त्यांचा शांत भाव पाहिल्यावर ती जरा शांत बसली. तिने आवंढा गिळला आणि तिचा घामेजलेला तळवा पुढच्या टेबलावर किंचित टेकवत ती म्हणाली, ''मी आधीच सांगते की मी माझी मुलगी प्रयोगासाठी देणार नाही; पण तरीही तुम्ही मला त्या प्रयोगाची माहिती देणार असाल, तर मी ऐकायला तयार आहे.''

डॉ. श्रीनाथ किंचित हसले. आणि पुढे बोलायला लागले. ''मिसेस लोणकर, मधे काही दिवसांपूर्वी एका प्रयोगाबद्दल पेपरात माहिती आली होती. तुम्हीही कदाचित वाचली असण्याची शक्यता आहे. माणसाच्या मेंदूतील ग्लायल सेल्स उंदराच्या मेंदूत घातले आणि त्यामुळे, इतर उंदरांपेक्षा त्या उंदराची मेमरी आणि हुशारी वाढली, असं दिसून आलंय. त्याचाच आधार घेत आम्ही प्रयोग उलटा करायचं

ठरवलंय. आणि त्यानुसार आम्ही ह्युमन एक्सपरिमेंटेशन कमिटीकडून परवानगी घेतलेली आहे. आमच्याकडे मेडिकल कौन्सिलिंग आणि एफडीएच्या परवानगीचंही लेटर आहे. त्यामुळे तुमचीही खात्री होईल की, आम्ही हा प्रयोग पूर्ण विचारांती आणि विश्वासानं करतोय. त्यात ज्याच्यावर हा प्रयोग होईल, त्याच्यावर काहीही वाईट परिणाम होणार नाही.

''तुमच्या मुलीच्या केसमध्ये म्हणजे ही केस कनजेनिटल ॲनॉझमियाची आहे. यात जन्मजात वास येऊ न शकण्याचा आजार असतो. आजारच म्हणायला हवं. वास येणं वा घेणं म्हणजे काय? तर आपल्या नाकातल्या वरच्या भागातले नर्व्हसेल्स वास ग्रहण करतात आणि त्याचे संदेश ओलफॅक्टरी नर्व्हजकडून मेंदूतल्या ओलफॅक्टरी बल्बमध्ये जातात. तिथे वासाचं वर्गीकरण होतं. त्यानंतर तो कोणत्या प्रकारचा वास आहे हे आपल्याला कळतं. तुम्हाला या संज्ञा कळतीलच असं नाही; पण मी जे समजावून सांगतोय त्यावरून तुम्हाला त्याचा अर्थ जाणता येईल. ओलफॅक्टरी बल्ब हा मेंदूतला एक भाग असतो. तिथे वासाचं पृथक्करण केलं जातं. आता सौम्याच्याबाबत डॉ. कदमांनी लिहिलंय त्यानुसार हा प्रॉब्लेम तिच्या आजीलाही होता, राईट?'' डॉ. श्रीनाथ यांच्या या प्रश्नावर रेवाने नकळत होकारार्थी मान डोलावली.

डॉ. श्रीनाथ पुढे बोलायला लागले, ''हा आजार बरेचदा एक पिढी सोडून पुढच्या पिढीत येतो. आता असं ज्यांच्याबाबत एखाद्या अपघातामुळे वगैरे झालं आणि काही काळ कोणत्याही वासाचे संदेश मेंदूच्या त्या भागात पोचले नाहीत, तर कधीही कोणताही वास येण्याचा गडबडगुंता होण्याचीही शक्यता असते. पण सौम्याने वासच अनुभवलेला नाहीये. वास ही दुर्लक्ष करण्यासारखी गोष्ट नाहीये. वासाचा संबंध माणसाच्या विचार करण्याशीही येतो. आम्ही सौम्याच्या मेंदूतील ओलफॅक्टरी बल्बमध्ये उंदराचे ग्लायल सेल्स घालणार. मुख्यत: उंदराचे ते ग्लायल सेल्स नर्व्हजचं काम व्यवस्थित चालू व्हायला मदत करतील. ते संदेश येणं आणि जाणं व्यवस्थित सुरू करू शकतात. न्यूरॉन्सला यायलाजायला म्हणून वाट तयार करतात. असं जर झालं तर सौम्या वास घेऊ शकेल. तिला चवी कळू शकतील. एवढंच नाही तर तिची कल्पनाशक्तीही वाढेल. ती अधिक चांगल्याप्रकारे विचार करू शकेल. बघा. तुम्ही विचार करा आणि मला कळवा. मि. लोणकरांना एवढंच नाही तर अगदी सौम्यालाही. हवं तर तिलाही याची कल्पना मी करून देईन. तुम्हाला सांगितलं तसंच त्यांनाही सांगीन.''

''पण, उंदराचे ग्लायल सेल्स का? माणसांचे का नाही?'' रेवाने विचारलं.

"उंदरांच्यात हे ग्लायल सेल्स वासाबाबत उत्तम संवाद साधतात. माणसांपेक्षा म्हणून." डॉ. श्रीनाथ म्हणाले.

"डॉक्टर, पण सौम्याला मेंदूचं ऑपरेशन सोसेलच असं नाही ना?" रेवाने विचारलं.

"पण तिचं ऑपरेशन कुठे करायचंय? तिच्यात उंदरांचे ग्लायल सेल्स इंजेक्ट करायचेत." डॉ. श्रीनाथ म्हणाले.

"पण ते तिच्या मेंदूने नाकारले तर?" रेवाने विचारलं.

"नाही. ते तिच्या ओलफॅक्टरी बल्बमध्ये घातले की त्यापासून तिचे अरिस्टोसाईट्स तिच्या मेंदूत तयार होतील. ज्याच्यातलं कॅल्शियम संदेशवहनासाठी उपयोगी होईल. पण उंदरातील वास हुंगण्याची शक्ती जी माणसापेक्षा जास्त आहे ती तिला मिळेल. आता किती मिळेल हे नाही सांगू शकत आत्ताच; पण तिच्यात वास घेण्याची क्षमता नक्की निर्माण होईल." डॉ. श्रीनाथ म्हणाले.

"पण त्याचा तिच्या मेंदूवर म्हणजे डोक्यावर काही परिणाम तर होणार नाही ना?" रेवाने परत विचारलं.

"नाही. अजिबात नाही. तसं असतं तर आम्ही अशी रिस्क घेतलीस नसती." डॉ. श्रीनाथ म्हणाले.

डॉ. श्रीनाथना तिची ही प्रतिक्रिया पॉझिटिव्ह वाटली. पण त्यांनी तसं काही दाखवलं नाही. तेवढ्यात रेवा उसासत म्हणाली, "हं, मग ठीक आहे पण... तरीही आम्हाला विचार करायलाच हवा. लगेच नाही सांगू शकत."

डॉ. श्रीनाथ उत्तरादाखल फक्त हसले. डॉ. श्रीनाथना उत्तर होकारार्थी येणार याची मात्र खात्री वाटत होती.

दोनच दिवसांनी रेवा आणि समीर, डॉ. श्रीनाथ यांच्या केबिनमध्ये बसलेले होते. चेहऱ्यावर काळजी आणि उत्सुकता यांचं मिश्रण होतं.

"बोला, काय निर्णय घेतलात तुम्ही?" डॉ. श्रीनाथनी विचारलं.

"आमचा निर्णय सांगायच्या आधी मला जरा सांगा की, यामुळे आमच्या सौम्याला डोक्यावर वा प्रकृतीवर काही विपरीत परिणाम तर होणार नाहीत ना?" समीरने विचारलं.

"त्याची तुम्ही काळजीच करू नका. तसं काही असतं, तर त्याचीही तुम्हाला कल्पना आम्ही नक्कीच दिली असती. तिच्यावर काहीही विपरीत परिणाम होणार नाही आणि ती तुम्हा-आम्हापेक्षा चांगल्यारितीनं वास घेऊ शकेल, एवढी खात्रीही मी तुम्हाला देईन." डॉ. श्रीनाथ म्हणाले.

"डॉक्टर, तर मग आमचा यासाठी होकार आहे." समीर आणि रेवाच्या तोंडून एकदम निघालं.

ते पाहून डॉ. श्रीनाथ यांच्या चेहऱ्यावर समाधान उमटलं.

—— ——

रेवाने आणलेले मोगऱ्याचे गजरे नंतर घालायचे म्हणून टेबलावर ठेवलेले सौम्याने पाहिले. ती त्या गजऱ्यांपाशी गेली आणि तिने ते हातात घेतले. अलगद नाकापाशी धरले. दीर्घ श्वास घेतला. तिचे डोळे अलगद मिटले होते. आणि तिच्या तोंडून नकळत आहा असं आलं. ते नेमकं त्याच वेळी तिथे आलेल्या रेवा आणि समीरने पाहिलं. ते दृश्य पहात ते उभे राहिले दाराआड. रेवाच्या डोळ्यांत किंचित पाणी तरळलं आनंदानं. समीरच्या चेहऱ्यावरचं उमटलेलं हसू त्याचा आनंद व्यक्त करत होतं. तेवढ्यात, मिटल्या डोळ्यांनी सौम्या म्हणाली, "ममा, पप्पा या ना पुढे या मोगऱ्याच्या गजऱ्याचा वास किती छान येतो ना? अरे बापरे, आत्या आलीपण. मला अजून तयार व्हायचंय. जायचंय ना आपल्याला बाहेर." असं म्हणून सौम्याने तसाच मिटल्या डोळ्यांनी गजऱ्याचा वास घेतला आणि मग डोळे उघडून ती पळाली. रेवाने आणि समीरने गोंधळून एकमेकांकडे पाहिलं. "हिला आपण कसे दिसलो? आपल्याकडे तर पाठ होती ना हिची? आपण तिला चाहूलही लागू दिली नव्हती. आणि आत्या आली. ती कशी येईल? आपल्यालाच तर जायचंय तिच्याकडे. ही काय बोलतेय? काहीही हं आणि ती आलीच तरी या रूममधून कुठची रस्त्याकडची बाजू दिसतेय? तरी हिला कळलं?" असं एकमेकांशी बोलत रेवा आणि समीर पुढे आले.

आणि तेवढ्यात दरवाजावरची बेल वाजली. दार उघडून पाहिलं तर समोर सौम्याची आत्या. रेवा आश्चर्यानं पहात राहिली. एकदा आत्याकडे आणि एकदा आतून बाहेर येणाऱ्या सौम्याकडे.

"सौम्याला आत्या येतेय हे कसं कळलं? तिला मोगऱ्याच्या फुलांचा वास येतो तसा माणसांचाही येतो? आणि कोणाचा कोणता वास आहे हेही कळतं? कोणत्याही प्राण्यांसारखं?" समीरने रेवाच्या कानांत कुजबुजत विचारलं.

"कोणत्याही प्राण्यांसारखं नाही, तर मूषकराजांसारखं. उंदरासारखं." असं म्हणून रेवा समाधानानं हसली. तिच्या सौम्याच्यात आलेल्या या वैशिष्ट्यपूर्ण गुणाचं तिला नवलही वाटलं आणि आनंदही झाला.

मी.. माधव जोगळेकर

प्रसन्न करंदीकर

खरं आणि खोटं
सत्य आणि मिथ्याा
कोणतं वास्तव आणि कोणता केवळ त्याचा आभास
हे मला सांगता येत नव्हतं
हिमालयासारख्या संकल्पना वितळत चाललेल्या
समजुतींचे बंध विरळ होत चाललेले
जाणिवांचे पाश एक एक करत तुटून अबोध विश्वामध्ये मला सोपवत चाललेले
आणि या सर्वांच्या केंद्रस्थानी मी
अडकलेला.. भांबावलेला.. अचंबित झालेला मी
सृष्टीशी चाललेला हा अपरिचित संवाद मनामध्ये साठवत मंत्रमुग्ध होऊन
अगम्य प्रवाहात या अनोळखी दिशेला वाहत चाललेला मी
स्तब्ध गात्रं हरवून जातात व्यक्त होण्याआधीच
आणि शून्य होते बुद्धी शक्य-अशक्याचा निवाडा करताना...
या सर्व अकल्पितांमध्ये गोंधळलेला मी...
अनाकलनीय घटनांमध्ये भांबावलेला मी...
मी.. माधव जोगळेकर!

“त्यांना काय सांगितलंयस मग, आपण कशासाठी येणार आहोत म्हणून?” श्रीनिवासने माझ्याकडे वळून म्हटलं.

“कशासाठी म्हणजे? मुलाखत घ्यायला. युनिव्हर्सिटीत गेस्ट लेक्चर ठेवू या की पुढच्या महिन्यात. त्याच संदर्भात तुमच्या कार्याची माहिती घ्यायची आहे म्हटलं.”

“आणि ते झाले तयार?”

“न व्हायला काय झालं? त्यांच्यासाठी सध्या हा प्रसिद्धीचा काळ आहे. पंचवीस वर्षं अशा खेड्यापाड्यात राहून इतकं काम केलंय त्यांनी.”

“प्रसिद्धिपराङ्मुख आहेत ना ते?”

“अरे तोच तर फरक आहे. आम्ही तुमचा गौरव करत आहोत असं म्हटलं, तर ते नकोच म्हणणार. मी असं म्हटलं की, इतर खेड्यांमधूनही असे स्वयंसहाय्यता गट निर्माण करून; त्यांना मुख्य प्रवाहात आणण्याचं काम आम्हाला करायचं आहे. त्या संदर्भात आम्हाला मार्गदर्शन करा. बस्स!”

“तूपण ना एक, कशाला उगाच इतकी लेबलं लावून सांगतोस? सरळ बोलायचं की कामाचं.”

“अहं, तसं नाही चालणार राजा. थोडं सबुरीनं घ्यावं लागेल. प्रकरण दिसतं तितकं साधं सोपं नाही वाटत मला.”

“म्हणजे?”

“वेलूअन्ना मीटिंगमध्ये आहेत, तोपर्यंत तुम्हाला शाळा आणि बाग दाखवायला सांगितलीय.”

तेवढ्यात एकजण येऊन म्हणाला.

“बरं, आपण?”

“मी रंगा. अन्नांच्या मदतीला असतो. या मी दाखवतो तुम्हाला.”

पुढले दोन तास आम्ही त्या परिसरात हिंडत होतो. रबराच्या झाडाचा चिक काढण्यापासून ते अगदी त्याचा रबर तयार होईपर्यंतची सगळी पद्धत त्याने दाखवली. आजूबाजूची इतर शेती बघितली. शाळेत जाऊन आलो. कितीतरी नाविन्यपूर्ण संकल्पनांनी भरलेलं ते प्राथमिक शिक्षण बघून खूप थक्क व्हायला झालं. हा मनुष्य म्हणजे एक जादूगारच म्हणावा लागेल. खेडी ओस पडायला लागली, असं म्हणण्याच्या काळात या माणसाने गावाला एकत्र घेऊन जे काही करून दाखवलंय त्या कार्याला तोड नाही. एवढया उतारवयाला लागूनही शेतीतला त्यांचा उत्साह बघून आमच्यासारखे लाजतील. आधुनिक तंत्रज्ञान वापरूनही गावातल्या प्रत्येकाच्या

हाताला काम लागेल, अशी शेती करून त्यांनी ग्रामीण विकासाचा नवा राजमार्गच दाखवून दिला होता. आता फक्त ते कधी भेटतील एवढ्याच आशेवर होतो आम्ही. ते आम्हाला शाळेतच भेटले. शाळेतून घरी आम्ही गप्पा मारत एकत्रच निघालो. मी, श्रीनिवास, रंगा आणि वेलूअन्ना. इकडच्या-तिकडच्या गप्पा झाल्या. त्यांच्या संपूर्ण प्रोजेक्टचं कौतुक करून झालं. पुढच्या वाटचालीला शुभेच्छा देऊन झाल्या. विद्यापीठात गेस्ट लेक्चर देण्याचं मात्र त्यांनी नम्रपणे नाकारलं.

म्हणाले, ''ते विद्यापीठात वगैरे मला नाही जमणार. मी गावात, मातीत रमणारा माणूस. तुम्ही ज्या-ज्या गावात स्वयंसहाय्यता गट तयार केलेत तिथे जाऊ, मी त्यांच्याशी हवे तितके तास बोलेन. हे शहरात आपल्याला नाही जमायचं. त्यासाठी आमचे हे बाकीचे विद्यार्थी आहेत की, त्यांना घेऊन चला, आमच्या शाळेचे मुख्याध्यापक येतील, तेपण या सगळ्या कार्यक्रमाचा एक भाग आहेत अगदी सुरुवातीपासून.''

''बरं, पण अन्ना.. एक बोलायचं होतं. थोडं खासगी आहे.'' मी अडखळत सुरुवात केली. कसं बोलावं कळेना.

''बोलाकी! बोला बिनधास्त. हा रंगा आपलाच आहे.''

''तुमचं नाव वेंकटेश मूर्ती ना?''

''हो, मग?''

''म्हणजे डॉक्टर वेंकटेश मूर्ती.''

एकदम हसत म्हणाले, ''छे छे मला थोड्या वनौषधी माहिती आहेत; पण मी डॉक्टर वगैरे काही नाही.''

''एम.बी.बी.एस. डॉक्टर नव्हे, डॉ. वेंकटेश मूर्ती, पीएच.डी. फिजिक्स, केंब्रिज युनिव्हर्सिटी.''

— —

''मला खूप भीती वाटतेय.''

''माझं डोकं खूप गरगरतंय.''

''हे बघा शांत रहा तुम्ही दोघे. अजिबात घाबरू नका. हे होणं साहजिक आहे.''

''मला काही सुचत नाहीये, मला चक्कर येतेय.''

''मला यातून बाहेर पडायचंय, बस झालं, नाही सहन होत आता हे.''

''धीर धरा. डोकं शांत ठेवण्याचा प्रयत्न करा.''

''पण अजून इतका अंधार कसा? आपण बाहेर नाही पडलो अजून?''

"मीपण तोच विचार करतोय मगापासून. बहुतेक काहीतरी गडबड झालीय."

"कोण आहात तुम्ही? काय हवंय तुम्हाला?" मूर्ती गोंधळून म्हणाले.

"आम्हाला तुम्ही हवे आहात."

"म्हणजे?"

"तुम्ही केंब्रिजला असताना जे काम करायचा त्यासाठीच!"

"केंब्रिज?"

"ते अर्धवट राहिलेलं काम पूर्ण व्हावं, असं नाही का वाटत तुम्हाला?"

"कसलं काम?"

"टाइम मशीन! विसरलात?"

"देश – काम – ओळख बदलून तुम्ही काय साधताय, आम्हाला माहीत नाही; पण त्यामुळे तुम्ही स्वतःला विसरू शकत नाही, डॉ. मूर्ती."

"उत्तर द्या. आम्हाला, सगळ्या जगाला गरज आहे तुमच्या मदतीची." श्रीनिवास.

"कोण आहात तुम्ही?"

"मी डॉ. माधव जोगळेकर आणि हे माझे मित्र डॉ. श्रीनिवास. आम्ही युनिव्हर्सिटीत भौतिकशास्त्र विभागात प्राध्यापक आहोत आणि 'टाइम मशीन'वर काम करतोय आणि त्यामुळे साहजिकच आम्हाला तुमच्या मदतीची गरज आहे."

"आणि तुम्ही खोटं बोलून मला या सगळ्यात ओढण्याचा प्रयत्न केलात?"

"नाही, तुमचा गैरसमज झालाय."

"तुम्ही माझ्या या इतक्या सगळ्या कामाची माहिती घ्यायचं, त्याबद्दल आस्था दाखवण्याचं नाटक केलंत, माझी फसवणूक केलीत आणि आता त्याचं समर्थन करताय?"

"माफ करा, सर पण आम्ही तुमची फसवणूक नाही केली. आम्ही जे काही तुमच्या इथल्या कार्याबद्दल सांगितलं, ते आम्ही करणारच आहोत. पण त्याही पलीकडे आम्हाला आमच्या कामात तुमच्या मदतीची गरज आहे आणि जर का हे निमित्त आम्ही काढलं नसतं, तर तुम्ही आमच्याशी बोलायलाच तयार झाला नसता."

"डॉ. मूर्ती..."

"क्षमा करा, मी तुमची काहीही मदत करू शकत नाही."

"तुम्हाला जराही खंत नाही का वाटत एवढं मोठं काम अपूर्ण राहिल्याची?"

"खंत वाटल्यानं वस्तुस्थिती बदलत नाही."

''वस्तुस्थिती ही आहे की ते 'टाइम मशीन' संपूर्ण जगात फक्त तुम्ही बनवू शकता आणि ते सगळं काम बंद करून गेली २५ वर्षं तुम्ही इथे या खेडेगावात अज्ञातवासात घालवताय.''

''मला.. आता.. पुन्हा त्या सगळ्यात ओढू नका... मला आता कशातही रस उरलेला नाही. जा तुम्ही.''

''तुम्हाला अजूनही त्या आरोपांची भीती वाटते का? तुम्ही प्रकाशात आल्यावर मीडियावाले ते सारं पुन्हा उकरून काढतील, असं वाटतंय का?''

''म्हणजे?'' श्रीनिवासने गोंधळून माझ्याकडे बघितलं.

''काही नाही. निघा तुम्ही. रंगाऽ''

''आणखीन किती काळ तुम्ही स्वत:पासून पळणार आहात?''

''मी कुणापासूनही पळत नाहीये. मला.. मला आणखीन मनस्ताप नकोय. तुम्ही कृपया जा इथून.''

''तुमच्या प्रोजेक्टला आवश्यक तो सगळा फंड, इन्फ्रा, इन्स्ट्रूमेंट्स जे लागेल ते सगळं मिळण्याची सोय आम्ही करू. तुम्ही फक्त...'' श्रीनिवास.

डॉ. मूर्ती त्याच्या पुढ्यात गेले. एक फिकट मंद म्लान स्मित त्यांच्या ओठांवर पसरलं होतं. डोळे मात्र तटस्थच होते.

''माणूस फक्त पैशाअभावीच थांबतो, असं जर का तुम्हाला वाटत असेल; तर तो तुमचा फार मोठा गैरसमज आहे. तुमच्याकडे मला देण्यासारखं काहीच नाहीये. या जगात कुणाकडेच नाहीये जे मला या सगळ्यात परत आणेल.'' आणि असं म्हणून ते घराच्या दिशेनं परत निघालेही. आम्ही दोघे स्तब्ध होऊन त्यांच्या पाठमोऱ्या मूर्तीकडे पहात होतो. या भीष्माचार्याला पैशानं विकत घेता येणं शक्यच नव्हतं आणि असा विचार करण्याइतके आम्ही मूर्खही नव्हतो. ते या सगळ्यापासून दूर राहू पाहतायेत हे माहिती होतं; पण इतके अलिप्त?

माझी आणि श्रीनिवासची सगळी स्वप्नं त्या ज्ञानसूर्यासमोर धुक्यागत विरून जाताना दिसत होती.

''कदाचित आमच्याकडे काहीच नसेल तुम्हाला देण्यासारखं. कदाचित या जगात कुणाकडेच नसेल, पण...'' मी अखेरच्या प्रयत्नातून मागून ओरडलो, ''पण डॉ. लक्ष्मींच्या मृत्यूसाठी स्वत:ला आणखीन किती काळ दोष देत राहणार आहात तुम्ही?''

चालणारी पावलं थांबली. वाटेवरून फिरणारी नजर थरथरली. भूतकाळात हरवली. वयाप्रमाणे क्षीण झालेल्या नजरेनं लक्ष्मींची मूर्ती मात्र अगदी जिवंत उभी

केली. त्यांची आठवण येताच मन स्वच्छ झालं, सारे विचार हटले आणि मनश्चक्षू त्या प्रतिमेत हरवले. मला ही संधी सोडायची नव्हती. मी त्यांच्याजवळ गेलो.

"त्या घटनेला तुम्ही जबाबदार नव्हता, या गोष्टीची खात्री तुम्हाला नसली, तरी मला आहे. त्यांचा मृत्यू अनपेक्षित होता, आपण त्यांना परत नाही आणू शकत, मान्य! पण तो का आणि कसा झाला याचं उत्तर जाणून घ्यावं असं नाही का वाटत तुम्हाला?"

माझ्या या वाक्यानं ते स्मृतिकोशात गुरफटलेले डोळे वास्तवात परतले. पण अजूनही शून्यातच होते. काही क्षण असेच गेले. मग सावकाश माझ्याकडे वळत, पण माझ्याकडे न बघता म्हणाले, "म्हणजे.. ज्या.. ज्या वेदनेच्या केवळ कल्पनेतच मी इतकी वर्षं जगतोय त्या.. त्या.. क्षणाला प्रत्यक्ष तोंड द्यायला सांगताय तुम्ही मला?" त्या क्षीण झालेल्या आवाजाला कापरी चढत होती. "आता नाही.. नाही.. राहिली तेवढी ताकद माझ्यात."

गळ्यातला आवंढा दडवायला शेवटची धडपड करत पुन्हा जायला वळले. मी आणि श्रीनिवास जागीच थिजून उभे होतो. सगळी स्वप्नं, सगळ्या आशा मावळल्या होत्या.

— —

"मी म्हणतो, आपण नको थांबूया इथे. हे खूप भयाण आहे."

"एक गोष्ट लक्षात घ्या, आपण इकडे स्वखुशीनं आलेलो नाही. आपण इकडे अडकलोय."

"अडकलोय म्हणजे?"

"काहीतरी गडबड आहे."

"तेच म्हणतोय, कितीही चाललं तरी अंतर संपतच नाही."

"बाहेर कसं पडायचं इथून?"

"नाही बाहेर पडता येणार."

"म्हणजे?"

"कायमचं इथे राहायचं?"

"इट्स ओके. आपण केलं जितकं शक्य होतं तितकं." श्रीनिवास माझी समजूत काढत होता.

"आता त्यांना नाही परतायचंय, काय करणार आपण तरी?"

"इट्स नॉट ओके. नॉट ॲट ऑल! हे 'टाइम मशीन' माझं एकमेव स्वप्न आहे इतक्या वर्षांचं. ते सोडून इतर कोणत्याही गोष्टीचा मी कधी विचार नाही केला.

डॉ. मूर्तींबद्दल कळलं, तेव्हा माझ्या सगळ्या आशा जाग्या झाल्या. त्यांच्या मदतीनं आणि त्यांच्या अनुभवाचा लाभ घेऊन आपण नक्कीच हे स्वप्न पूर्ण करू, या आशेवर होतो मी. पण ते आता नाही शक्य. सगळं पाण्यात गेलं आता.''

''आणि तू मगाशी बोलताना काय म्हणाला? डॉ. लक्ष्मींच्या मृत्यूची जबाबदारी? त्यांनी आत्महत्या केलेली ना?''

''हो, त्याचीपण एक मोठी कॉन्स्पिरसी झालेली. कुणी म्हणत होतं, त्यांचा खून झाला, कुणी म्हणतं त्यांनी आत्महत्या केली, काहींनी तर त्यांच्या खुनाचा आळ थेट मूर्तींवरच घेतला. खरं काय ते नाही माहीत; पण एक नक्की की त्यांचं टाइम मशीन यशस्वी होत नव्हतं. फंड वाया जात होता, त्यांनी काम थांबवावं म्हणून युनिव्हर्सिटीकडून खूप दबाव येत होता, पेपर रिजेक्ट होत होते, त्यांचं टाइम मशीन हा एक सार्वजनिक चेष्टेचा विषय बनला होता. पुढे फंड बंद झाला आणि त्यांच्या विरोधकांना आयतं कोलीतच मिळालं. मूर्ती तरीही हिंमत हरले नाहीत; कारण त्यांना डॉ. लक्ष्मींसारख्या बायकोची खंबीर साथ होती. ते दोघेजण स्वत:च्या पदरचे पैसे खर्च करून काम चालू ठेवत होते; पण असं म्हणतात की, या सगळ्या मनस्तापाला लक्ष्मी तोंड देऊ शकल्या नाहीत. ते सगळं असह्य होऊन शेवटी त्यांनी आत्महत्या केली.''

''हं, पण आपण त्यांचे पेपर वाचलेत रे, आपल्याला महितेय त्यांच्या इनोवेशन्स. किती काळाच्या पुढे जाऊन त्यांनी नवीन संकल्पना मांडल्या होत्या. त्या काळच्या लोकांना त्यांचं द्रष्टेपण दिसलं नाही, दुसरं काय?''

''मग काय? लक्ष्मींच्या मृत्यूनंतर मात्र ते खूप मोडून पडले. ते सगळ्यातून अलिप्त होत गेले. मूलबाळ तर नव्हतंच, मग अचानक ते तिकडचं सगळं सोडून इकडे आले असणार. कसलाही मागमूस न ठेवता.''

''असो, आपण काय करायचं मग आता?''

''आपण काय करणार? हात-पाय मारत राहायचं. एक तर आपणही यात बुडून जाऊ किंवा कदाचित न जाणो पोहायलाही शिकू? आपण थांबायचं नाही, काय?'' श्रीनिवासने यावर मनसोक्त टाळी दिली.

''सरऽऽ'' मागून हाक मारली. आम्ही वळून बघितलं. तो रंगा धावत येत होता. ''तुम्हाला वेलूअन्ना बोलावतायत.'''

''ही जागा नेमकी काय आहे?''

''ही कसलीच जागा नाहीये.''

''म्हणजे?''

''दोन घटनांमधला कालखंड.. त्याला काय म्हणाल?''

"मध्यंतर."

"तेच आहे हे. फक्त हा दोन काळातला आहे. म्हणजे जसं लिफ्टचा पॅसेज हा कुठल्याही एका मजल्याचा नसतो, तरीही त्यातून कुठल्याही मजल्यावर जाता येतं तसंच ही काळाची लिफ्ट समजा."

"म्हणजे आपण आत्ता धड कुठेच नाही आहोत?"

"हं, सर्व काळाच्या भिंतींचे दरवाजे याच मध्यंतरात उघडतात. टाइम मशीनने मध्यंतरात येणं सोपं आहे. कठीण भाग आहे इथे तो आल्यानंतर ते पलीकडचं योग्य दार निवडणं. त्यात जर चूक झाली, तर या अनंत काळात आपणही चिरंजीव होऊन कायमचे अडकून राहू."

— —

"तुम्ही युक्तिवाद बाकी छान केलात, मला या सगळ्यात ओढण्यासाठी जोगळेकर. पण ते खरं कारण नाहीये एवढं नक्की. मात्र त्यावरून तुम्ही टाइम मशीनसाठी किती अस्वस्थ आहात एवढं मात्र निश्चित जाणवलं. मी इथे या खेड्यात गेली २५ वर्षं राहतोय, पण कधीच कुणालाही शंका नाही येऊ दिली माझ्याबद्दल. पण तुम्ही नेमकं कसं काय शोधून काढलं हे? तुम्ही टाइम मशीनसाठी इतकं काकुळतीला येऊन सगळं करताय, तुमची तळमळ मी समजू शकतो. मीपण इतकाच अस्वस्थ होतो, त्यासाठी कोणे एकेकाळी. पण नेमकं कारण काय तुमच्या एवढ्या अस्वस्थतेमागे?"

"तुमच्यापासून काय लपवणार मी आता? माझे आई-वडील दोघेही खूप लहानपणीच वारले. त्यानंतर मी एक-दोन वर्षं माझ्या आजोळी याच गावात होतो. तुम्ही तेव्हा नुकतेच इथे परत आला होतात. तुमच्या याच शाळेत मी जेमतेम वर्षभर शिकलो असेन. मात्र, तरीही तुमचा प्रभाव मी कधीच विसरू शकलो नाही. नंतर मला माझे काका शहरात त्यांच्याकडे घेऊन गेले; पण या सगळ्यामागे एक जबरदस्त इच्छा मनात घर करून होती. हायस्कूलमध्ये असताना टाइम मशीनबद्दल वाचलेलं. तेव्हा असं वाटून गेलं की आपल्याला जर भूतकाळात जाता आलं, तर आई-बाबांना बघता येईल. कारण मी त्यांना फक्त फोटोतच बघितलंय. प्रत्यक्ष बघितलेलं आठवतच नाही. पुढे हेच मनात ठेवून फिजिक्समध्ये पडलो. एकदा मी केंब्रिजला एका मित्राला भेटायला गेलेलो. तिथे मला चर्चा करताना एक फसलेल्या टाइम मशीनच्या प्रयोगाबद्दल कळलं. मी कुतूहलानं आणखी माहिती मिळवत गेलो. असं वाटलं की, हा माणूस आपल्यासारखाच वेडा आहे टाइम मशीनसाठी. आणि त्याचा फोटो बघून एकदम तुमचीच आठवण आली. तुम्हाला वेलूअन्ना म्हणतात सगळे,

पण तुमचं पूर्ण नाव नव्हतं माहीत. मग मामाकडे चौकशी केल्यावर तुमचं नाव कळलं आणि योगायोगानं जुळलं. मग असं एकदम वाटून गेलं की, ती व्यक्ती तुम्हीच असाल तर? टाइम मशीन शक्य नाही, असं समजून माझ्या सगळ्या आशा मावळल्यात जमा होत्या; पण तुम्ही ते जवळ जवळ सिद्ध केलेलंत हे ऐकल्यावर माझ्या आशा परत जाग्या झाल्या. कुठून-कुठून ओळखी काढून तुमच्या तिकडच्या मित्रांना, तुमच्या लॅबमध्ये काम करणाऱ्या आर.ए.ना., तुमच्या विद्यार्थ्यांना, लॅब अटेंडर्सना भेटलो. सगळ्यांकडून मिळेल तितकी माहिती, तुमचे प्रकाशित न झालेले लेख, संशोधन निबंध जितकं शक्य होईल तितकं साहित्य जमवलं आणि त्याचा अभ्यास सुरू केला. या सगळ्या कामात मला श्रीनिवासनने खूप मदत केली. आम्ही दोघांनीही तुमच्या लिखाणाची पारायणं केली. इतर संदर्भ अभ्यासले आणि आमच्या लक्षात आलं की, तुमचे विचार त्या काळाच्या मानानं कितीतरी पुढे गेलेले होते.''

''असो, पण ते नाही झालं, सोडून दिलं.''

''तसं नव्हे सर.'' श्रीनिवास. ''पण तुमच्या काही लेखांमध्ये तुम्ही बऱ्याच शक्याशक्यतांबद्दल चर्चा केलेली आहे की, टाइम मशीन कोणकोणत्या मार्गानं बनवता येईल. पण तुम्ही जे टाइम मशीन बनवलेलं त्याबद्दल आम्हाला काहीच लेखन स्वरूपात सापडलं नाही. किंवा कुणालाच त्याबद्दल ठोस माहिती नाही. फक्त एवढं नक्की की तुम्ही काम करत होतात आणि ते होत नव्हतं.''

''हं, आम्ही लॅबमध्ये काय करतो हे बाहेर सगळ्यांना कळून कसं चालेल? तुम्ही असं एक काम करताय जे पूर्ण मानवजातीचं भविष्य बदलून टाकेल. मग ते तितक्याच गोपनीयतेनं करायला नको का? अर्धवट माहिती फुटून त्याबद्दल अपप्रचार होत राहण्यापेक्षा गूढ असलेलं काय वाईट?''

''मग तुम्ही नेमकं कशाच्या आधारावर मशीन बनवत होतात?''

''वर्महोल!''

''कसं काय? ते तर काही नॅनोसेकंदासाठीच तयार होतं, तेही काही नॅनोमीटर आकाराचं आणि जरी तुम्ही ते आकारानं वाढवलंत तरी ते...''

''अस्थिर होईल आणि नष्ट होईल, एकदम बरोबर! पण तुम्हाला असं का वाटतंय, की ते स्थिर करता येऊ शकत नाही?'' डॉ. मूर्ती एकदम स्मित करत उत्तरले.

''मग? आता यातून बाहेर कसं पडायचं?''

''इथे आल्यावर आपण काहीच करू शकत नाही. त्यासाठीच आपण निघण्यापूर्वी सर्व सेटिंग्ज बघाव्या लागतात. इथे येऊन आपण फार तर इथे काही काळ थांबणं निवडू शकतो.''

"इथून बाहेर कसं पडणार मग?"

"सांगता येत नाही."

"मशीन बिघडलं नसेल ना?"

"शक्यता नाकारता येत नाही."

"आणि ग्रँडफादर पॅराडॉक्सचं काय?" श्रीनिवास पुढे सरसावला.

"त्याचं काय?" मूर्ती तितक्याच शांतपणे स्मित करत म्हणाले. "तुम्हाला असं का वाटतं की तो होईलच?"

"का नाही होणार? तार्किकदृष्ट्या पूर्णत: योग्यच आहे की आणि सर्वांनी मान्य केलाय तो."

"सर्वांनी मान्य केलाय म्हणून तो होईल, असं गृहीत धरायचं का?"

"नाही, पण ज्या अर्थी बहुतांशी लोक तो मान्य करतायत म्हणजेच त्यांनी या मागचं तथ्य स्वीकारलं आहे."

"तसं म्हणाल, तर मग १६ व्या शतकापर्यंत बहुतांशी लोक पृथ्वी सपाट आहे, असं मानायचे. म्हणून तेच अंतिम सत्य आहे असं धरून सगळे चालले असते तर?"

मी आणि श्रीनिवासने एकमेकांकडे बघितलं.

"माझ्या मित्रांनो, 'हे अंतिम टोक आहे' असं विधान कुठल्याही नियमाबाबत करणं हा विज्ञानाचा मृत्यू आहे. हं, आपण फारतर इतकं म्हणू शकतो की, 'आजवरच्या नोंदवलेल्या निरीक्षणानुसार हे 'क्ष' विधान सत्य आहे.' पण यावरून ते त्रिकालाबाधित सत्य आहे, असं म्हणण्याची गल्लत करू नका. ती चूक यच्चयावत धर्मग्रंथांनी केलेली आहे."

"बरं. मग तुमचं काय मत आहे? तसं काही होणार नाही?"

"अर्थातच! निसर्ग तसं होऊच देणार नाही. ज्या अर्थी आज तुम्ही आहात त्या अर्थी तुमचे आजोबा तुमच्या वडिलांचा जन्म होईपर्यंत जिवंत असायलाच हवेत. म्हणजे बघा, तुम्ही बंदूक घेऊन भूतकाळात जालही. तुम्ही आडोशाला राहून आजोबांवर नेम धराल; पण नेमका तुमचा नेम चुकेल किंवा तुमच्या पायाला मुंगी, विंचू काहीतरी चावेल, तुमचं लक्ष विचलित होईल आणि नेम चुकेल किंवा तुम्हाला बघून कुणीतरी ओरडेल आणि ते पळून जातील किंवा नेम बरोबर असेल, पण आजोबा तेवढ्यात बाजूला वळतील, खाली वाकतील, मध्ये चुकून दुसरंच कुणीतरी येईल आणि त्याला गोळी लागेल. शक्यता विचार कराल तितक्या अगणित आहेत हो."

"अहो, पण त्याने माझे आजोबा नसतील; पण दुसऱ्या कुणाचे तरी आजोबा मारले जातीलच ना?"

"तिथेच तर तुम्ही चुकताय. तुम्ही गृहीत धरून जाताय की, हे असंच आहे आणि असंच होणार. जर का तुमच्या हातून १०० वर्षांपूर्वीच्या 'क्ष' व्यक्तीचा मृत्यू होणार असेल, तर तुम्ही त्याला गोळी मारून परत या आणि पोलीस स्टेशनमध्ये जाऊन रेकॉर्ड बघा. त्या व्यक्तीच्या खुनाच्या संदर्भात एक अज्ञात मारेकऱ्यावर गुन्हा दाखल झालेला असेल आणि जो त्यांना कधीच सापडला नसेल. याचाच अर्थ तुमच्या आजोबांच्या काळात जाऊन विचार केलात, तर तुमच्या असं लक्षात येईल की, जेव्हा त्या 'क्ष' व्यक्तीचा मृत्यू एका अज्ञात व्यक्तीच्या गोळीनं झाला असेल, त्याच क्षणी म्हणजे तुमच्या वडिलांच्याही जन्माअगोदर हे निश्चित झालं असेल की तुम्ही १०० वर्षांनंतर कालप्रवास करून त्या काळात बंदूक घेऊन जाणार आहात. कळतंय का काही. तुम्ही भूतकाळात जाऊन काहीही बदलू शकत नाही माय डियर फ्रेंड्स! जर का काही बदल होणार असेल, तर तो आधीच झालेला असेल आणि आज तुम्ही टाइम मशीनने फक्त तिकडे जाण्याची औपचारिकता पार पाडाल. तुम्ही ठरलेल्या घटनेबाहेर जाऊन काहीही करू शकत नाही." मी चटकन श्रीनिवासकडे बघितलं, तोही हे सारं ऐकून माझ्याइतकाच हादरला होता. डॉ. मूर्ती आमच्यावर नजर रोखत म्हणाले, "वेलकम टू द वर्ल्ड ऑफ टाइम मशीन!"

मिट्ट अंधार होता आसपास
श्वास थरथरत होता
डोकं गरगरायला लागलं होत...
असं वाटत होतं की, उंच अवकाशातून कुठेतरी फेकलो गेलोय
अंगाला खेच जाणवत होता. gravity drag कल्पनेपेक्षा कितीतरी जास्त होता.
पण किती काळ असं कोसळत राहायचं कुठे न आपटण्यासाठी?
कळतच नव्हतं कुठून जातोय, कुठे जातोय...
एक क्षण तर असा आला की वाटलं नको हे सगळं, पुरे आता, बाहेर पडावं
यातून कायमचं
पुन्हा नको हे, नाही सहन होत आता...
मधेच वाटलं की, हे एक वाईट स्वप्न ठरावं आणि खाडकन झोपेतून जाग यावी...

पण विचारांचा टिकाव लागेना
इच्छेचा ठाव लागेना
होतं फक्त एक कोसळणं...
शून्यातून...
शून्याकडे...
अनंतवत्...

हे शून्य विश्वा अनंता सुरेशा
अगणित प्रभागी, अगणित प्रकाशा
भो दिव्य मूर्ते, जगदीश्वरा या
दे मुक्ती, दे मुक्ती शूद्रस्य काया
                    – माधव जोगळेकर

''आणि सगळ्यात महत्त्वाचा मुद्दा – रेफरन्स!''

''म्हणजे?''

''तसं बघितलंत तर हा फक्त एक साधा ऑडिओ रेकॉर्डर आहे. प्रत्येकाने प्रवासाला जाताना तो सोबत बाळगावा, अशी अपेक्षा आहे. ज्यावर प्रत्येकाने निघण्यापूर्वी मशीनची हालहवाल, सेटिंग्ज, त्याची प्रत्येक नोंद, आपलं नाव, आपण कुठून निघालोय, त्या जागेचे अक्षांश-रेखांश, तारीख, वेळ त्याचबरोबर आपण जिथे जातोय त्या ठिकाणचेही हेच सर्व मुद्दे आपण रेकॉर्ड करायचे. आणि प्रवास सुरू झाला की तिथपासून परत येईपर्यंत आपण जे जे काही अनुभवतोय ते सगळं यात बोलून रेकॉर्ड करत राहायचं. एका अर्थाने आपली ऑडिओ डायरी समजा.''

''चांगली संकल्पना आहे.'' श्रीनिवास.

''हं, पण त्याची गरज जितकी वाटतेय त्याहीपेक्षा जास्त महत्त्वाची आहे.''

''म्हणजे?''

''कालप्रवास! काय वाटतं तुम्हाला त्याबद्दल?''

''आता ते नेमकं काय म्हणून अपेक्षित आहे?''

''म्हणजे असं बघा की, तुम्ही टाइम मशीनवर अनेक कथा, कादंबऱ्या वाचल्या असतील, सिनेमे बघितले असतील. पण बहुतांशी त्यात दिसणारं टाइम मशीन हे विज्ञान साधन खूप कमी वाटतं आणि एक चमत्कार जास्त वाटतो.''

''अर्थातच! चमत्कारच आहे तो एक!''

‘‘नाही तसं नव्हे, मला वेगळा मुद्दा मांडायचाय. त्या सर्वांमध्ये दिसणारं मशीन हे खूप जादूच्या दिव्यासारखं वाटतं. म्हणजे तुम्ही काही बटनं दाबा, पुढच्या क्षणी तुम्ही हवं त्या काळात पोहोचलेले असाल. आणि तेही एकदम ठणठणीत.’’

‘‘मग?’’

‘‘मग काय? अहो साधा विचार करा. साधा २ तासांचा घाट पार केल्यावर लोकांचं डोकं गरगरतं, एक दिवस प्रवास केला की कंबर भरून येते मग इथे तर तुम्ही थेट चौथ्या आयामातून प्रवास करताय. कळतंय का? ते तितकंसं सोपं नाही आपल्या शरीरासाठी. खरं सांगायचं तर अजिबातच सोपं नाही.’’

‘‘म्हणजे नेमकं काय होऊ शकेल?’’

‘‘याने आपल्या चेतापेशीवर परिणाम होतो. जर तुमचं शरीर हा प्रवास सहन करू शकलं नाही, तर स्नायूंना बधिरता येते, चक्कर येते, डोकं गरगरतं, डोळ्यासमोर अंधारी येते. आणि जर तुम्हाला अजिबातच सहन नाही झालं, तर पॅरालिसिसपण होऊ शकतो.’’

‘‘काय?’’ मला एकदम धक्काच बसला.

‘‘हो, दिस माइट डिग्रेट अवर न्यूरोन्स! कित्येकदा तर प्रवासाची पूर्ण स्मृतीच जाते.’’

‘‘एक मिनिट, पण तुम्ही हे सगळं इतक्या खात्रीनं कसं काय सांगू शकता?’’ श्रीनिवास.

मूर्तींनी फक्त आमच्याकडे बघत त्यांचं नेहमीचं ठेवणीतलं स्मित केलं. आम्ही दोघे काही क्षण सुन्नच झालो. आमच्यासमोर एक खराखुरा कालप्रवासी बसलेला. इतका वेळ त्यांच्याशी अत्यंत अनौपचारिक गप्पा झाल्यामुळे ते एकदम आपल्यातलेच आहेत, असं वाटत होतं आणि फक्त या त्यांच्या स्मित करण्यानं ते आणि आपण यात खूप अंतर आहे, असं एकदम वाटून गेलं. दोन क्षण त्यांच्या या प्रतिक्रियेवर कसं व्यक्त व्हावं तेच आम्हाला कळेना.

‘‘म्हणजे.. म्हणजे तुम्ही.. खरंच?’’

‘‘हो! ते मशीन चालत होतं. माझा प्रयोग यशस्वी झाला होता.’’

‘‘मग तुम्ही ते काम एकदम बंद का केलंत?’’

‘‘माझ्या सगळ्या चाचण्या पूर्ण झाल्या नव्हत्या. काही कंपन्यांसोबत मी गुप्तपणे बोलणीही सुरू केली होती, पण अचानक लक्ष्मी गेली आणि माझा या सगळ्यातून रसच गेला.’’ मूर्ती पुन्हा त्या आठवणीत हरवत होते. मी त्यांना त्यातून बाहेर आणण्यासाठी मूळ मुद्द्यावर आणलं.

“तुम्ही म्हणता ते सगळं ठीक आहे. प्रवासाची स्मृती जाते असं आपण मानू. पण समजा माझ्याकडे रेफरन्स नाहीये, आत्ता मला मी कुठला प्रवास केलाय असं आठवतच नाहीये, मग मी प्रवास खरोखरच केलाय की नाही हे कसं कळणार?”

“आपल्याला आठवलं नाही तरी मशीन प्रवास झाल्याची नोंद दाखवतंच ना. सुरुवातीला आम्हाला वाटलं की, मशीनमध्ये काहीतरी बिघाड असेल, पण असं बरेचदा झाल्यामुळे मी असा निष्कर्ष काढला आणि जो पुढे सिद्ध झाला. कारण जेव्हा तुम्ही प्रवासावरून परत येता आणि तुमचा रेफरन्स ऐकता तेव्हा त्यातल्या बऱ्याच घटना तुम्हाला आठवतही नसतात. म्हणून त्या सगळ्या नोंदी महत्त्वाच्या आहेत. आणि आपल्यासोबत प्रवासात एक ट्रान्समिटर असतो. जो आपल्याला त्या काळात गेल्यावर मशीनच्या संपर्कात ठेवतो. आपल्याला परत यायचं झालं की त्या ट्रान्समिटरवर आपल्याला जिथे जायचं आहे त्यानुसार वेळ-काळ सेट करायचे आणि मध्यंतरात यायचं. आपल्याला आवश्यक असल्यास आपण काही काळ मध्यंतरात राहू शकतो आणि आपल्याला हव्या त्या काळात परतू शकतो.”

“मग युनिव्हर्सिटीत कधी येताय, प्रोफेसर मूर्ती?” श्रीनिवासने हसत विचारलं.

“तुम्ही फार वाईट लोक आहात. दारुड्याला बाटली दाखवून विचारता कधी पिणार?”

— —

अचानक भोवतालचं पोकळ अवकाश संपलं. मिट्ट काळोख संपून अचानक लख्ख प्रकाश सगळीकडे पसरला; त्यासरशी डोळे मिटले गेले आणि धाडकन ढोपरावर जमिनीला आपटलो. मस्तकात कळ गेली, पोट तर गदाळून आलंच होतं. धक्क्याच्या जोरासरशी हात जमिनीला टेकवून तोल सावरायचा प्रयत्न केला; पण नाही सावरला गेला आणि डाव्या बाजूला आदळलो. डोळे किलकिले केले तर आसपास हळूहळू धुरकट दिसायला लागलं होतं. समोर श्रीनिवास पडला होता, तोही बहुधा बेशुद्धच असावा. डोळ्यांवर ग्लानी येत होती तरीही डोळे ताणून परिस्थितीचा अंदाज घ्यायला बघत होतो. काही कळत नव्हतं. डोकं सुन्न झालेलं.

मूर्ती?

डॉ. मूर्ती?

अचानक त्यांचा विचार मनात आला आणि त्यांना शोधायला नजर इकडे-तिकडे धावू लागली. पण तोवर डोक्याचा ताबा ग्लानीने घेतला होता.

समजांचे, संकल्पनांचे, कल्पनांचे बंध तुटत चालले...
अस्पष्ट धुक्याचे लोळ, काहूर घेरिति मजला...
न, वून, गावून, लगावून, सलागवून, असंख्य...
— माधव जोगळेकर

मला कळत नाहीये मी काय बोलू!

मला सुचत नाहीये मी कसं बोलू!

एक तर मला शब्दच गवसत नाहीयेत किंवा गवसलेल्या शब्दांचे अर्थच समजत नाहीयेत. कदाचित मी अजूनही फक्त एका सुकून गेलेल्या स्वप्नाला मनातल्या मनात पाणी घालत राहिलो असतो.

पण डॉ. मूर्ती भेटले आणि आज माझ्यासमोर आहे टाइम मशीन.

आहे एका बालविश्वातल्या कल्पनेचं व्यवहार्य साकार स्वरूप.

माझ्यासमोर. ज्याला मी स्पर्श करू शकतो, अनुभवू शकतो, ज्यातून दिक्कालाचे भेद ओलांडून जाऊ शकतो...

माझ्यासमोर आहे काळाचा पडदा भेदून पलीकडचं एक नवं विश्व दाखवणारं काल महाद्वार...

मूर्तिमंत, स्वत: पूर्णावतारात प्रकट झालेलं, खरंखुरं!

ज्याच्या मिलनाची वर्षानुवर्ष केवळ स्वप्नं रंगवलेली आणि ते कधीतरी हाती गवसेल, अशी वेडी आशा बाळगलेली.

पण आज ते माझ्यासमोर आहे.

जे मला खुणावतंय, आपल्याजवळ बोलावतंय.

पण आज मी दिङ्मूढ आहे! स्तब्ध आहे!

हरवून गेलोय त्या महाद्वाराला न्याहाळताना.

असं वाटतंय की, आजूबाजूचं सगळं जग नाहीसं व्हावं आणि उरावे फक्त आम्ही दोघेच!

त्या टाइम मशीनमध्ये हरवलेले माझे डोळे

आणि माझ्या डोळ्यात हरवलेलं टाइम मशीन!

ही नार आली यौवनात, भरली मनात, या अंगणात, आली नेसुनिया नऊवारी

ही काय लाज अधरात, अधोनेत्रात, तिने पदरात गुंफिले हात, दुमडी गुडघ्यात पाय बैसली आता सामोरी...

हा काय साजशृंगार, जणू अप्सरा इथे साकार, देई हुंकार, नेसूनी शालू लाल जरतारी...

जादू ही जिच्या स्पर्शात, जणू गगनात, चांद-ताऱ्यात घुमवी क्षणात लावूनि हात तिचा सोनेरी...

– माधव जोगळेकर

दूर कुणीतरी उभं होतं तिकडे अंधारात...
धुरकट सफेद आकृती...
ती?
ती???
तीच!
हो तीच ती!
हसतेय गालात!
जवळ का येत नाहीये?
तिने मला बघितलंय ना?
की स्वत:शीच हसतेय?
इकडेच तर बघतेय.
येना इकडे.
मी इथे आहेऽऽ
हॅलोऽऽ
सगळं दृश्य थरथरायला लागलं, थंडी वाजत होती. अचानक पाऊस पडायला लागला.
ती परतून जायला वळली.
तिला पावसात भिजायला आवडत नाही.
अरे पाऊस थांबवा कुणीतरी.
तिला थांबवा कुणीतरी.
मी आकांतानं तिच्यामागे धावत सुटलो, तसं ती आणखीनच दूर दूर होत होती
पायाखालच्या थंडगार जमिनीला भेगा पडत होत्या
जमीन?
नव्हे...
बर्फ?

हो...

नदीचं पाणी गोठून एक बर्फाळ कवच आपली लांबी वाढवत मला तिच्यापासून दूर ठेऊ पाहत होतं.

मी वेगानं धावतोय तस-तसं त्या आच्छादनाच्या भेगा आणखीनच रुंदावत जात होत्या.

पाऊस वाढायला लागला...

दूरवर कुणीतरी हाका देत होतं अस्पष्ट...

मी आणखी वेगानं धावू लागलो आणि

...आणि अचानक पुढच्या पावलाला बर्फात खड्डा पडला आणि मी अंगाला बोचऱ्या पाण्याचा स्पर्श जडला, श्वास कोंडला.

'डॉ. मूर्तीऽऽ डॉ. मूर्तीऽऽ'

डोकं पाण्यातून बाहेर आलं आणि पहिला श्वास घेता आला.

'डॉ. मूर्तीऽऽ'

डोळे अलगद उघडले. जोगळेकर माझ्या तोंडावर पाणी मारत होते.

''डॉ. मूर्ती कसं वाटतंय आता?''

डोळ्यांवर एकदम प्रकाश आल्यानं ते फार काळ उघडे ठेवता येत नव्हते. दोन-तीनदा डोळ्यांची उघडझाप झाली. आजूबाजूला नजर फिरवली. धुरकट उजेडात बाजूच्या भिंती पुढे झुकल्यागत दिसत होत्या. डोळे अजूनही जड होते. डोकं गरगरत होतं. आणि पुन्हा डोळे मिटण्याआधी अंगाखालची थंडगार फरशी हाताला जाणवली.

माधव दारात जाऊन ओरडला ''श्रीनिवाऽऽस, डॉ. मूर्ती शुद्धीवर आलेत.''

''काय. काय झालेलं इथे?''

''टाइम मशीनद्वारे परतताना आपण एकदम फेकले गेलो आणि त्या धक्क्यानं तुम्ही बेशुद्ध झालेलात. आम्हालाही गरगरल्यासारखं झालं, चक्करही आली. पण आम्ही सावरलो थोड्या वेळात. तुम्ही बेशुद्धच होतात.''

''किती वेळ झाला?''

''साधारण अर्धा तास.''

''हं.''

''डॉक्टरांना बोलवायचं की नाही हे आमचं नक्की होत नव्हतं; कारण त्यांनी विचारलं, नेमकं काय झालं तर?''

''हं.''

''म्हणजे आणखी थोडा वेळ गेला असता तर बोलवायचं होतो.''

''हं.''

त्यांचे डोळे हरवलेले राहिले. तसेच.

''सर.''

''अं?''

''रेफरन्स प्ले करू?''

''ते.. ते तुम्ही नंतर ऐका.''

''बरं ठीक आहे, आता आधी आराम करा तुम्ही.''

''नाही.. आरामासाठी नाही माधव मला गावाकडे सोडून ये परत.''

''हे.. हे.. टाइम मशीन, नाही शक्य.''

''काय?''

''म्हणजे?''

''कालप्रवास.. नाही करता येऊ शकत.''

''पण आपण अनुभवलंय.. आपण गेलोय हा काळाचा पडदा ओलांडून.. फक्त पलीकडे पोहोचलो.''

''नाही ना? तेच महत्त्वाचं आहे. आपलं सुदैव आपण परत येऊ शकलो; नाहीतर कदाचित अनंत काळाच्या जंजाळात हरवून बसलो असतो कायमचेच. आपण जेव्हा या काळाच्या भिंतीपलीकडे पाऊल टाकतो, तेव्हा पुढे अगणित अज्ञान वाटा आपल्याला खुल्या होतात. जर का आपल्याला परत येताना योग्य वाट नाही सापडली, तर या काळाच्या अगम्य प्रवाहात कायमचेच अडकून पडू.''

''पण.. पण तुम्ही म्हणाले होतात की आपण हे ट्रॅक केलंय म्हणून, मग?''

''मला तसं वाटलेलं आधी; पण प्रत्यक्ष प्रयोगात अनपेक्षित घडू शकतं, अंदाज चुकू शकतात.''

''मग आता?''

''आता काही नाही. माझ्याकडून जेवढं शक्य होतं तेवढं मी केलं. आता मला घरी सोडून या. मला फार थकायला झालंय. मला आता विश्रांतीची गरज आहे. माधव, मला घरी सोडून ये.''

———

हे टाइम मशीन एकदा मिळायला हवं, की परत भूतकाळात जाऊन आई-बाबांना बघता येईल. या शाळकरी स्वप्नाच्या दिशेनं निघालेल्या एका लहान मुलाचा प्रवास आज खऱ्याखुऱ्या टाइम मशीनच्या दाराशी येऊन ठेपला होता. मात्र

या प्रवासात ते शाळकरी स्वप्न केव्हाच मागे पडून एका भव्य-दिव्य नवसृष्टीचा साक्षात्कार त्याला झाला होता.

समय...

काळ...

टाइम...

एका विस्तीर्ण पटावर आकलन न होणाऱ्या नियमांनी सराईतपणे, नेमानं, सुसंगतीनं हलवणाऱ्या सोंगट्या आणि त्यांचा अहोरात्र...

अहोरात्र? हं, कालपटलावर दिवस-रात्र कुठून हो आले? खरंतर ब्रह्मांडनिर्मितीपासून नेमानं सतत चालणारा तो अनंताचा प्रवास.. त्याला सोंगट्यांचा खेळ तरी कसं म्हणावं? पलीकडे चाल खेळणारा प्रतिस्पर्धी आहेच कोण? आणि असलाच तरी माझ्या समीकरणांना, सारण्यांना आणि आलेखांना सरावलेल्या मोजपट्टीच्या दृष्टिपथात न सामावणारा...

माझ्या अल्पमतीला...

माझ्या, हं! कोण मी? या कालौघात चतुर्थमितीतून.. छे! अगणित मित्यांमधून, अगणित आयामांमधून, अगणित समांतर कालौघांमधून, अगणित समांतर विश्वांमधून असे अगणित 'मी' असू शकतील.

कदाचित माझ्याहीपेक्षा कितीतरी प्रगल्भ आणि कदाचित या साऱ्या आयामांमधून एखाद्या उच्छृंखल विहंगाप्रमाणे सहजतेनं विहारही करत असतील.

किंवा आत्ता मी हा विचार करत असताना कदाचित माझ्यासमोर उभा राहून माझ्या अज्ञानाची कीव करत हसून निघूनही गेला असेल कुणी.

असं वाटतं की फक्त मी असावं आणि हा अनंत काळ.

त्याने असंच वहात राहावं आणि मी त्याच्या अनाकलनीय वळणांमध्ये हरवून जावं, मिसळून जावं, त्याच्याशी एकरूप होऊन जावं.

हे टाइम मशीन एकमेव मार्ग होता, त्या दिशेला जाण्याचा, पण जिथे साक्षात डॉ. मूर्तींसारख्या बृहस्पतीनं हात टेकले तिथे माझी काय कथा? अर्थात त्यांनीही शक्य तितकी मदत केलीच म्हणा, पण त्यांच्या वयाला आता हा एवढा त्रास झेपणार नाही हे आपणच समजून घ्यायला हवं होतं. असो, आता फक्त उरलंय ते त्या विस्तीर्ण कालपटाकडे अनिमिष नेत्रांनी, स्तब्धपणे, आ वासून बघणारं एक शाळकरी.. एक शाळकरी स्वप्न.

ट्रिंग ट्रिंगऽऽ

ट्रिंग ट्रिंगऽऽ

“हॅलो, हो बोलतोय, हो मी आऊट ऑफ स्टेशन होतो, एका नातेवाइकाला घरी सोडायला गेलेलो तिकडे रेंज नव्हती. आत्ताच फ्लाईटनं परततोय. अजून टॅक्सीतच आहे. काय? कधी, कसा? कसा आहे तो आत्ता? कुठे केलंय अॅडमिट? बरं बरं मी येतो तिथे. ड्रायव्हर, प्लीज जनरल हॉस्पिटलला घेता का?”

आता हे काय झालं मधेच? श्रीनिवासनला एकदम सिव्हियर हार्ट अटॅक आलाय?

— —

सकाळचे साडेसात वाजले होते. तसंही डॉ. मूर्ती नेहमी पाचला उठतात, पण दोन दिवसांपूर्वी परतल्यापासून ते बरेच थकलेले जाणवत होते. फार बाहेर हिंडत-फिरत नव्हते, बराच अशक्तपणा आलेला. त्यामुळे रंगानेही त्यांना उठवलं नव्हतं; पण त्यांनी आता थोडा नाश्ता करून मग आरामात पडावं, असं ठरवून तो त्यांना उठवायला त्यांच्या खोलीत गेलेला. २-३ मिनिटं झाली असतील, नसतील तोच वेड्यासारखा तिरीमिरीनं ओरडत, दिसेल त्याला हाका मारत रंगा खोलीबाहेर धावला. खोलीचं दार सताड उघडं पडलेलं. आत पलंगावर डॉ. मूर्ती निपचीत पडले होते.

“डॉक्टर काय झालं असं अचानक?”

“सॉरी जोगळेकर सर, एकदम सिव्हियर अटॅक होता. आणि जवळही कुणी नव्हतं त्यांच्या. आज सकाळी कुणीतरी लॅबमध्ये गेलं तेव्हा सापडले, पण तोपर्यंत खूप उशीर झालेला.”

डॉक्टर माझ्या खांद्यावर थोपटून निघून गेले. मी स्पेशल वॉर्डच्या बंद दरवाजाच्या काचेतून आत बेडवर पडलेल्या श्रीनिवासच्या शेजारच्या ई.सी.जी. मॉनिटरची आडवी रेघ पहात होतो.

मेमरी फूल?

मी आत्ताच तर बॅकअप घेतलेला. रेकॉर्डर बिघडला तर नाही?

नाही. खरंच यात रेकॉर्डिंग आहे!

‘मी माधव जोगळेकर. कालप्रवासाला निघण्याची वेळ-सकाळचे साडेनऊ. दिनांक...’

आवाज तर माझाच आहे. आणि तारीख आजचीच? वेळही आत्ताची? पण.. पण मी हे कधी रेकॉर्ड केलं?

काय घडतंय? हे सगळं काय घडतंय असं? एक स्वप्न.. फक्त एक स्वप्न मनात ठेवून इथपर्यंत मजल मारली. बाकी वैयक्तिक आयुष्याचा कसलाही विचार

केला नाही. विचार कसला, वैयक्तिक आयुष्यच काही उरलं नाही. सगळं आयुष्य ओवाळून टाकायचं ठरवलेलं फक्त या एका स्वप्नासाठी. संपूर्ण आयुष्य खर्ची पडलं तरी चालेल; पण तिथपर्यंत मी पोहोचणारच असं ठरवलेलं. जे काही ठरवलं ते नसतं झालं तरी चाललं असतं. त्यातलं एक टक्का झालं नसतं तरीही चाललं असतं. किमान आपण जे सहजी मिळत नाही, त्याच्याशी झगडतोय याचा आनंद तरी मिळाला असता, पण इतकं.. इतकं जवळ येऊन आता माघारी जायचं? असं अखेरच्या टप्प्यावर येऊन सगळं अवसान सोडून द्यायचं? एकदम इतक्या निर्णायक क्षणी? कालप्रवासाचा अनुभव घेऊनही? पण कोण मान्य करेल हे? कुणाला जावंसं वाटेल असं अज्ञात वाटेनं, जी वाट कुठेही पोहोचत नाही. आणि मग जर कुठेच आपण पोहोचत नाही तर हे कसलं टाइम मशीन? कोण ठेवणार विश्वास यावर? मग कशावरून खरं मानायचं मी हे जे काही केलंय ते? मूर्ती मला का भेटले परत? त्यांच्या भेटण्यानंच पुन्हा सगळ्या आशा जागृत झाल्या. वाघाला माणसाच्या रक्ताची एकदा चटक लागली म्हणजे तो माणूस खाल्ल्याशिवाय राहूच शकत नाही म्हणतात ना, तशी अवस्था झालीय आता. इतक्या जवळ जाऊन ते सगळं अनुभवून आता म्हणायचं की हे होणं शक्य नाही? का अडचणी येतायेत इतक्या? श्रीनिवास इतका अखंडपणे आपल्याच बरोबर उतरलेला या सगळ्यात. का गेलास असा मध्येच सोडून अचानक?

तूही सोडून गेलास. मूर्तीही आपल्या गावी परत गेले. मशीनही आता निष्फळ ठरलंय. सगळं मोडून गेलंय. इतकं एकटेपण कधीच नव्हतं जाणवलं. काय करू मी आता? मूर्ती गेले, पण जाताना असं का सांगून गेले की हे नाही होऊ शकत म्हणून? तुम्ही प्रयत्न करत रहा, असं म्हणाले असते तर? पण त्यांनी तसं म्हटलं म्हणून काय फरक पडतो? ते त्यांचं मत झालं, मी स्वत: प्रयत्न का नाही करू शकत? फार तर काय होईल, गेल्या चाचणीसारखं पुन्हा मशीन अडकेल. पुन्हा मी हरवून जाईन या काळाच्या प्रवाहात. कदाचित तिथून कधीच बाहेर पडू शकणार नाही.

मग...

मग...

असेना!

अडकलो तर अडकलो, तसंही आपलं आता कुणीच जवळचं नाहीये. मला नेमकं काय हवंय? मला जगात या मशीनवरून नाव, प्रतिष्ठा, सन्मान काहीच नकोय. मला फक्त हे मशीन हवंय. मला फक्त या अनादि अनंत काळाला माझ्या कवेत घ्यायचं आहे. फक्त मी असावं आणि हा अखंड वाहणारा काळ आणि एकमेकांमध्ये

सामावलेले आम्ही दोघे. मग मी त्यात कायमचा हरवून गेलो तरी चालेल. हे मशीन दुरुस्त नाही झालं तरी चालेल. आई-बाबांना बघणं राहू दे, हे मशीन कुठे नेऊन सोडतं नाही माहीत. मुळात सोडतं की नाही हेदेखील सांगता येत नाही, पण काय फरक पडतो. हे मशीन चालू तर होतंय. या काळातून मला पलीकडे घेऊन तर जातंय. बस्स!

ठरलं आता मला आणखीन काहीही नको. मी आता तीर्थयात्रेला निघणार. काळाची तीर्थयात्रा. जे मिळवायचं होतं ते मिळवलं. कमवायचं होतं ते कमावलं. आता मागे काहीच उरलं नाही. सगळे पाश संपले. इच्छा फक्त एकच होती ती पूर्ण झाली. आता माघारी काही उरलं नाही. आता कालप्रवासाला निघायचं, जर हे मशीन नीट चाललं, तर कालपटावरची तीर्थक्षेत्रं बघायची. आणि नाही चाललं तर या कालौघात स्वतःला झोकून द्यायचं, त्यात हरवून जायचं.

विचारात हरवलेले जोगळेकर त्याच तंद्रीत ताडकन उठले व मशीनजवळ गेले. डोक्यातलं विचारचक्र चक्रिवादळासारखं गोलगोल फिरतच होतं. त्यांनी मशीन चालू केलं. डोळे मिटून स्वैरपणे बटन दाबून वेळ सेट केली. आपला रेफरन्स हातात घेतला आणि रेकॉर्ड करू लागले.

'मी माधव जोगळेकर, कालप्रवासाला निघण्याची वेळ- सकाळचे साडेनऊ, दिनांक...'

रेफरन्स रेकॉर्ड करता करता हात यांत्रिकपणे मशीनवरून चालत होते आणि अचानक पूर्ण नोंदी तपासताना ते थबकले.

अरे! आम्ही चाचणी प्रवास करून आता चार दिवस उलटून गेले. मग ही परवाची तारीख कशी काय इथे? वेळ परवा रात्रीची. तेव्हा तर.. तेव्हा तर.. श्रीनिवास एकटाच होता इथे म्हणजे.. म्हणजे.. श्रीनिवासने प्रवास केलेला? अक्षांश-रेखांश, वेळ हे सगळं चाचणी प्रवासापेक्षा वेगळं आहे. म्हणजे तो खरंच गेलेला? म्हणजे तो तिथून परत आला व तोच प्रवासाचा त्रास त्याला सहन झाला नसेल.

अच्छा, तरीच त्याचा रेफरन्स जमिनीवर पडलेला होता, काल मी आलो तेव्हा. इथेच समोर कपाटात ठेवलेला मी उचलून. हं, मिळाला.

प्ले-

मेमरी फूल?

मी आत्ताच तर बॅकअप घेतलेला. रेकॉर्डर बिघडला तर नाही ना?

नाही. खरंच यात रेकॉर्डिंग आहे!

'मी माधव जोगळेकर, कालप्रवासाला निघण्याची वेळ- सकाळचे साडेनऊ, दिनांक...'

आवाज तर माझाच आहे. आणि तारीख आजचीच? वेळही आत्ताची? पण.. पण मी हे सगळं कधी रेकॉर्ड केलं?

'डॉ. श्रीनिवास, डॉ. मूर्ती आणि डॉ. लक्ष्मी यांच्या मृत्यूला मी स्वत: कारणीभूत असल्यानं, कुणाच्याही दबावाखाली न येता मी.. मी.. पश्चात्तापानं आत्म.. आत्महत्या करत आहे.'

काय हे? मी कधी केलं हे रेकॉर्ड? मी का जबाबदार असेन या सगळ्याला?

'मी माधव जोगळेकर, कालप्रवासाला निघण्याची वेळ- सकाळचे साडेनऊ, दिनांक...'

अरे! हा आवाजपण माझाच. दुसरं रेकॉर्डिंगही तेच?

'मी श्रीनिवासन. टाइम मशीन चाचणी प्रवास क्रमांक दोन.

'गेल्यावेळचा प्रवास पुन्हा करीत आहे. प्रवासाच्या पूर्वनोंदी तपासत आहे. सगळी सेटिंग्ज जी गेल्या वेळी होती तीच कायम आहेत.'

नाहीत? अक्षांश-रेखांश बदललेले आहेत? पोहोचण्याची तारीख, वेळ सगळं वेगळंच आहे. कुणी केला हा बदल? आणि कधी? म्हणजे कुणीतरी हे वापरलंय. माधव मला माहीत नाही तू वापरलंयस की नाही ते. पण मी हे बदललेले सेटिंग्ज तसेच ठेवत आहे.

सर्व चाचण्या पूर्ण.

मशीन सुस्थितीत आहे.

सर्व भाग व्यवस्थित कार्यान्वित आहेत.

मशीन सुरू करत आहे.

मशीन सुरू झालेलं आहे.

प्रवास सुरू...

टक टकऽऽ

खर्रर्रर्रऽऽ खर्रर्रर्र

(एक दबका आवाज)

आऽऽ डोक्याला मार लागलाय. इथे पोहोचताना एकदम तोल गेला आणि भिंतीवर आपटलो. कुठेतरी पोहोचलोय. कुठे माहीत नाही, पण पोहोचलोय आणि मी आत्ता जमिनीवर उभा आहे हे खरं. म्हणजे हे मशीन नीट काम करतंय. माधव, आपण केलेलं काम यशस्वी झालंय. हे मशीन काम करतंय. आत्ता मी इथे एका खोलीत उभा आहे. पहाटेची वेळ असावी किंवा संध्याकाळचीही असेल माहीत नाही. पण अंधुकसा उजेड आहे. खिडक्या सगळ्या बंद आहेत. खिडक्यांवर पुठ्ठे

लावून त्या सील केल्या आहेत. मला वाटतं, ही एक लॅब आहे. लाइट्स बंद आहेत त्यामुळे काही स्पष्ट दिसत नाहीये. लॅबमध्ये कुणीही नाहीये, मी बघून आधीच खात्री केलीये. कुठे पोहोचलोय काही अंदाज लागत नाहीये.

टक टकऽऽ

मला वाटतं कुणीतरी येतंय आत. मी आतल्या बाजूला लपतोय. इथून सगळं दिसतंय आता. परतीच्या बटणावर अंगठा ठेवलाय. कुणी या दिशेनं आलंच तर मी त्या क्षणी परतेन.

काही क्षण शांतता.

ओह माय गॉड!

पुन्हा काही क्षण शांतता.

टक टकऽऽ

खर्र्र्र्रऽऽ खर्र्र्र्रऽऽ

अशक्य!

खूप जड, दमल्यासारखा, धापा टाकल्यासारखा आवाज.

अशक्य आहे हे. हे अविश्वसनीय आहे. मी आत्ता.. आत्ता मध्यांतरात आहे. माझा अजून विश्वास बसत नाहीये, मी आत्ता जे काय बघितलं त्यावर. मी नुकताच जिथे जाऊन आलो ती लॅब डॉ. मूर्तींची होती आणि ते बदललेले अक्षांश, रेखांश.. काळ वेळ त्यांनीच बदललेले हे नक्की. त्यांनी कधी हे केलं माहीत नाही. काय ते कळत नाही, पण त्यांनीच ते केलं इतकं नक्की; कारण जेव्हा मी आत लपून राहिलो तेव्हा बाहेरून आत आलेली व्यक्ती म्हणजे डॉ. मूर्तीच होते. पण सध्याच्याच काळातले. त्यांचे कपडेही तेच होते. आम्ही पहिली प्रवासाची चाचणी घेतली तेव्हाचेच. त्यांच्या हातात आम्ही नुकताच लॅबमध्ये बनवलेला तोच ट्रान्समीटर होता. ते आत आले, त्यांनी लाइट लावला. खूप काळानं घरी परतल्यासारखे डोळे भरून प्रत्येक वस्तू न्याहाळत होते. एकेका वस्तूवरून हात फिरवत होते आणि समोरच ते होतं, त्यांचं तेव्हाचं टाइम मशीन. त्याच्याकडे तर कितीतरी वेळ बघत उभे होते. त्यावरून हात फिरवत होते. खूप भावूक झालेले आणि तेवढ्यात बाहेर दाराचा आवाज आला. कुणीतरी आत येत असल्याचा. ते दचकून एकदम वळले. त्यांच्या हाताचा धक्का बाजूच्या टेबलवरच्या रॅकमधल्या एका बाटलीला लागला. ती लवंडली. मूर्तींनी गडबडीत ती सरळ केली आणि ते आडोशाला जायला वळले. अचानक मागे वळले. आणि त्यांनी ती बाटली हातात घेतली आणि त्यावरचं लेबल वाचलं. तेव्हा त्यांना एकदम धक्का बसला व ते मटकन बाजूच्या स्टुलावर बसले.

सुन्न होऊन त्यांनी हातातली बाटली टेबलवर ठेवली आणि ट्रान्समीटरवरचं परतीचं बटन दाबलं आणि अदृश्य झाले. तेवढ्यात तिथे डॉ. लक्ष्मी आल्या. त्यांनी बहुधा मूर्तींना बघितलं नसावं, पण इथे कुणीतरी येऊन गेलंय अशा संशयानं इकडे-तिकडे बघत होत्या. काही वेळानंतर त्या कामाला लागल्या. त्यांनी ती बाटली घेतली. मूर्तींचा धक्का त्याच बाटलीला लागलेला. त्यातलं लिक्विड घेऊन त्या ते मशीन साफ करू लागल्या. मध्येच त्यांनी हात बाजूला करून टेबलावरचा कॉफीचा मग हातात घेतला, तेव्हा माझ्या लक्षात मगाचा प्रकार आला, जेव्हा मूर्तींचा हात लागून ती बाटली रॅकवर लवंडली तेव्हा तिच्या नोझलमधून थोडं लिक्विड त्या कॉफीत पडलं आणि तीच कॉफी लक्ष्मी प्यायल्या. ते पिऊन काही क्षण जातात न जातात तोच त्या खाली कोसळल्या, तडफडू लागल्या. हाका मारण्याचा प्रयत्न करत होत्या; पण त्यांच्या तोंडून आवाजच फुटेना. काही क्षणातच त्या बेशुद्ध पडल्या. मी धावत जाऊन ती बाटली बघितली. हायड्रोफ्लोरिक ॲसिड. डायल्युटेड होतं तरीही त्यांचा मृत्यू होण्याइतकं त्याचं प्रमाण त्यांच्या शरीरात गेलं असावं. कल्पनाही करू शकत नाही, त्यांचा मृत्यू असा झाला. त्यांनी आत्महत्या नव्हती केली. डॉ. मूर्ती, त्यांचा मृत्यू का झाला हे बघायला या काळात परत आले. आणि त्यांचा धक्का लागून ते ॲसिड लक्ष्मींच्या कॉफीत पडलं व त्यामुळे त्यांचा मृत्यू झाला हे त्यांना समजलं. लक्ष्मींच्या पोस्टमोर्टेम रिपोर्टमध्ये किडनी आणि लिव्हरमध्ये फ्लोराईड सापडलेलं मूर्तींना माहीत असणार. त्यामुळे त्यांच्या हातून नकळत काय चूक झाली हे त्यांना जाणवलं असेल, म्हणूनच ती बाटली बघून त्यांना धक्का बसला. एखाद्या माणसाला नजरेसमोर तडफडताना बघूनही मी काहीच करू शकलो नाही. माझं डोकं गरगरतंय. सहन होत नाहीये हे सगळं. मला त्रास होतोय खूप. श्वास घ्यायला त्रास होतोय. डोकं गरगरतंय. मी परत जातोय.

टक टकऽऽ

खर्र्र्र्र्ऽऽ खर्र्र्र्र्ऽऽ

मेमरी फूल?

मी आत्ताच तर बॅकअप घेतलेला. रेकॉर्डर बिघडला तर नाही ना?

नाही. खरंच यात रेकॉर्डिंग आहे!

प्ले-

'मी माधव जोगळेकर. कालप्रवासाला निघण्याची वेळ- सकाळचे साडेनऊ, दिनांक...'

आवाज तर माझाच आहे. आणि तारीख आजचीच? वेळही आत्ताची? पण.. पण मी हे कधी रेकॉर्ड केलं?

'डॉ. श्रीनिवास, डॉ. मूर्ती, डॉ. लक्ष्मी यांच्या मृत्यूला मी स्वत: कारणीभूत असल्याने, कुणाच्याही दबावाखाली न येता मी.. पश्चात्तापानं मी आत्महत्या करत आहे.'

काय? काय हे? मी कधी केलं हे रेकॉर्ड? मी का जबाबदार असेन या सगळ्याला?

'मी माधव जोगळेकर, कालप्रवासाला निघण्याची वेळ- सकाळचे साडेनऊ, दिनांक...'

अरे! हा आवाजपण माझाच? दुसरंही तेच रेकॉर्डिंग?

'मी आत्महत्या करत आहे.'

'मी माधव जोगळेकर, कालप्रवासाला निघण्याची वेळ- सकाळचे साडेनऊ...'

तिसरं रेकॉर्डिंगही माझंच? तेच?

फॉरवर्ड-

'त्यांच्या मृत्यूला...'

नेक्स्ट-

'मी माधव जोगळेकर, प्रवासाला निघण्याची वेळ- सकाळचे साडेनऊ...'

नेक्स्ट-

'मी माधव जोगळेकर, प्रवासाला...'

नेक्स्ट-

'मी माधव जोगळेकर...'

नेक्स्ट-

'मी माधव जो...'

नेक्स्ट-

'मी माध...'

नेक्स्ट-

'मी...'

नेक्स्ट-

'मी...'

नेक्स्ट-

'मी...'

नेक्स्ट-नेक्स्ट-नेक्स्ट-नेक्स्ट-नेक्स्ट-नेक्स्ट-नेक्स्ट-नेक्स्ट-नेक्स्ट-नेक्स्ट-नेक्स्ट-

'मी माधव जोगळेकर...'

अरे काय हे?

डॉ. जोगळेकर डोक्याला हात लावून बसले. सगळंच गुंगवून टाकणारं होतं. तो मनस्ताप सहन न होऊन त्यांनी हातातला रेकॉर्डर टेबलवर आपटला. तोच त्याचं प्ले बटन दाबलं गेलं–

'मी माधव जोगळेकर, कालप्रवासाला निघण्याची वेळ...'

रेफरन्सची खरखर चालू होती. डोक्यावर फॅन गरगरत होता. माधव जोगळेकर खुर्चीत सुन्न होऊन बसले होते.

ट्रिंगऽऽ ट्रिंगऽऽ

ट्रिंगऽऽ ट्रिंगऽऽ

ट्रिंगऽऽ ट्रिंगऽऽ

'अं?'

ट्रिंगऽऽ ट्रिंगऽऽ

ट्रिंगऽऽ

'हॅलो.'

'हॅलो जोगळेकर सर आहेत का?'

'हो. बोलतोय.'

'मी रंगा बोलतोय सर. आपले वेलूअन्ना आज. आज सकाळी गेले...'

'बरं.'

केवळ एक शब्द बोलून त्यांनी फोन ठेवून दिला. डोकं बधिर झालेलं. मनात विचारांचं वादळ वाढलं. उधाणाच्या लाटा खडकावर आपटून फुटाव्या तसं त्यांचे विचार त्यांच्या मनावर आघात करत होते.

'मूर्ती त्या काळात कधी गेले असतील? कदाचित आम्ही मध्यंतरात अडकलेलो तेव्हाच आमच्या नकळत ते एकटेच जावून आले असतील. पण आमच्या लक्षात कसं नाही आलं?

जर ते 'एखाद्या क्षणा'तून भूतकाळात गेले असतील आणि 'त्याच क्षणा'वर परत आले तर आजसापेक्ष ते कुठे गेले असं जाणवणारच नाही.

तरीच मध्यंतरात असेपर्यंत एकदम शांत, संयमी असलेले मूर्ती परत आल्यावर मात्र एखदम हतबल झालेले दिसले.

लक्ष्मींनी आत्महत्या का केली हे बघायला मूर्ती त्या काळात गेले. आणि त्यांच्या भूतकाळात जाण्यानंच लक्ष्मींचा मृत्यू झाला.

आपल्या भूतकाळात जाण्यानं लक्ष्मीचा मृत्यू झाला या गोष्टीचा धक्का सहन न होऊन मूर्ती गेले.

आणि हे सगळे ज्या अपघाती प्रवासाने उलगडलं त्या प्रवासात श्रीनिवासचा बळी गेला.

आणि हे सगळं फक्त माझ्यामुळे झालं.

माझ्या टाइम मशीन बनवण्याच्या अट्टहासापायी झालं.

या सगळ्यांचा दोषी मी आहे.

माझ्यामुळे तीन लोकांना निष्कारण प्राण गमवावे लागले.

जोगळेकर उठून आपल्या टेबलाजवळ गेले. ड्रॉवर उघडून आतली गन काढून घेतली आणि स्वत:च्या डोक्याला लावली. रेफरन्सचं रेकॉर्डिंग चालूच होतं. तो पुन्हा तोंडाशी धरून ते बोलू लागले.

'डॉ. श्रीनिवास, डॉ. मूर्ती आणि डॉ. लक्ष्मी यांच्या मृत्यूला मी स्वत: करणीभूत असल्यानं, कुणाच्याही दबावाखाली न येता मी मी.. पश्चात्तापानं मी आत.. आत्म.. आत्महत्या करीत आहे.'

एवढं बोलून ते बंदुकीचा चाप ओढणार तोच टाइम मशीन सुरू झालं.

जोगळेकर मशीनमध्ये लुप्त झाले.

त्यांच्या स्वैर बटनं दाबण्यातून नकळत दहा मिनिटांचा टाइम लूप तयार झाला होता.

आणि ते दहा मिनिटांपूर्वीच्या त्याच ठिकाणी दाखल झाले.

आणि

मेमरी फूल?

मी आत्ताच तर बॅकअप घेतलेला. रेकॉर्डर बिघडला तर नाही ना?

नाही. खरंच यात रेकॉर्डिंग आहे!

प्ले–

'मी माधव जोगळेकर. कालप्रवासाला निघण्याची वेळ...'

आभास हा!

स्मिता पोतनीस

"कोणतं खरं आणि कोणता केवळ त्याचा आभास हे मला सांगता येत नाही, अशी लोकांच्या मनाची अवस्था झाली पाहिजे. आता आपण एक गोष्ट ध्यानात घेतली पाहिजे की, प्रत्येक गोष्टीत अधिकाधिक आव्हानं यायला हवीत. त्यात लोक खऱ्या-खोट्यातला भेद विसरून जातात. लोकांना धाडसं आवडतात. आजकाल तुम्ही राईड्स पहाल, तर लोक अधिकाधिक डेंजर काय आहे ते पाहायला जातात. काहीतरी भीतिदायक निर्माण झालं पाहिजे. मनातली धडधड लोकांना आकर्षित करते. जीवन जगताना घडणारं मरणाचं दर्शन म्हणजे फक्त दर्शनच लोकांना मोहवतं. क्वचित, काळाला होणारा स्पर्श त्यांना अनुभवायला आवडतो. आपल्या गेम्समध्ये तो फील आला पाहिजे. आपल्या कंपनीचे गेम्स अधिकाधिक लोकांना अधिकाधिक कसे आवडतील हे पहायची जबाबदारी तुमची. अधिकाधिक जोशपूर्ण, अधिकाधिक भीतिदायक असायला हवं. त्यातून तुम्ही आणखी काही वेगळं देऊ शकणार असाल, तर हवंच आहे." जेम्सचं असं आवाहन सगळ्यांना विचार करायला प्रवृत्त करणारं होतं, हे तर खरंच!

नचिकेत मात्र मीटिंग चालू असतानाही आज थोडासा स्वत:च्या विचारात हरवला होता. मिटींग संपल्यावर सगळे बाहेर आले, तेव्हा मानसीने त्याला चक्क हलवलं.

"नचि, व्हॉट्स रॉंग वुइथ यू? काय झालं? जेम्स जे म्हणाला ते ऐकून तू विचारात नक्कीच पडलेला नाहीयेस; कारण आज मी तू आल्यापासून बघतेय; तुझा मूड नाहीये. काय झालं?"

''काय होणार यार! एक गोष्ट मनासारखी होईल तर शपथ. ही गोष्ट याला पसंत नाही. ती गोष्ट त्याच्या मनाला भावत नाही. आमच्या मनाचा काही विचार आहे की नाही? अरे, काय तुला प्रॉब्लेम्स सांगायचे? रोज काही ना काही प्रॉब्लेम असतोच. आज याचा तर उद्या त्याचा. कधी घरच्यांचा तर कधी दारच्यांचा. अरे, रोज रोज प्रॉब्लेम्स फेस करायचे, तर जीव मेटाकुटीला येतो माहितेय. आणि त्यात एक दिवसही सुरळीत नसतो, की आज बाबा आपल्या मनासारखं होतंय सगळं. एखादा दिवस तर आणखीच प्रॉब्लेम्स घेऊन येतो. आता आजचं बघ ना, आज बसमध्ये चढलो. बसमध्ये गर्दी नव्हती, पण सीट खाली नव्हती. फक्त पुढच्या सीट्स खाली होत्या. तुम्हा बायकांसाठीच्या. अरे, जणू आम्हा पुरुषांचे पाय लोखंडाचे बनलेत. तुम्हीच काय त्या दमता. मी म्हटलं, सीट खाली आहेत. कोण बाई आली, तर उठीन. पण तोवर बसायला काय हरकत आहे? आम्हीपण तिकीट काढतो ना. म्हणून बसलो. दोन स्टॉप गेले. तेवढ्यात मला फोन आला. मी मोबाईलवर बोलत होतो. त्यात एक स्टॉप कधी आला आणि गेला ते कळलं नाही. तोवर एक बाई माझ्या सीटपाशी आली आणि चक्क भांडायला लागली. बाकीच्या सीट्स भरलेल्या मला कळलंच नव्हतं बोलण्याच्या नादात. अरे, पण भांडायचं काय? सांगायचं ना उठता का? उठणारच होतो मी. अरे, किती इन्सल्टिंग होतं. तुला सांगतो, प्रचंड चीड येते. एक गोष्ट आपल्या मनासारखी होत नाही.'' नचिकेतच्या सात्विक संतापाकडे मानसी जरा मिस्कीलपणे पहात होती. तिला येणारं हसू दाबत होती.

''नचि, आज जेम्स काय बोलला ते ऐकलंस का?'' मानसीने विचारलं.

''हं, तो सांगणार आणि आपण ऐकणार. तिथेही आपल्या मनाचा कोण विचार करणार? मनासारखं काही करायचं नाही. तो सांगणार गेम तयार करा. आम्ही करायचा. आमच्या मनासारखं होणं कधी शक्य होणार कोणास ठाऊक!'' नचिकेत म्हणाला.

''नचि, गुड आयडिया!'' मानसी उत्साहानं बोलली.

''कसली आयडिया गुड वाटली तुला?'' नचिकेतने गोंधळून विचारलं.

''नचि, आपली सगळ्यांची वेगवेगळी स्वप्नं असतात. वेगळे विचार असतात. आपल्याला खूप काही करायचं असतं. कुठे जायचं असतं. कोणी हवं असतं; पण ते सगळं शक्य होत नाही. त्या गोष्टींची आपण सगळे नुसती स्वप्नं पहात असतो; पण विचार कर, जर ती स्वप्नं खरी होणार असतील तर? सगळं काही आपल्या मनानुसार घडणार असेल तर? असा गेम का तयार करायचा नाही जो ज्याला हवा तसा त्याच्या मनानुसार चालेल. त्याच्या मनात विचार येतील, त्यानुसार

त्या गोष्टी घडतील. माणसाला आपल्या मनानुसार वागायचा चान्स तो गेम देईल. सगळं काही मनानं ठरवायचं. कुठे जायचं. कोणाबरोबर जायचं. काय करायचं, कसं करायचं. सोच, नचि सोच! आपल्या सगळ्यांची मनं समाधानी होतील. आनंदी होतील. सगळ्यांचं दु:ख दूर होईल. खऱ्या आयुष्यात काही झालं तरी गेममध्ये नेहमी जीत आपली असेल. कारण ते सगळं आपल्या मनानुसार होत राहील. असा गेम बनवायचा का? नेहमी हृदयाची धडधड वाढवणारेच गेम्स कशाला पाहिजेत? थरारकपेक्षा काही वेगळं हवं. असा विचार कोणीच अजून केलेला नाही. तो एक कल्पनाशक्तीला चालना देणारा गेम असेल. आपण करू या तसं? वी कॅन ट्राय.'' मानसी ट्रान्समध्ये जात बोलली.

''पण असं काही जे आपण तयार करू त्याला गेम म्हणता येईल?'' नचिकेत जरा संशयानं म्हणाला. ''अर्थात! अरे मुलीला मेकअप करणं वा कॅफेमध्ये ऑर्डरनुसार पदार्थ तयार करून देणं, हे गेमच आहेत ना? अगदी योग्य वाटतील असे कपडे करणं हाही गेम आहे, तर इथे आपण वेगवेगळे छंद, आवडीनुसार गेम तयार केले, तर त्यानुसार त्यात काय करायचं हे गेम खेळणारा ठरवेल एवढंच. मग तो फिरेल, भांडेल, मारामारी करेल वा आणखी काही करेल; तरी तो गेमच असेल ना! आणखी काय म्हणणार त्याला? फक्त आपल्या मनाजोगता, आपल्या विचारानुसार, कल्पनेनुसार चालणार. तू नक्की तसे गेम तयार करू शकशील. मी मदतीला आहेच.'' तिच्या स्वप्नाळू डोळ्यांकडे पाहता पाहता नचिकेतलाही तिचा विचार पटला, रुचला.

—— ——

''येस्स मानसी, आपण करून दाखवलं. आता जेम्स काय म्हणतो पाहायचं!'' नचिकेत म्हणाला.

''तो काय खूशच होणार की! अरे, तशी त्यानेही आपल्याला ही दीड-पावणेदोन वर्षं सगळी एक्सपेरिमेंट्स करायला मुभा दिलीच ना शिवाय. हे गेम तयार करण्यासाठी आपण तज्ज्ञ मंडळींचा सल्ला घ्यायला गेलो. त्यांचं मार्गदर्शन घेतलं. सगळ्यांना आपली कल्पना आवडली आणि त्यांनीही आपल्याला मदत केली. आपलं स्वप्न साकार झालं. पण त्या सगळ्यात जेम्सही आपल्याला मदत करत होता हे आपल्याला विसरता येणार नाही. आजच्या आपल्या या व्हर्च्युअल रिॲलिटी गेम्स बनवण्याच्या यशात त्याचाही वाटा आहेच.'' मानसी म्हणाली.

''आज सगळीकडे दिसणारी ॲड पाहिलीस?'' नचिकेतने विचारलं.

''अरे पाहिलीस काय? माझी पाठ झालीय.'' आपलं स्वप्न खऱ्या जगाशी जोडून; तयार करा एक संपूर्ण आभासी दुनिया!''

नचिकेत हसला आणि पुढे ॲडमधल्या माणसासारखं बोलायला लागला, ''खरं आहे. आतापर्यंत भरपूर गेम्स खेळला असाल; पण आता येणारे आपले गेम्स खास वैशिष्ट्ये घेऊन आलेत. ते आपण खेळायचे ते त्या गेममध्ये खेळाडू होऊन. तुम्ही स्वत:ला कोणत्याही रूपात ढाळू शकता. तुम्हाला तुम्ही जसे दिसायला हवे तसे दिसाल. एलियन्ससारखे, प्राण्यांसारखे, खूप सुंदर, खूप कुरूप, परीसारखे, सगळं शक्य आहे. कितीतरी प्रकारचे गेम्स! फक्त तुम्हाला कशाची आवड आहे; तुमचा कोणता छंद आहे; तुमची काय इच्छा आहे, ते बघायचं आणि गेम निवडायचा. व्हेरी सिंपल! तुम्ही तुमच्या मनानुसार कपडे घालू शकता. दुसरी माणसं जी तुम्हाला हवी त्यांचं वर्णन जसं कराल तसं ते उभं होईल. तिथे असलेल्या चित्रात तुम्ही स्वत: मनानं प्रवेश करू शकता. शिरू शकता. खूपच थ्रिलींग! मग तुम्ही तुमच्यासमोर जो गेम आहे तो खेळताना काय करायचं आणि कसं करायचं, हा फक्त विचार करायचा. तसतसं त्या गेममध्ये सगळं काही होत राहणार. सगळं तुमच्या मनाप्रमाणे. हा गेम म्हणजे तुमची स्टोरी असेल. पण त्यासाठी तुम्ही लेखक असणं गरजेचं नाहीये. फक्त त्यासाठी लागणार तुमची कल्पनाशक्ती. गेम कोणता हवा तो तुम्ही निवडायचा. त्यात काय हवं ते तुम्ही निवडायचं. तो चालू झाला की तुम्ही विचार कराल तसा तो पुढे सरकेल. तुमची कल्पनाशक्ती थांबेल तिथे तुम्ही आऊट. गेम संपेल.'' मानसी आणि नचिकेत मनापासून हसले. आता या मनानुसार चालणाऱ्या गेम्समुळे आपलं नशीब उघडलंय याची जाणीव त्याच्या मनाला होत होती. मानसीचे डोळे तर स्वप्नाळू झाले होते.

जेव्हा ते गेम्स मार्केटमध्ये आले तेव्हा एकच हलचल झाली. सुरुवातीला कोणाला त्याचा अर्थच कळला नाही. कल्पना करता येईना पण जेव्हा ते कसं आहे याची जाणीव झाली, तेव्हा मात्र अक्षरश: लोक तुटून पडले. नचिकेत मनातल्या मनात हसला. अरे यार, आपणच नाही तर इतके लोक असमाधानी आहेत आयुष्यात. चला, आपण एकाअर्थी विश्वामित्र झालो म्हणायचं. प्रतिविश्वाची निर्मिती केली आपण. तो आणि मानसी सुखाच्या सागरात डुंबत होते. सगळ्यांच्या कौतुकाला पात्र झाले होते ते. 'आम्हाला मन गेम्स द्या. नाही, दुसऱ्या कोणाचे नको हं, मनचेच हवेत.' अशी दुकानदारांकडे गिऱ्हाइकांकडून होणारी मागणी; नचिकेत जेव्हा सर्व्हे करायला जायचा तेव्हा त्याच्या कानावर पडायचीच. मन म्हणजे मानसी आणि नचिकेत. जेम्सने ते गेम्स मनानुकूल होते म्हणून आणि मानसीचा 'म' आणि नचिकेतचा 'न' असे त्यांच्याच नावाने गेम्स मार्केटमध्ये आणले. ऑनलाईनही गेम्स मागवले जात होते. असे मागवलेले त्यांचे गेम्स अक्षरश: ढिगानं विकले जात होते. त्यांचं प्रॉडक्शन सगळ्यात जास्त होतं. वर्षभरानंतरही त्याचे आणि मानसीचे गेम्स

टॉप क्वालिटी होते. बऱ्याचजणांनी प्रयत्न केला तसेच गेम्स बनवण्याचा व बनवलेही, पण मनच्या गेम्सची सर त्यांच्या गेम्सना आली नाही. नचिकेत आणि मानसीने कितीतरी प्रकार त्या गेम्समध्ये आणले होते. अर्थात, त्यासाठी त्यांनी कितीतरी माणसांशी संपर्क करून स्वत: त्यांच्याशी संवाद साधला होता. माणसांच्या इच्छा जाणून घेतल्या होत्या. असा सर्व्हे करून त्यानुसार ते गेम बनवत होते. त्यांनी आता स्वत:ची कंपनी काढली होती. नचिकेतला आता स्वतंत्रपणे निर्णय घेता येत होते.

कोणी स्पोर्ट्स कार चालवताहेत तर कोणी प्लेन. तुम्ही फक्त विचार करा की कसं जायचंय, कोणत्या दिशेला जायचंय. कुठेही जा हो तुम्ही ते प्लेन घेऊन. भर समुद्रात प्लेन उभं करा ना! त्यानंतर तुम्हांला तिथे त्या प्लेनची पाणबुडीही करता येणार. मग, समुद्रात अगदी आत आत खोलवर जा. समुद्रातलं जग पहा. त्यात रमा. तिथल्या माशांशी खेळा. ऑक्टोपसला गुंडाळून ठेवा. तुम्हाला आलिशान राजमहालात राहायचंय. अगदी सहजी शक्य. फाईव्हस्टार हॉटेलमध्ये शाही थाटात राहायचंय? अगदी खुशाल! तुम्हाला हव्या त्या सुखसोयी तुमच्यासमोर हात जोडून उभ्या. सगळं फ्री. मग, तुम्ही घरी असा वा आणखी कुठे. तुम्हाला परदेशात जायचंय, जा. त्यासाठी व्हिसा, पासपोर्टची गरज नाही. जंगलात जायचंय फिरायला, जा. जे हवं ते करा. फक्त तुमच्या मनातले विचार कमी पडता कामा नये. त्याला मर्यादा आली की तुमच्या इच्छापूर्तीतही घट होणार. विचार करा. कल्पना करा. आभासी जग आपलं आपण तयार करा. तुम्ही विचार केलेलं सारंकाही त्या गेममध्ये आपोआप तयार होऊन येणार. तुम्ही तसा गेम खेळत जा. एखादा लंगडाही फूटबॉल वा एखादा अधूही क्रिकेट उत्तम खेळू शकतो. तुम्ही म्हणाल त्या कोणत्याही खेळात तुम्ही माहिर असाल. अभ्यासात नंबर वन! तुम्हाला जेवायला सुग्रास पदार्थ हवेत? आहेत समोर. ते तुम्ही खाल, पण त्यात कमी एवढीच की तुमचं पोट मात्र भरू शकत नाही. पण त्या सुग्रास अन्नाचे वासही तुमच्या नाकाला जाणवतील. त्याची चव तुमच्या जीभेला नसली, तरी मेंदूला जाणवेल. कोणाला बदडायचं आहे? कोणाला मारून टाकायचं? सहजी शक्य आहे. त्यात तुम्हाला शिक्षाही होणार नाही. मनाला शांती मात्र मिळेल राग काढल्याची!

— —

‘‘मानसी, म्हणता म्हणता दोन वर्षं झाली हे गेम्स मार्केटमध्ये आल्यालाही. वाटलं नव्हतं इतकं यश मिळेल म्हणून. आता यात तर आपण अधिकाधिक सुधारणा करतो आहोतच. आपण आणखी गेम्स आणायला हवेत वेगळ्या प्रकारचे असं सारखं मनात घोळतंय.’’ नचिकेत केबिनमध्ये समोर बसलेल्या मानसीला म्हणाला.

''अरे, एवढ्यात? दोन वर्षं झाली हे खरं असलं तरी अजूनही त्याचा खप बघ. लोक जराही कंटाळत नाहीत या गेम्सला अजूनही. त्यांना त्यात तोचतोपणा वाटणं जराही शक्य नाही ना. रोज वेगळा दिवस, रोज वेगळी कल्पना. त्यामुळे बघावं तो लॅपटॉप, मोबाईल, टॅब्लेट, पामटॉप अगदी सगळ्यावर आपले व्हर्च्युअल गेम्स खेळण्यात मग्न असतो.'' मानसी म्हणाली.

''सध्या त्यावर चर्चाही व्हायला लागल्यात. बघितलंस की नाही चॅनेल्सवर?'' नचिकेतने विचारलं.

''नाही, पण नचि, यात तुझा हात नाही ना, गेम्सचं फ्रेशनेस ठेवायला?'' मानसीने विचारलं.

त्यावर नचिकेत खो-खो हसला. ''मानसी, तुझी कल्पना चांगली आहे. पण मी असं काहीही केलेलं नाहीये. हे सगळं आपल्या प्रतिस्पर्धी कंपन्या करताहेत. पण त्यामुळे आपल्या गेम्सचा फ्रेशनेस टिकून राहायला मदत होतेय, हे मात्र खरंच. मी या पॉईंट ऑफ व्ह्यूने कधी विचारच केला नाही. ग्रेट यार!'' नचिकेत म्हणाला.

मानसीही हसायला लागली. ''अच्छा! म्हणजे त्यांना आपल्या गेम्समध्ये काहीतरी उणिवा काढायच्या म्हणून त्यांचे प्रयत्न चाललेत का? त्यांचे गेम्स न चालायला हेच महत्त्वाचं कारण आहे की, त्यांची कल्पना कमी पडली. आपल्यावर चिखल उडवतात, पण आडून आडून. सरळ सरळ नावं ठेवायची हिंमत नाही करता येत; पण त्यामुळे त्यांचे गेम्स खपणार नाहीयेत म्हणावं.'' मानसी म्हणाली.

मानसीने बोलता बोलता समोरच्या भिंतीवरचा टी.व्ही. ऑन केला. त्यावर गेम्सबद्दलचीच चर्चा चालली होती.

''अरे, हे बघ. आत्ताही चर्चा चाललीय. जरा बघू या.'' मानसी म्हणाली आणि दोघं चर्चा ऐकायला लागले.

''या नव्या व्हर्च्युअल रिॲलिटी गेम्सचे लोकांवर तऱ्हेतऱ्हेचे परिमाण व्हायला लागलेत. आज आपली यावरच चर्चा आहे. आपल्यासोबत या क्षेत्रातील तज्ज्ञमंडळी आहेत. याचा नक्की काय काय परिणाम झालाय असं वाटतं तुम्हाला?'' टी.व्ही.वरच्या प्रश्नकर्त्याने विचारलं.

''कोणालाही आपलं ऑफीस आणि घर याव्यतिरिक्त इतर कोणाशीही संपर्क ठेवावा असं वाटेनासं झालंय. आपसांतले संवाद कमी व्हायला लागलेत. कोणालाही घर सोडून कुठेही फिरायला जायची गरज पडेनाशी झालीय.'' एक उत्तर.

''पण तरीही लोकांची कल्पनाशक्ती मात्र वाढायला लागलीय ही गोष्ट

आपल्याला नाकारता येणार नाही. संवाद कमी झाल्यानं आपसांतील भांडणं कमी झाली.'' दुसरं उत्तर.

''पण, आपसांतला जिव्हाळाही कमी झाला. माणसाला इतर माणसांचा त्रास वाटायला लागला. मुलांचं लक्ष तसंही खेळण्यात जास्त असतं आणि हे खेळ तर मनाजोगते. ती मुलं आपसात मैदानी खेळ खेळेनाशी झालीत. ओबेसिटीचं प्रमाण वाढतच जायला लागलंय.'' आधीचाच पुन्हा बोलला.

''म्हणजे यातून जसा फायदा होतो तसेच तोटेही होताहेत हे नक्की. त्याच्याकडे आपलं दुर्लक्ष होतंय असं वाटतं का तुम्हाला?'' प्रश्नकर्त्याने विचारलं.

''होय, कारण प्रत्येकजण आपापला स्वार्थ बघतोय. आपल्या मनानुकूल वागायला मिळतंय एवढंच बघून त्यापासून होणाऱ्या तोट्यांकडे दुर्लक्ष केलं जातंय. कोणी त्याबद्दल काही बोलू इच्छित नाही.'' एकाने सांगितलं.

मानसी विचारांत पडलेली पाहून नचिकेतने तिला म्हटलं, ''मानसी, उगीच त्यावर विचार करून वेळ वाया घालवू नकोस.'' त्यावर मानसी जराशी हसली.

नचिकेतला आपल्या यशाचं कधी-कधी फार आश्चर्य वाटत राहायचं. सगळं स्वप्नवत वाटायला लागायचं. तसंही गेम्स तयार करायला सुरुवात केल्यापासून या चार वर्षांत भारतातही कितीतरी गावांचं शहरीकरण झालं होतं. त्यामुळे हे लोण सगळीकडे पसरलं.

आणि नुसत्या भारतात नाही, तर जगात आता या व्हर्च्युअल गेम्सचं युग चालू झाल्याचं बोललं जाऊ लागलं. नशीब एवढंच होतं की लोकांची पोटं त्या गेम्सने भरत नसल्यानं ते त्यांची कामं करत होते. पण बाकीचा वेळ हा गेम्सना वाहिलेला. बाकीच्या गेम्स बनवणाऱ्या कंपन्या यांच्या गेममुळे हैराण झाल्या होत्या. त्या या गेम्सच्या विरोधात काय करता येतंय का याच्यामागे लागल्या. आणि त्यांच्या मेहनतीलाही फळ आलंच. एक दिवस न्यूजमध्ये सांगितलं गेलं की, मनचे व्हर्च्युअल रिॲलिटी गेम्स खेळता-खेळता एकाच्या डोक्यावर परिणाम झाला. अशाच आणखी दोन घटना मागे घडल्या होत्या. पण तेव्हा त्याबद्दल चर्चा झाली नाही. पण आता मात्र त्या चर्चेला तोंड फुटणार असं दिसतंय. त्या न्यूजनंतर काही दिवसांतच गेम खेळताना कोणाचा तरी जीव गेला, अशी न्यूज आली. त्यावर बऱ्याच चर्चा व्हायला लागल्या. तोवर आणखीही काही तशा प्रकारच्या केसेस बाहेर आल्या. न्यूज चॅनेलवर तेही सांगितलं गेलं. ते ऐकल्यावर मानसी कावरीबावरी झाली होती.

''नचि, हे काय चाललंय? तू पाहिल्या न्यूज? हे आपले गेम्स खेळताना झालंय म्हणे!'' मानसी म्हणाली.

''मग? गेम्स खेळताना झालं म्हणून ते गेम्स त्या गोष्टीला जबाबदार आहेत, असं नुसतं म्हणल्यानं काही होत नाही मानसी. त्यासाठी ठोस पुरावा पाहिजे. गेम्स मनानुकूल खेळत असतील, तर त्यांच्या परिस्थितीला तेच कारणीभूत आहेत. आपण नाही. आपल्यावर त्याचा काहीही परिणाम व्हायची भीती नाही. आपल्या गेम्सबाबत, जे खेळतात त्यांचा हा काहीतरी कांगावा असणार. त्याने आपलं काहीही बिघडत नाही.'' नचिकेत म्हणाला.

''नचि, आपल्या बिघडण्या न बिघडण्याचा प्रश्न नाही. पण असं काही झाल्यामुळे मनाला अपराधी वाटत राहतं रे.'' मानसी म्हणाली.

''मानसी, तू आपले व्हर्च्युअल गेम्स खेळ. मन शांत होईल. त्यातून पापाची जाणीव तुझं मन कुरतडत असेल, तर त्याचं प्रायश्चित्तही घे. गेल्याच आठवड्यात बनवलाय बघ तो गेम. रेडिमेड प्रायश्चित्त. तुमच्या शरीराला त्रास न देता मनाला शांती देणारं. त्यामुळे तुला सांगतो, मला बऱ्याच पूजाअर्चा, तोडगे, उपाय सांगणाऱ्या भोंदूबाबांचे, पुजारी, ज्योतिषींचे धमकी देणारे फोन आले की, तुम्ही आमचा धंदा चौपट करताय. मी त्यांना म्हटलं, तुम्ही त्यावर उपाय म्हणून काही तोडगे तुमचे तुम्हीच काढा; नाहीतर आमचा कोणाचा बदला घेणारा गेम विकत घ्या. तुमचं समाधान होईल. मला तुम्ही काही करू शकणार नाही. करून बघा फक्त. तुमचा धंदा साफ बसेल. कारण आज कित्येक लोकांना मनाचं समाधान आणि शांती मी मिळवून देतोय. त्यांना वेगळ्या जगाचा लाभ देतोय. त्यांच्यासाठी मी देव आहे. मी विश्वामित्र आहे. नवीन आभासी जगाची उत्पत्ती करणारा. ते सगळे माझ्या पाठीशी आहेत. त्यांना तुमचा भोंदूपणा कळला, तर आहेत नाहीत तीही तुमची गिऱ्हाइकं निघून जातील. बघा काय करायचं ते.'' गप्प बसले ते. तेव्हा तू काही काळजी करू नकोस. आपण लोकांनाच जे हवंय ते पुरवतोय. हे गेम्स यायच्या आधीही लोक कॉम्प्युटरवर रमत नव्हते का? त्यांना फेसबुक, त्याआधी ऑर्कुटचे नाद नव्हते का? माणसं त्यावर कम्युनिटी तयार करत होते. माणूस हा प्राणी ग्रुपमध्ये राहतो. तो कॉम्प्युटरवर स्थापित ग्रुपमध्ये राहायला लागला. तो तिथे माणसांत राहतोच. पण ते जग आभासी ठरायला लागलं. ते त्याला अधिक सोयीस्कर वाटायला लागलं. तिथे त्याला प्रायव्हसीही मिळते. त्याची ओळख लपवूनही तो राहू शकतो. एखादा कडका, काटकुळा स्वतःला बॉडीबिल्डर म्हणू शकतो; तर एखादा गरीब स्वतःची ओळख बिझनेस टायकून म्हणूनही करून देऊ शकतो. लोकांना विचित्र नजरांना, सहानुभूतीला वा हीन भासवणाऱ्या नजरांना तोंड द्यायला लागत नाही. हे सगळं आधीही होतं. मग आता आपल्या गेम्सच्या नावानं कशाला खडे फोडताहेत? आणि

तसं करणारे करू देत. आपण आपल्याशी प्रामाणिक आहोत ना, मग झालं तर. तू अजिबात काळजी करू नकोस. मनाला तर जराही लावून घेऊ नकोस.'' नचिकेत म्हणाला. मानसी नचिकेतकडे बघायला लागली. तिला जेम्सची वाक्यं आठवली. सुरुवातीला तिने आणि नचिकेतने जे गेम्स दिले, त्यामुळे कंपनीला फायदा झाला. पण त्यानंतर त्यांनी आणखी गेम्स तयार केले. तेव्हा जेम्स म्हणाला होता, ''बास आता हे असे गेम्स बनवणं.''

तेव्हा तिने विचारलंही, ''जेम्स, आपल्या कंपनीला झालेला फायदा तुला नकोसा झालाय का? तूच काहीतरी डिफरन्ट द्यायला सांगितलं होतंस. आभासी असं खरं काय खोटं काय यातला फरक कळेनासा होईल असं; मग ते केल्यावर आता का असं बोलतो आहेस ? तूच तर मदत केली होतीस आम्हाला मग, आता काय झालं?''

''कंपनीचा फायदा होतोय, पण लोकांचं याने नक्कीच नुकसान होणार आहे.'' जेम्स म्हणाला.

''कसलं नुकसान जेम्स? लोकांच्या मनातल्या इच्छा अशा सहजी पूर्ण होणार असतील तर त्यात नुकसान ते काय?'' मानसीने विचारलं.

''हे इच्छा पूर्ण होणं नाहीये मानसी. तो फक्त इच्छापूर्तीचा आभास आहे. तुमचं मानसिक समाधान होतं ते तात्पुरतं. हे म्हणजे ड्रग्ज घेतल्यावर वा दारू प्याल्यावर तुम्ही हवेत तरंगता, असं वाटतं व तुम्हाला वाटतं की तुमचं दुःख दूर झालंय. पण खरं तसं होत नसतं ना मानसी. तो तुमचा भ्रम असतो. खऱ्या जगात वावरायला लागल्यावर तुम्हाला पुन्हा तोच त्रास सहन करायचा असतो. मग त्यातून असं पळण्यापेक्षा तुम्ही त्यातून मार्ग काढायचा प्रयत्न करायला हवा असतो. या गेम्समुळे लोकांच्यातलं खरं जीवन जगण्यातलं थ्रील निघून जाईल. संकटांना तोंड देण्यापेक्षा त्यापासून ते पळू पहातील. ते एका आभासी दुनियेत जगायला लागतील, नशेत असल्यासारखे. तसं होणं त्यांच्या जीवन जगण्याला बाधा आणेल. ते योग्य नाही. हे नैसर्गिक तर नाहीच नाही. एखाद्या गोष्टीला घाबरलं तर तुम्ही गेममध्ये ती गोष्ट केली म्हणून बघाल. पण त्यामुळे ते खरं करून पाहण्याचं धैर्य येणार नाही. कारण खरं करून पहायला जे प्रयत्न आवश्यक असतात ते केले जाणार नाहीत. यातून कोणाचं चांगलं होणार आहे मानसी? लोकांना पळपुटे बनवायचंय का आपण?'' जेम्स म्हणाला.

त्यावर मानसी किंचित विचारात पडली, पण नुकत्याच मिळालेल्या यशानं तिला जेम्सचा सल्ला खरं तर टोचलाच. तिला अजिबात ते आवडलं नाही. लोकांच्या

मागण्या वाढत होत्या. पण जेम्स पुढच्या गेम्सना ॲप्रूव्ह करत नव्हता. शेवटी वाईटातून चांगलं होतं म्हणतात तसं नचिकेत आणि मानसीसाठी झालं. दोघांनी शेवटी काही निर्णय घ्यायचा ठरवलं आणि स्वत:ची कंपनी चालू केली. लोक गेम्समागे अक्षरश: वेडे झाले होते. त्यांना जगभरातून मागणी होती. त्यामुळे नचिकेत आणि मानसी यांच्या यशानं मान मागे वळवूनही पाहिलं नाही. ते पुढे पुढेच जात चालले.

पण आज मानसीला जेम्सचे ते शब्द आठवून आणखीनच बेचैन व्हायला झालं होतं. नचिकेतला समजावून सांगूनही काही उपयोग होत नव्हता. जेम्स म्हणाला तसं हळूहळू या आभासी जगात झोपल्यासारखे झालेले लोक जागे झाले की काय होईल, याची तिला कल्पना करवेना. तसं नचिकेतचं म्हणणं खरं होतं. गेम्समधून ते लोकांना फक्त त्यांच्या इच्छेला अनुसरून असणारी कित्येक प्रकारची चित्रं पुरवत होते. पण त्या सगळ्यातून आकार घेत होतं ते लोकांचं मन आणि त्यांचे विचार. ते जो विचार करतील तसं चित्र त्यांच्यापुढे तयार होऊन येत होतं. अगदी त्यांना हवं तसं. त्यांच्याच विचारानुसार ती चित्रं कृती करत होती. मग त्यात आपण दोषी कसे? पण त्यांची इच्छा पूर्ण होईल. त्यांच्या कल्पना मोकाट सुटतील, त्यांचे विचार अंतराळातही जाऊन पोचतील असं साधन आपण पुरवलंय. ते नसतं तर जे परिणाम झालेत ते झाले नसते. काही लोक विकृत असतात. पण ती विकृती त्यांच्या डोक्यात बंद पडलेली असेल. आणि असं तर होत नाही ना की या गेम्सनी ती बाहेर येते. ती विकृती खरी बघताना त्यांचे तसे विचार मोकाट सुटत असतील तर? ते त्यांना आवरत नाहीत. त्यांना त्याला बांध घालता येत नाही आणि तसे त्यांनासुद्धा ते अति बघवतही नाहीत? त्या वेळी, त्यातून सुटण्यासाठी जीव व्याकूळ होत असेल. त्यातून जेव्हा सुटकाही होत नाही तेव्हा तो गेम बंद करावा, याचंही भान राहत नसावं आणि त्यातूनच कोणाच्या डोक्यावर परिणाम होत असावा किंवा कोणी आपला जीव गमवत असावं. आई गं! हे असं असेल? कदाचित नसेलही. कसं सांगणार? पण जर असं असेल तर या गोष्टीला कुठे ना कुठेतरी आपणच कारणीभूत आहोत, हे तरी खरंच. ते नचिकेतला पटत नाहीये. या विचारांनी मानसीला फारच अस्वस्थ वाटायला लागलं. शेवटी त्याचा परिणाम म्हणून ती चक्क विपश्यनेला गेली. काही दिवस तरी डोक्याला शांती. नचिकेत, मानसीच्या मानसिक दुबळेपणाला मनातल्या मनात हसला. त्यानंतर साधारण एक-दोन आठवड्यांनीच त्याच्या भावाचा- दादाचा फोन त्याला सकाळीच आला. दादाचा आवाज खूपच गंभीर होता. खरंतर त्याचा कंठ दाटून आल्यागत आवाज येतोय असं वाटलं नचिकेतला. आज बऱ्याच दिवसांनी

भावाने फोन केला होता. तो आणि त्याचा भाऊ एकमेकांना फार जवळचे होते. नचिकेतला जेव्हा प्रॉब्लेम्सनी ग्रासलेलं होतं तेव्हाही हाच भाऊ त्याच्या पाठीशी उभा राहिला होता. नचिकेतने नवीन कंपनी काढली तेव्हा याच भावाने स्वत:च्या नावावर लोन घेऊन नचिकेतला पैसे दिले होते. नचिकेत आपल्या भावाला खूप मानत होता. पण हल्ली कामाच्या गर्दीत दादाला भेटायला जाणं वा त्याच्याशी बोलणंही होत नव्हतं. दादालाही त्याची व्यस्तता माहीत असल्यानं त्याला मधेच डिस्टर्ब करणं त्याला योग्य वाटत नव्हतं.

दादाच्या गहिवरल्या स्वरामुळे नचिकेतला एकदम काळजी वाटली.

''काय झालं रे दादा?'' नचिकेतने विचारलं.

''स्वस्तिक गेला.'' दादाने सांगितलं.

''काय? कसा? काय झालं?'' नचिकेतने विचारलं.

नचिकेतसाठी हा फार मोठा धक्का होता. स्वस्तिक दादाचा मोठा मुलगा. नचिकेतचा लाडका पुतण्या. खरं तर पुतण्या असण्यापेक्षा तो त्याचा मित्र म्हणता आलं असतं. नचिकेतपेक्षा तसा तो आठ वर्षांनी लहान होता. नचिकेत हल्ली कामात गर्क होता आणि स्वस्तिकही त्याच्या नोकरीत. नचिकेतने त्याला ही कंपनीच जॉईन करायला सांगितलं. स्वस्तिकही त्या ऑफरनं आनंदला.

पण दादाने नकार दिला. तो म्हणाला, ''नचि, असं नको करूस. त्याला त्याच्या पायातली ताकद कळू दे. त्याला त्याच्या पायावर उभं राहू दे. आयतं नको देऊस त्याला. त्याला खरं जग कळायचं नाही त्यामुळे. त्यालाही बाहेरचं जग पाहू दे. कसं जगायचं ते कळू दे.'' नचिकेतने दादाच्या म्हणण्यावर काहीही बोलणं उचित समजलं नाही. पण स्वस्तिक तसा नाराजच झाला. तसंही त्याच्या म्हणण्यानुसार त्याला मिळालेल्या नोकरीत त्याला काही मजा येत नव्हती. तर दादाचं म्हणणं होतं की नोकरी मजा करण्यासाठी नसते. त्यातून काही शिकायचं असतं. ते काही स्वस्तिकला पटत नव्हतं. नोकरीत तो मन लावून काम करायचाच नाही. त्याला वाटत होतं की तसं केल्यानं त्याला काढून टाकतील आणि मग तो काकाच्या कंपनीत नोकरी करेल. त्याला मदत करता करता मस्त मालकाच्या थाटात आराम करता येईल आणि गेम्सही खेळता येतील. पण ते काही शक्य झालं नाही. त्याला नोकरीतून काढलं नाही; पण त्याच्या कामचुकारपणाबद्दल त्याला खूप बोलणी ऐकायला लागत होती. आणि तो आपणहून नोकरी सोडू शकत नव्हता. कारण हीच नोकरी त्याला मुश्किलीनं मिळाली होती. ती त्याने सोडली तरी वडील काकाची कंपनी जॉईन करू देणार नाहीत. त्याला आयतं खायचंय असं समजून त्याला ते

अडवतील आणि दुसरी नोकरी शोधायला भाग पाडतील. त्या वेळी त्यांचं वागणं किती कठोर असेल याची कल्पना करता तो नोकरी न सोडणं इष्ट समजत होता. नोकरीवरून काढलं तर त्याचा दोष तरी तो त्या कंपनीवाल्यांवर घालू शकणार होता. आणि तसं केल्यानं कदाचित वडील काकाची कंपनी जॉईन करायला परवानगी देतील. पण तसं झालं नाही. त्याच्या मनातले विचार नचिकेतला माहीत होते. पण याबाबत मात्र दादाचं म्हणणं नचिकेतलाही पटल्यानं त्याने स्वस्तिकच्या वागण्याला कधीच प्रोत्साहन मिळेल असं केलं नाही. तो त्याला नाही म्हणाला नाही तरी त्याने परत त्याला कधी बोलावलंही नाही. म्हणून स्वस्तिक नचिकेतकाकावरही थोडा रुष्ट होता. आता तो गेल्यावर नचिकेतला हे सारं आठवून फार वाईट वाटलं. काय झालं होतं त्याला? त्याच्या मनानुसार आपण वागू शकलो नाही. आपण फक्त गेम्स बनवतो. पण वागत नाही तसं. त्याला आपल्या वागण्यातला हा विरोधाभास तेव्हा फार टोचला. कंपनी काढल्यापासून त्याला पहिल्यांदाच हा विरोधाभास जाणवला. त्याला मानसीची खूप आठवण आली. आणि तेवढ्यात मानसी आली. त्याला आश्चर्य वाटलं. मानसीचा चेहरा खूप शांत दिसत होता. ती तशी स्वस्थ वाटत होती. नचिकेतने लगेच आपली समस्या तिला सांगितली. मानसीने शांतपणे त्याला सांगितलं, ''आपल्या गेम्सपैकी एखादा खेळ म्हणजे तुझ्या मनाप्रमाणे झालं, असं वाटेल तुला.''

नचिकेत संतापून विचित्र नजरेनं तिच्याकडे पहायला लागला. पण मानसीवर त्याचा काहीही परिणाम झाला नाही.

नचिकेत दादाकडे जायला निघाला तेव्हा मानसीही त्याच्याबरोबर निघाली.

—— ——

नचिकेतने दादाकडे पाहिलं. दादा शांत होता. त्याला वाईट वाटत होतं. पण त्याने स्वतःला सावरलं होतं. नचिकेत दादापाशी बसला.

''दादा, अचानक काय झालं स्वस्तिकला?'' नचिकेतने विचारलं.

''अचानक नाही नचि. तो मनात सतत असंतुष्ट होता. सत्याचा सामना करायची त्याची तयारी नव्हती. आता तो गेल्यावर सगळी संगती अधिक स्पष्ट होतेय. तो तेव्हा व्हर्च्युअल रिॲलिटी गेम्स खेळायला लागला होता. त्याची त्याला सवय लागली. त्याची एक प्रकारची नशा चढते. तो त्या नशेच्या आहारी गेला. पण गेम्समधून बाहेर आल्यावर खऱ्या आयुष्यात प्रॉब्लेम्सचा सामना करायचा असतोच. तो कसा करावा असा विचार त्याने गेम्स खेळताना केला असता, तर अधिक बरं झालं असतं. पण त्याने त्यापासून पळ काढायचाच प्रयत्न केला. त्याचं कमकुवत मन

त्या गेम्सनी अधिक कमकुवत झालं. त्याला समजावण्यात आम्हीही कुठेतरी कमी पडलो म्हणायचं. त्याचं चांगलं करतानाही ते त्याला समजावून सांगायची गरज होती. ते नाही केलं. वाटलं तो समजून घेईल. आणि हे असं झालं.'' दादा म्हणाला.

''पण नेमकं झालं काय? गेम्स खेळल्यामुळे काहीजणांच्या बाबत जे झालंय तेच स्वस्तिकच्या बाबतीत झालंय. पण नेमकं झालं काय?'' मानसीने न राहवून विचारलं.

''मानसी'' नचिकेतने किंचित दटावण्याच्या सुरात मानसीला टोकलं.

पण दादाने त्याला अडवलं, ''बरोबर आहे तुझं मानसी. मी स्वस्तिकला गेम्स खेळताना बघितलं होतं. त्याला समजवायचा प्रयत्नही केला होता. त्याचं व्हायचं काय की समजा त्याच्या मनाविरुद्ध एखादी गोष्ट घडली, मग ती ऑफिसमध्ये असो वा आणखी कुठे, ती मनानुकूल करण्यासाठी तो गेम्स खेळायचा. आता तो खेळताना परत तो प्रसंग समोर यायचा. त्या वेळी, माणसाने समोर चाललंय ते खरं नाही, आता घडलेली गोष्ट अशी असेल तर ती सुधारण्यासाठी काय करायला हवं, असा विचार केला तर गेम योग्य दिशेनं खेळला जाईल. पण गेम मनानुसार करण्यासाठी आहे. आपली चूक मानण्यासाठी नाही. त्यामुळे तेव्हा आपण वाट्टेल ते केलं तरी हरकत नाही, असं समजून तो विचार करायचा. त्याच्या खेळण्यात सुरुवातीला जरासा असणारा शांतपणा काही दिवसांनी निघून गेला. एकदा तर त्याचा अपमान करणाऱ्या त्याच्या ऑफिसमधल्या बाईचे त्याने गेममध्ये कपडे फाडले. त्या वेळी त्याची मानसिक स्थिती फारच डळमळीत झाल्याचं मला जाणवलं. मी त्याला गेम न खेळण्यास सांगितलं. पण त्याने जे केलंय ते मला कळलंय हे पाहून त्याच्या मनात अपराधभाव निर्माण झाला आणि त्याचवेळी त्याची बंडखोर वृत्तीही उफाळून आली. त्या सगळ्याचा परिणाम विचित्र व्हायला लागला.

''हळूहळू तो जो बदला घ्यायचा तो त्याला खराच वाटायला लागला. दुसऱ्या दिवशी ऑफिसला जायला निघताना त्याला मग भीती ग्रासायची की आता आपलं काय होईल? आपण जे काही केलंय ते तर आता सगळ्यांना कळलंय. मग हळूहळू ते सगळं वाढत गेलं. मग त्यानंतरही तो गेम्स खेळत राहिला; कारण तो त्याचा ॲडिक्ट झाला होता. तो त्यात अधिकाधिक गुंतायला लागला, पण नंतर एकदोनदा शेवटी शेवटी असं झालं होतं की, त्याला खरं आणि खोटं कळेनासं झाल्यावर जे समोर दिसतंय तेच तो खरं मानायला लागला. तेव्हा परत त्याची भीती वर उफाळून आली. त्या भीतीपोटी तो जसा विचार करेल तसं समोर घडत होतं. त्याच्या मनात अधिक संकटं निर्माण होतील, अशी शंका आली. आता जसा विचार

करणार तसंच होणार, असं असल्यानं तसा विचार आला तर अधिक संकटं निर्माण व्हायची. तो त्यातून बाहेर पडायला धडपडायचा. पण बाहेर पडू शकायचा नाही. त्याला काय करावं कळेनासं झालं. ती स्थिती त्याच्या हाताबाहेर जायला लागली. त्याचा रक्तदाब वाढला. असंच या वेळीही झालं. अति टेन्शननं त्याला हार्टअटॅक आला. आणि तो गेला. सगळ्यांच्याच बाबतीत असंच होत असेल असं नाही. पण त्यांना खरं आणि खोट्यातलं अंतर कळेनासं होत असणार. सत्य संकटांवर ते आभासी सोल्युशन काढत बसत असतील. सत्यावर आभासी पांघरूण येऊन पडलं तरी ते पांघरूण आभासीच असतं. खरं नसतं. माणसाचं मन असं असतं ना की ते कुठूनही कुठेही पळत असतं. ते हातात येत नाही म्हणून तर रामदास स्वामींनी लिहिलंय, 'अचपळ मन माझे नावरे आवरिता.'

''आणखी एक महत्त्वाची गोष्ट अशी आहे की, आपल्याला आपल्या मनानुकूल वागायचं असतं. पण जे प्रॉब्लेम्स लोकांमुळे आले आहेत असं आपण म्हणतो ना, त्यात लोक एकवेळ बरे वागतील; पण बरेचदा असं असतं की मन चिंती ते वैरी न चिंती! वैऱ्याला आपल्याला असं छळावं असं मनात येणार नाही, पण आपल्या मनातली भीती आपल्याला सांगते, असंही भयंकर होऊ शकत हं! मग आपण आणखी घाबरतो. तेच गेम खेळताना झालं तर विचार करा. किती भयंकर संकटात सापडत असू आपण. असं लोकांचं होत असेल. तो ताण त्यांच्या हृदय, मनाला सहन होत नसेल. त्यांच्या डोक्याला ताण असह्य झाला तर त्यांचा बॅलन्स चुकतो. त्यामुळे कधी मानसिक रोग होतो, तर कधी जीव जाऊ शकतो. गेम्सच्या ॲडिक्शननं आधीच एकलकोंडी झालेले लोक. एकमेकांच्यातला संवाद हरवलेल्या लोकांचं मनोबल लवकर ढासळतं.''

''दादा, तुम्ही हे आम्हाला खरंच आधी समजवायला हवं होतं. आमची गती तरी रोखता येण्याएवढी कमी केली असती.'' मानसी उद्गारली. मग पुन्हा दचकून म्हणाली, ''म्हणजे मला तुम्हाला दोष द्यायचा नाहीये हं, पण खरंच हे कोणीतरी समजावणं गरजेचं होतं.''

''खरं आहे; पण आपल्याला स्वतःला असा खरा अनुभव आल्याशिवाय ते आपल्यालाही सुधरत नाही, हेच खरं. स्वस्तिकचंही असं होईल, असं हिला माहित असतं तर ही जे पहात होती ते तिने आधीच मला सांगितलं असतं. मी जेव्हा ते पाहिलं तेव्हा गोष्टींना विचित्र वळण लागलेलं होतं. पण ते इतकं पुढे जाईल असं कधी मनातही आलं नाही. आणि खरंतर त्यातून असं काही होईल हे तरी कशाला मनात येईल? आम्हालाही कळलंच नाही ते शेवटपर्यंत. हे सगळं म्हणजे आता

त्याचा सगळ्याचा अर्थ लावत गेलो तेव्हा उमगलेलं आहे, तोवर स्वस्तिक गेलाय.'' दादा हताशपणे म्हणाले.

सगळ्या गोष्टीला दोन दिवस उलटून गेले. नचिकेत आणि मानसी दादांकडे आले.

नचिकेत म्हणाला, ''दादा, मी मनचे सगळे गेम्स बंद करतोय.''

''का?'' दादाने आश्चर्यानं विचारलं.

''अरे, स्वस्तिकचं असं झाल्यावर आमच्या हातून किती पाप झालंय याची जाणीव झालीय.'' नचिकेत म्हणाला.

''नचि, तूही पळपुटेपणाच करतोयस. जगाला सामोरं जा रे. खऱ्याला सामोरं जा. प्रत्येक प्रॉब्लेम्सवर सोल्युशन असतं. ते शोधायला लागतं. तो प्रयत्न करायला हवा. आलेल्या प्रॉब्लेम्सला धैर्यानं तोंड द्यायला शिका. तुमचे गेम्स वाईट नाहीयेत. त्याचं कारण चुकीचं आहे. तुम्ही मनानुसार वागणार. पण मनाला ताब्यात ठेवायला शिकवा. मोकाट सोडायला नाही. तुमचा लोकांच्या विचारांवर ताबा नाही. कोण कसा विचार करेल हे आपण सांगू शकत नाही. पण गेम्स खेळताना काही नियम ठेवा. ज्यायोगे तो ताबा लोक गमावणार नाहीत. ते गेम्स मनानुकूल खेळायचे असले तरी त्यातून कसं वागावं, चुका कशा सुधाराव्या हे त्यातून शिकता येईल अशा प्रकारचे खेळण्याचे नियम त्यात ठेवा. लोकांचं मनोबल वाढेल असे गेम्स तयार करा. स्वस्तिकचं असं झालंय त्यावरून तुम्हांला लोकांचं काय होत असेल, याचा अंदाज आलाच असेल ना? मग त्यावर प्रयत्न करा. तुमची मेहनत अशी मातीमोल करू नका. कोणतीही गोष्ट करताना त्याच्यामुळे होणाऱ्या फायद्या-तोट्याचा विचार करा. व्यवहाराचा तर खरंच, पण त्याचा लोकांवर कसा आणि काय परिणाम होईल याचाही. आणि एक गोष्ट आवर्जून सांगतो. खरं आणि खोटं, सत्य आणि मिथ्य यातला फरक स्वत: जाणा. दुसऱ्यांनाही त्याची जाणीव करून द्या. प्रत्येक वेळी गेम्समध्येही मिळणारा जय हा खरा नसतो. तो जय अपयश पचवण्याची मनाची ताकद हरवून बसण्याला कारणीभूत होतो. सत्य कोणतं आणि आभास कोणता हेही कळायला हवंच. आभासी दुनिया खऱ्या दुनियेवर राज्य करू शकत नाही. ती खरी भासली तरी आभासीच असते.''

नचिकेत दादाच्या मनोधैर्याकडे आ वासून बघायला लागला.

पहाड

मेघश्री दळवी

चार दिवस चालून झाले तसे प्रामाचे दोन्ही साथीदार दमले. साहजिकच होतं, आपल्या छोट्याशा गावापासून पहिल्यांदाच ते एवढे दूरवर आले होते.

"प्रामा, आता आम्हांला परत फिरायला हवं."

"होय, बरोबर आहे. माझं सामान वेगळं बांधू या आणि मग तुम्ही निघा."

"पण.. पण तू एकटा नीट जाशील ना?"

प्रामा हसला. "अरे, खरं तर मी एकटाच जाणार होतो ना? अगदी पहिल्यापासून? आठवतं ना?"

त्याचा मूळ बेत तसाच होता. एकट्याने पहाडापर्यंत प्रवास करून जाण्याचा. पण त्याचे हे जिवलग मित्र त्याला असं सोडणार नव्हते. शक्य तिथपर्यंत प्रामाबरोबर येण्याचा त्यांनी निर्धार केला होता आणि चार दिवस त्याला सोबत करत ते इथवर आले होते.

परत जाण्याआधी त्या दोन्ही मित्रांनी एकवार सगळा आसमंत न्याहाळून घेतला.

"इथला परिसर मोठा आहे एवढंच. पण आपल्या गावापेक्षा वेगळा नाहीये. तसाच आहे." एक मित्र म्हणाला.

"खरंय. पण मला अजून खूप उत्तरेकडे जायचं आहे. तिथे दृश्य कदाचित वेगळं असेल."

"आज एकशे चौऱ्याऐंशीवा दिवस. आम्ही चार दिवसात घरी पोहोचू. तुला अजून किती चालायला लागेल?"

"निदान पंधरा दिवस तरी. म्हणजे अशीच जमीन असेल तर आणि वाटेत काही अडचणी आल्या नाही तर. नंतर परत यायला तितकेच दिवस धरले, तर त्यात एकोणीस मिळवून म्हणजे आजपासून तेहतीस-चौतीस दिवसांनी मी घरी परतेन समजा."

"घरच्यांना तसं उत्तर द्यावं लागेल ना." एक मित्र चाचरत म्हणाला.

प्रामा फक्त हसला.

मित्र परतीच्या प्रवासाला लागले, तसा प्रामा कितीतरी वेळ त्यांच्या दिशेनं हात हलवत राहिला. ते पार दिसेनासे होईतो. मग तो आपल्या मार्गानं चालू लागला. एकटा. स्वत:चं स्वप्न पूर्ण करण्यासाठी. पहाडाचं दर्शन घेण्यासाठी.

—— ——

आणखी काही दिवस तो चालत राहिला. रात्र झाल्यावर थांबायचं, खाऊन घ्यायचं आणि झोपेतही पहाडाचंच स्वप्न बघत रहायचं. एकसुरी आणि तरीही हवासा वाटणारा दिनक्रम. त्या पहाडासाठी.

चार वर्षांचा असताना त्याने पहिल्यांदा पहाडाचं नाव ऐकलं होतं. त्याचे आजोबा त्याला मांडीवर घेऊन हजार गोष्टी सांगत बसायचे. त्यात कधी पाण्यातला प्रचंड मासा असायचा, तर कधी जमिनीखालचे दुष्ट आक्राळविक्राळ राक्षस. एकदा अशीच कुठली तरी गोष्ट सांगताना आजोबांनी पहाडाचं नाव घेतलं होतं.

"पहाड?" तो ताडकन उठून बसला होता. "पहाड? तो कोण असतो? कसा दिसतो तो? आणि तो मुलांना खातो?"

त्याचे आजोबा खूप जोरजोरात हसायला लागले होते. "अरे, तो काही राक्षस नाही मुलांना खायला. पहाड म्हणजे असा दगडाधोंड्यांचा उंच आकार असतो बाबा."

"आणि तो त्रास देतो? मारतो? घाबरवायला येतो?"

"नाही रे. तो तर गुपचूप आपल्या जागी उभा असतो."

"म्हणजे झाडासारखा?"

"झाड जिवंत असतं बाबा. पहाड जिवंत नसतो. जमिनीचे तुकडे-तुकडे काढून ते एकमेकांवर ठेवले की कसं दिसेल, तसा असतो पहाड."

"आणि तो काय करतो?"

"काहीच नाही. पहाड काहीच नाही करत राजा. तो फक्त असतो."

"पण कशासाठी?"

त्याच्या या प्रश्नाचं उत्तर आजोबांना देता आलं नव्हतं. बराच वेळ ते विचार करत राहिले होते; पण पहाड कशासाठी असतो हे कुणालाच माहीत नव्हतं.

कारण पहाड कुणी पाहिलाच नव्हता.

जसजसा प्रामा मोठा व्हायला लागला तसतसा त्याच्या कानांवर पहाडाच्या एक-एक अख्यायिका पडायला लागल्या. काहीजण म्हणायचे, चार माणसं एकावर एक उभी राहिली, तर जेवढी उंच वाटतील, तेवढा पहाड उंच आहे. तर काही म्हणायचे, निदान दहा माणसं तरी अशी उभी करायला लागतील. गावातले काही जाणकार म्हणायचे, वीस माणसं एकमेकांचे हात धरून उभे राहिली, तर जेमतेम पहाडाच्या रुंदीला पुरतील.

पण त्यांच्यापैकी एकानेही स्वत: पहाड पाहिलेला नव्हता.

आणखी मोठा झाल्यावर त्याने गंभीरपणे पहाडाची माहिती गोळा करायला सुरुवात केली. अर्थात ती माहिती ऐकीव होती. त्याला काही ठोस पुरावा नव्हता. पण इकडून तिकडून बारीकसारीक गोष्टी ऐकून त्याच्याकडे बरीच माहिती जमा झाली.

मग काही दिवसांनी त्याने आपल्या वडिलांकडे हा विषय काढला.

"मला पहाड प्रत्यक्ष जाऊन पहायचा आहे."

"काय? पहाड? आणि तो कशासाठी?"

"माहीत नाही. मी त्याच्याबद्दल बरंच ऐकलंय आणि मला प्रत्यक्ष जाऊन पहायचं आहे."

"याआधी कोणी पहाड पाहिला नाही माहीत आहे ना?"

"हो."

"का? कधी विचार केला आहे?"

"हो, पहाड उत्तर दिशेला खूप दूर आहे. वीसेक दिवस चालायला लागतात. आपल्या या चार-पाच गावांमधून कोणीही इतकं दूर कधी गेलं नाही की जाण्याचं धाडस करत नाही."

"बरोबर."

"पण मला जायचं आहे. त्याच्याबद्दल एवढं ऐकलं आहे की, मला माझं मन स्वस्थ बसू देत नाही. मी जाईन, पहाडाचं दर्शन घेईन आणि परत येईन."

"नाही."

"का?"

"कारण तू एकदा गेलास की कधीच परत येणार नाहीस. पहाड एक माया आहे आणि त्या मायाजालात ओढला गेलेला कोणीही कधीही परत फिरकत नाही."

"असं कसं म्हणू शकता? कोणी तिथे गेलंच नाही ना?"

"की कोणी गेलं होतं? सांगा ना."

“ठीक आहे. मी अशा भेकड दंतकथांवर मुळीच विश्वास ठेवणार नाही. मी जाणार. मला जायलाच हवं.” त्याचे वडील रागानं तिथून तडक निघून गेले होते.

प्रामाने पुन्हा पुन्हा विनवणी करूनही त्याला परवानगी मिळाली नव्हती. त्याच्या आईने त्याच्या वडिलांचीच री ओढली होती. पहाडाच्या मायाजालात कोण कशाला आपणहून आपल्या मुलाला पाठवील?

त्याने मग गावातल्या चार मोठ्या माणसांना सांगून बघितलं होतं. पण तो प्रयत्नही त्याच्या अंगाशी आला. कारण त्याच्या या वेड्या योजनेला सर्वांनीच हाणून पाडलं होतं.

शेवटी जे सरळ मार्गानं होत नाही ते चोरून करायच्या निर्णयाला तो आला होता.

आपल्या दोन जिवलग मित्रांच्या मदतीनं त्याने गुपचूप तयारी करायला घेतली होती. दोन आठवड्यांत त्यांनी मिळून सगळं सामान गोळा केलं होतं. भरपूर खाण्या-पिण्याचे जिन्नस, एकच साधंसं दिशादर्शक यंत्र, खांद्यावर लावायला मोठ्या पिशव्या, पाण्याच्या बरण्या. शिवाय थोडी औषधं.

त्याच्या मित्रांना त्याचं हे धाडस आवडलं होतं; पण त्यांच्या मनात थोडी धाकधूकही होती. जितकी जमेल तितकी साथ त्याला द्यायची अशी त्यांची इच्छा होती. म्हणूनच ते चार दिवस चालून इथवर आले होते.

हे मित्र परत दिसतील की नाही, प्रामाच्या मनात विचार आला. कदाचित त्यांच्याही मनात या क्षणी हाच विचार असेल.

कल्पनेनंच तो शहारला.

— —

दिवसा उन्हाच्या झळा लागायच्या. रात्री जरा गारवा असायचा. पण आजूबाजूला एकंदरीत तेच दृश्य- रखरखीत जमीन, थोडीशी झुडपं, मोजकीच झाडं. त्यावर कधीतरी दोन-चार पक्षी. झाडंही फारशी उंच नाहीत, दोन माणसांइतकी फक्त.

या झाडांहूनही जास्त म्हणजे किती उंच असेल पहाड? प्रामाला अंदाजच येत नव्हता. त्याने झाडापेक्षा उंच असं कधी काही पाहिलंच नव्हतं. गावातल्या भल्याभल्यांनाही उभ्या आयुष्यात झाडापेक्षा काही उंच पाहिल्याचं आठवत नव्हतं.

प्रामाने सुस्कारा सोडला.

मध्येच कोणीतरी आपल्यामागे असल्याचा त्याला भास झाला; पण मागे वळून पाहिलं तर काहीच नव्हतं. तीच कोरडी जमीन आणि उजाड माळरान.

एखादा प्राणी? पण तो लपून कुठे राहणार?

की त्याचे वडील? त्यांना या बेताचा सुगावा लागला असेल म्हणून? की मित्र गावात पोहोचले असतील, वडिलांना कळल्यावर ते काय म्हणत असतील. त्यांना किती दु:ख झालं असेल? आपली आशाच सोडून दिली असेल आता त्यांनी.

त्याला अपराधी वाटत राहिलं; पण आपल्या स्वप्नासाठी ही बंधनंही कधीतरी तोडायला हवी होती.

दहाव्या दिवशी त्याला क्षितिजावर काहीतरी दिसायला लागलं. निमुळत्या आकाराचं बारीकशा झाडासारखं. त्याच्या मनानं आपोआपच कौल दिला, पहाड! हाच तो पहाड! त्याने आता भरभर चालायला सुरुवात केली. पहाडाकडे केव्हा एकदा पोहोचतोय असं झालं होतं त्याला. अजून थोडं चालल्यावर पहाडाचा आणखी भाग नजरेस यायला लागला; पण त्याचा आकार मात्र प्रामाच्या कल्पनेपलीकडचा होता. इतके दिवस प्रामाला वाटायचं, पहाड मोठ्या झाडासारखा असणार. उंचच उंच खोड आणि वर फांद्या आणि पानांसारखा फुलोरा.

पण पहाड खरा होता खूपच वेगळा. त्रिकोणी आकाराचा. तो जवळ येत होता तसा तो त्रिकोण पायाशी रुंद-रुंद होत चालला होता. हा असा आकार पाहून त्याला लहानपणीच्या खेळाची आठवण आली. तीन छोटे दगड मांडून त्यावर दोन आणि मग एक दगड ठेवून एक छान रोटू उभा करायचा, मग त्याला चिंध्यांच्या चेंडूने फोडायचा आणि परत उभा करायचा. रोटूचा हा खेळ खेळायला किती मजा यायची. आणि हा पहाड म्हणजे एक महाप्रचंड रोटू वाटत होता.

इतक्या दुरून प्रामाला त्याच्या उंचीचा, रुंदीचा काहीच अंदाज येत नव्हता. इतकं अवाढव्य, प्रशस्त असं काही त्याने कधी पाहिलंच नव्हतं. आता त्याला खूप उत्तेजित वाटायला लागलं, उत्साही वाटायला लागलं. त्याच्या गावातल्या कुणीच कधीच न पाहिलेला पहाड. अनेक दंतकथा आणि आख्यायिकांचा उगम असलेला तो पहाड.

मी पहाड पाहणार, अगदी जवळून पाहणार आणि मग परत जाऊन सगळ्यांना सांगणार.

त्याला आठवलं त्याने वडिलांना तसं वचन दिलं होतं.

आणखी दोन दिवस गेले. पहाड आता अधिकच ठळक दिसायला लागला होता. त्याचा आकार तर अजस्त्र होतच चालला होता, त्याचा पायथाही ठसठशीत दिसायला लागला होता.

पण प्रामाला त्याहूनही जास्त धक्का बसला तो, त्या पायथ्याच्या आजूबाजूची प्रशस्त हिरवाई बघून.

म्हणजे पहाडाच्या जवळ शेती आहे, म्हणजे जवळपास भरपूर पाणी असणार आणि शेती कोण करत असेल?

हळूहळू त्याच्या नजरेच्या टप्प्यात आणखी तपशील यायला लागला. विशेषकरून पायथ्यापासची छोटी-छोटी घरं.

म्हणजे पहाडाच्या जवळ माणसं राहतात तर. पण कसं शक्य आहे? पहाड एवढा उंच; एखादवेळी पडला तर? जोराच्या वाऱ्यानं त्याचे दगड खाली कोसळले तर? आणि त्याच्या मायाजालाची भीती? ती या लोकांना वाटत नसेल? त्याच्या सावलीत राहताना मन झाकोळून जात नसेल?

की पहाडात तसं काही नसेलच. दुष्ट, मायावी असं.

या शंकांची उत्तरं त्याची त्यालाच शोधून काढायची होती.

वर्षाचा दोनशेवा दिवस उजाडला, तेव्हा प्रामा पहाडाच्या अगदी जवळ येऊन पोहोचला होता. आता फार फार तर दोन तास, त्याने मनाशी अंदाज बांधला. दोन तासात तो पहाडाच्या थेट पायथ्याशी भिडणार होता.

पण त्याआधी त्याच्यासमोर एक माणूस येऊन उभा राहिला.

प्रामा एकदम दचकला. तो माणूस काही न बोलता फक्त टक लावून पहात राहिला.

''मी.. मी पहाड पहायला आलो आहे.'' प्रामाने बिचकत बिचकत सुरुवात केली. पंधरा दिवस मौनात काढल्यावर साधं बोलणंही त्याला कठीण जात होतं.

''अर्थातच!'' तो माणूस रुंद हसत म्हणाला. ''सगळे पहाड बघायलाच येतात म्हणा. तू दक्षिणेकडून आला आहेस वाटतं.''

''अं.. हो.''

''हूं. तर मग स्टाराला भेट बरं. चल मी तुला तिथे घेऊन जातो.''

तो माणूस प्रामाला घेऊन वस्तीकडे निघाला. वेगवेगळ्या प्रकारची ती प्रशस्त घरं बघून प्रामाला थोडंसं आश्वस्त वाटलं. इथे आपल्यासारखी माणसं राहतात या कल्पनेनं तो सुखावला. घरंही छान ठेवली होती. रंगवली, सजवली होती. काही उंच, काही बसकी, काही गोलाकार घरं पहात पहात तो एका सुंदरशा घराकडे पोहोचला.

''स्टारा, बाहेर ये, पाहुणा आलाय.'' त्या माणसाने दरवाजातून आत डोकं घालत वर्दी दिली.

एक म्हातारा माणूस बाहेर आला. त्याची पांढरीशुभ्र भरघोस दाढी आणि हातातली काठी पाहून प्रामाला आजोबांची आठवण झाली.

प्रामाकडे एक नजर टाकत तो म्हणाला. ''कोण तू? मला कशासाठी भेटायला आला आहेस?''

''मी प्रामा. दक्षिणेकडून आलो आहे.''

''पहाड पहायला की काय?'' स्टाराचे डोळे चमकले. ''इतक्या वर्षांनंतर!''

''हो. मी पहाड पहायला आलो आहे. आणि नंतर घरी जाऊन सगळ्यांना पहाडाचं वर्णन करून सांगणार आहे.''

''घरी जाऊन? दक्षिणेकडच्या गावांकडे? कोण तिथे विश्वास ठेवणार? ते तर पहाडाला सैतानी, मायावी समजतात.''

''खरं आहे. पण मी प्रत्यक्ष पाहून आलो आहे म्हणून विश्वास ठेवतील ते.''

''कदाचित. पण त्यांनी तुला इतक्या दूरवर यायला परवानगी दिलीच कशी?''

''मी ठाम निश्चय केला होता, एकदा तरी पहाड पाहणारच असा.''

''छान! मीही माझ्या वेळी असाच दृढ निश्चय केला होता बरं.''

''तुम्हीपण? तुम्हीपण दक्षिणेकडून आलात? पण तिथल्या पंचक्रोशीत कुणालाच कसं ठाऊक नाही?'' प्रामा आश्चर्यानं म्हणाला.

''ठाऊक तर असणारच सर्वांना. ते बोलत नाहीत एवढंच. त्यांना वाटत असेल एवढ्या दूर उत्तरेकडे निघालेला माणूस मध्येच कुठेतरी पडून मरून गेला असेल. पण मी असा मरून हरून नाही हं गेलो. मी शेवटी इथे येऊन पोहोचलोच. फक्त पोहोचलो नाही, तर इथे येऊन सुखीपण झालो.''

स्टाराचा चेहरा अगदी खुलला होता. मोठ्या आनंदानं तो प्रामाला घरात घेऊन गेला.

इतकं सुंदर आखीव-रेखीव घर प्रामाने याआधी कधीच बघितलं नव्हतं. उत्तम दगडी बांधकाम. जड लाकडी खुर्च्या, त्यावर मऊशार गाद्या, उत्तम कापडाचे पडदे. टेबलावर फळांनी भरलेल्या टोपल्या. भरपूर प्रकाशात उजळून निघालेलं ते घर प्रामाच्या कल्पनेपलीकडे देखणं होतं.

''चला खाता खाता बोलू.'' स्टाराने उत्साहानं काही पदार्थ समोर मांडले.

''घरात आणखी कोणीच नाही?''

''आहेत ना. पण ते सगळे कामाला बाहेर गेले आहेत. शेतीवर, बागांमध्ये, गुरांना चरायला कुरणात घेऊन. मी आता म्हातारा झालो म्हणून घरात बसून जेवण बनवतो फक्त.''

म्हणजे इथल्या लोकांना कामासाठी घरापासून दूर जावं लागतं वाटतं. तरीच या वस्तीत मगाशी एवढी शांतता वाटली. आपल्या गावात शेत घराला लागूनच असतं, माणसं सतत घरातच असतात एक प्रकारे.

जेवण अतिशय रुचकर होतं. दुधाचे प्रकार खूप होते. आपल्या गावात मोजून तीन गाई. त्यांचं दूध कधीतरी प्रामापर्यंत पोहोचलं, तर तो घटघट पिऊनच घ्यायचा. दुधाचे एवढे चविष्ट पदार्थ करता येतात हे ज्ञान त्याला नवंच होतं. जेवणात तऱ्हेतऱ्हेच्या भाज्या होत्या आणि सुवासिक मसाल्यांनी त्यांची चव आणखीनच वाढली होती.

पंधरा दिवसांचा प्रवास, फक्त सुक्या खाण्यावर काढलेले दिवस आणि त्यानंतर समोर हे सगळं! प्रामा भरपेट जेवला आणि सुस्तावून पडला.

—— ——

खूप मोठ्या गलक्यानं तो दचकून जागा झाला, तेव्हा दिवस पूर्ण कलला होता. घरातील सगळी माणसं बाहेरची कामं आटोपून परत आली होती. मागे गुरांचं हंबरणंपण ऐकू येत होतं. चार दणकट पुरुष, त्यांच्यामागे त्यांच्या बायका आणि दोन गोड सुंदर तरुणी. त्यांच्या हातात भाज्या आणि फळांच्या करंड्या होत्या. मोठमोठ्या बरण्यांमधून दूध होतं.

त्यांचं बोलणं समजून घ्यायला पहिल्यांदा प्रामाला थोडं जड गेलं. भाषा तीच, पण उच्चार जरा वेगळे. त्यातून त्यांचा सळसळता उत्साह.

स्टाराने मग सावकाशीनं त्यांना प्रामाची कहाणी सांगितली. प्रामा दक्षिणेकडचा म्हटल्यावर त्यांना आणखीच जोर चढला. प्रामासाठी खास मेजवानीचा बेत झाला. गाणं-बजावणं, खाणं-पिणं, गप्पांना छान रंग चढला.

दक्षिणेकडच्या जीवनाविषयी ते बहुधा पहिल्यांदाच ऐकत होते. त्यांना कितीतरी शंका होत्या. कुतूहल होतं.

प्रामा मनापासून त्यांच्यात सामील झाला. दोन दिवस कसे गेले त्याला समजलंच नाही.

मग त्याने स्टाराकडे पुन्हा विषय काढला.

‘‘मला खरंतर पहाडाच्या पायथ्याशी जायचं आहे. त्याला जवळून बघायचं आहे. स्पर्श करून बघायचा आहे. मग मी परत जाईन.’’

‘‘तुला परत जायचं आहे?’’ स्टाराला धक्का बसला. ‘‘कशासाठी? आलेले सगळे इथेच राहतात. पूर्वेकडून आलेले, पश्चिमेकडून आलेले आणि माझ्याआधी दक्षिणेकडून आलेले, सगळे इथेच स्थायिक झालेले आहेत. इथे काय नाही आहे? सुपीक जमीन आहे, गाईगुरं आहेत, फळं-फुलं उत्तम होतात. वस्तीत सगळे मिळून-मिसळून राहतात. तूही इथेच रहा ना. माझ्या एका मुलीशी लग्न कर आणि या प्रदेशात कायमचा सुखी हो.’’

प्रस्ताव लोभसवाणा होता. त्याला स्टाराची धाकटी मुलगी आवडलीही

होती. भलंमोठं शेत, प्रशस्त घर, त्यात छानसं कुटुंब, खाण्या-पिण्याची चंगळ, आयुष्य कसं आनंदात गेलं असतं.

पण त्याची कर्तव्यं बाकी होती. त्याला त्याच्या गावात परत जायचं होतं. वडिलांना आणि मित्रांना भेटायचं होतं. पहाडाचं रहस्य उलगडून दाखवायचं होतं. त्याचं वचन पाळायचं होतं.

म्हणून त्याने स्टाराचा प्रस्ताव नम्रपणे नाकारला.

स्टारा साहजिकच नाराज झाला. त्याला तर तरतरीत तरुण जावई म्हणून तो खूपच आवडला होता.

पण नाइलाज होता.

लगेचच दुसऱ्या दिवशी प्रामाला पहाडाकडे घेऊन जायचं त्याने कबूल केलं.

स्टाराच्या घरापासून जेमतेम दोन तासांचं अंतर होतं; पण रस्ता खराब होता. वाटेत छोटे-छोटे दगड बरेच विखरून पडले होते. मातीही पायाला टोचत होती. दिवस माथ्यावर आला तेव्हाच ते पायथ्याशी पोहोचू शकले.

पण त्याआधीच प्रामाची नजर एका गोष्टीवर खिळून राहिली होती.

पहाड, लहान लहान चौकोनी दगड नीट एकमेकांवर रचून तयार केलेला होता. खरोखरच एखाद्या अजस्त्र रोटूसारखा.

"हा.. हा पहाड नैसर्गिक नाही?" प्रामाच्या शब्दातलं आश्चर्य लपलं नव्हतं.

"हो, म्हणजे नाही. हा नैसर्गिकरित्या तयार झालेला नाही. पहाडाचं खरं गूढ तर हेच आहे." स्टाराचे शब्द त्याच्या कानात घुमत होते. "या आपल्या ग्रहावर असं एवढं उंच काही आपोआप तयार होईल का? निसर्गाला ते शक्य तरी होईल का? तू पाहिलेली सर्वांत उंच गोष्ट काय सांग बघू?"

"अं.. झाड?"

"बरोबर. आणि ते किती उंच असतं? फार फार तर दोन माणसांइतकं.

"अं.. हो."

"आणि झाडाइतकी उंचीची मातीची ढेकळं कधी बघितली आहेस? किंवा एखादा उंच मोठा दगड बघितला आहेस?"

"न.. नाही."

"मग हा पहाड तरी कसा शक्य होईल? कसा इतका उंच आणि स्थिर राहू शकेल?" स्टाराचा प्रश्न ठाम होता.

"मग.. मग हा कोणी तयार केला आहे?"

"ते कुणालाच माहीत नाही. सुरुवातीला एकजण पूर्वेकडून आला. हे अद्‌भुत

दृश्य पहायला मग तो आणखी काहीजणांना घेऊन आला. काही इथे राहिले. काही परत गेले. पहाडाचा बोलबाला झाला. आणखी काही आले. इतरत्र कुठेही आढळणार नाही, अशी सुपीक जमीन इथे आहे हे पाहून इथेच थांबले. इथे थोडीफार वस्ती झाली. मग पहाडाच्या आख्यायिका वाढायला लागल्या; पण पहाड कुणी आणि कसा बनवला हे कुणालाच सांगता येणार नाही.''

प्रामा थक्क होऊन ऐकत होता.

''हे.. हे तुम्ही मला आधीच का नाही सांगितलं? घरीच?''

''तुझा विश्वास बसला असता? तू प्रत्यक्ष पाहिल्याशिवाय, स्वत: हातानं स्पर्श केल्याशिवाय तुला हे पटलंच नसतं. आणि आम्ही आता पहाडाच्या बाबतीत फारसं काही बोलतच नाही. आम्हाला त्याची सवय झाली आहे म्हण ना.''

पहाडाला पहिला स्पर्श करेपर्यंत प्रामालाही त्याची सवय झाली होती.

पहाड हाताला थंड लागत होता. त्या दगडांचा गारवा असा विलक्षण होता की, प्रामाला हात काढावासाच वाटत नव्हता. सतत पहाडाला चिकटून राहावं, घट्ट मिठी मारून रहावं, अशी अनोखी अनुभूती. त्याला वेडावल्यासारखं झालं होतं. पहाडाच्या आत शिरावं, आतून तो कसा दिसतो पहावं, त्याला ओळखून घ्यावं, समजून घ्यावं असे अनावर विचार मनात येत होते.

''आपण.. आपण एक फेरी घालू या? पहाडाला? त्याने स्टाराला विचारलं.

स्टारा चटकन तयार झाला. याआधी त्याने चार-पाचदा पहाडाला प्रदक्षिणा घालून बघितली होती.

प्रत्येक दिशेनं पाहिलं तर पहाड त्रिकोणाकृती होता; पण त्याचा पायथा मात्र चौकोनी होता. चौकोनी आणि सर्व बाजू एकसारख्या. पायथ्याशी तो अतिशय रुंद आणि वर हळूहळू निमुळता होत गेला होता.

त्याचा पृष्ठभाग खडबडीत होता. दगडांचं बांधकाम स्पष्ट दिसत होतं. मधले काही दगड निखळून पडले होते. त्यांच्या जागी छोटे-छोटे खड्डे दिसत होते. असे खड्डे जागोजागी अगदी वरपर्यंत दिसत होते.

''कोणी वरपर्यंत गेलंय?'' प्रामाने एकाएकी विचारलं

''वरपर्यंत म्हणजे?'' स्टारा गोंधळात पडला होता.

''म्हणजे चढून कोणी वरपर्यंत गेलंय, या पहाडावर?''

''पहाडावर चढून? आपण झाडावर चढलो तसं?''

''हो, तसं. कोणी गेलंय?''

''अर्थातच नाही! कोण इतक्या वरपर्यंत, इतक्या उंचीवर कसं चढून जाईल?

तेही आधाराशिवाय? पडायला नाही का होणार? आणि वर हवा कुठे आहे? श्वास कसा घेणार?''

''कोणी प्रयत्न तरी केलाय का?''

''कोण असा वेडा प्रयत्न करणार?'' स्टाराला हे बोलणंच मूर्खासारखं वाटत होतं.

''मला वाटतं आपण वरपर्यंत चढून बघितलं, तर आपल्याला बरंच काही समजू शकेल. हा पहाड कोणी बांधला, कसा बांधला, का बांधला...''

''ते ठीक आहे. पण वर कसं जाऊ शकणार? आणि हे सगळं समजून काय होणार?''

प्रामा एकदम शांत होता. त्याला त्या क्षणी काहीतरी गवसलं होतं.

''मला वाटतं, की कोणीतरी दुसऱ्या लोकांनी हा पहाड बांधला असणार. त्यांची काही खास तंत्रं असणार. दगड तासून एकसारखे बनवायचे, एकमेकांवर रचायचे, जोडायचे, मजबूतपणे सांधायचे. पहाड कोलमडून पडू नये म्हणून त्यांनी रचनाही विशिष्ट प्रकारे केली असणार. आणि त्यांनी एक असा पहाड बनवला असेल तर कदाचित आणखीही बनवले असतील.''

''अरे, आजपर्यंत पूर्वेकडून, पश्चिमेकडून, दक्षिणेकडून इतकी माणसं इथे आली. त्यांनी त्यांच्या प्रदेशात असं काहीच पाहिलं नव्हतं. आणि इथवरच्या प्रवासातही त्यांना असं काही दिसलं नव्हतं. मला विचारशील तर त्यांच्या पूर्वजांनीही अशी अद्भुत गोष्ट कधी पाहिली नसेल. मी सांगतो या आपल्या ग्रहावर एकच अपूर्वाईची गोष्ट आहे- हा पहाड. याच्यासारखं दुसरं काहीच नाही आणि कधी होईल असं वाटत नाही.''

स्टाराच्या उत्कट शब्दांनीही प्रामा विचलित झाला नाही.

''खरं आहे, या सम हाच. आणि म्हणूनच मला त्याचं गूढ उकलून बघायचं आहे. मला स्वतःला पहाडावर चढून बघायचं आहे.''

त्याचे डोळे अतिव उत्साहानं चमकत होते.

''मी.. मी पिशव्यांमध्ये हवा भरून घेईन आणि त्यांच्यातून एक नळी नाकाला लावून श्वास घेईन. आधाराला मी काठ्या घेईन. तुम्हाला पहाडावर मध्ये मध्ये फटी दिसताहेत? मी त्या फटींमध्ये पाय ठेवून वर वर चढत जाईन. आणि जवळ एक हातोडा ठेवीन, लागलंच तर मी दगडांवर घाव मारून अशा फटी तयार करीन. जास्त सामान नाही घेणार मी बरोबर, खाईन पण अगदी मोजकंच. पण मला हे करायचंय. मला पहाडावर चढायचंय.''

"पण कशासाठी?" स्टाराला काही उमजतच नव्हतं.

"ज्या कारणासाठी मी इतक्या दुरून इथे आलो, त्याच कारणासाठी. पहाडाचं रहस्य उलगडण्यासाठी. मला त्याचं सगळं काही इत्थंभूत जाणून घ्यायचं आहे. म्हणूनच मी पहाडावर चढणार, माझा शोध पूर्ण करणार आणि मग खाली येऊन तुम्हाला सगळं सांगणार."

त्याला आठवलं, असंच वचन त्याने आपल्या वडिलांना दिलं होतं.

— —

"शेवटी एकजण मिळाला."

"हो हा पहिला."

"मागून आणखीही येतील."

"नक्कीच. आठवतं, सुरुवातीला फक्त एकच जण इथवर फिरकायला धजावला होता?"

"हो आणि त्याच्यामागून हळूहळू कितीतरी आले होते."

"त्याच्यामागूनही येतील."

"तेव्हाचा पहिला, तो शोधक होता. धोका पत्करून सुखसंपत्तीचा शोध घ्यायला तयार होता."

"आणि आता हा. पुढच्या पायरीवर पोहोचलेला पहिला. हा संशोधक वृत्तीचा आहे, धैर्यवान आहे आणि मुख्य म्हणजे हुशार आहे."

"चौकस बुद्धीचा आहे, धाडसी आहे. पहाडाला नुसती भेट देऊन त्याचं समाधान झालं नाही आहे, तर त्याला आता पहाडावर चढून बघायचं आहे. त्याच्या उभारणीचा शोध घेऊन बघायचं आहे."

"बरोबर."

"याने हे काम पूर्ण केलं की मग आणखी माणसं त्याला येऊन मिळतील."

"ते ही वस्ती आणखी वाढवतील. पहाडाच्या आजूबाजूलाच फक्त अशी सुपीक जमीन का? याचा शोध घेतील."

"आणि मिळालेल्या ज्ञानाचा भरपूर वापर करून घेतील. लोकांच्या मनातलं पहाडाचं भय दूर करून हा परिसर आबाद करून टाकतील."

"पुढे मग ते पहाडाच्या बांधकामापासून शिकतील, उंच इमारती बांधायला लागतील."

"किती काही काही घडू शकेल! या माणसांच्या बुद्धीची भूक वाढत जाईल,

मग त्यांच्या बुद्धीची झेप वाढत जाईल. आणि या बौद्धिक उत्क्रांतीचे आपण साक्षीदार असू.''

''हो आणि ते उत्क्रांतीच्या शेवटच्या टप्प्यात पोहोचतील, तेव्हा आपण त्यांच्यासमोर यायचं. त्यांना सारं सारं सत्य सांगायचं. या विश्वाचं खरं स्वरूप सांगायचं. विश्वातल्या इतर ग्रहमाला, इतर ग्रह आणि इतर जीवसृष्टीची ओळख करून द्यायची.''

''नक्कीच. त्याला अर्थात वेळ खूप लागणार. या जीवांच्या कालगणनेत. पण हरकत नाही, आपल्या आयुष्याच्या मानाने हा काळ तसा नगण्यच आहे.''

''हो, आपण त्यांच्या सहा पिढ्या पाहिल्या आहेत; पण आपल्या कालमापनात जेमतेम एक वर्षच झालं असेल.''

''बरोबर.''

''मग ते बौद्धिकदृष्ट्या तयार होईपर्यंत आणखी काही पिढ्या जातीलच. तोवर आपण हे बुद्धिवान जीव फक्त दुरूनच अभ्यासत रहायचं. होय ना?''

''होय, तोवर आपण फक्त या पहाडाच्या शिखरावर बसून निरीक्षण करत रहायचं. त्यांच्यातला एकजण या शिखरावर पोहोचायची वाट बघत रहायची.''

अंतराळींची किमया

आर. के. सावे

माधवराव आज फारच खुशीत आपल्या फार्मवर निघाले होते. सोबत पत्नी, रमाबाई होत्या आणि बऱ्याच दिवसांनी सोबत पुत्र मोहन आणि स्नुषा स्वातीही होती. नाशिकपासून लांब बोरगाव, त्याचा जांभुळपाडा, त्याच्या शिवारात जरा अंतरावर एकाकी भागात त्यांचा फार्म होता. वीस एकराच्या त्या फार्ममध्ये बऱ्याच भागात त्यांनी जांभळं, आंबे, बोरी, पेरू यांची आखीवरेखीव रस्ते आणि पाऊलवाटा आखून लागवड केली होती. एकाकी जागा आणि फळझाडं यामुळे त्यांनी फार्मला मजबूत काटेरी कंपाऊंड केले होते. लोखंडी ग्रील, वर काटेरी तार लावून मजबूत गेटही केले होते. वेगवेगळ्या फळांचे हंगाम येत. मग माधवराव फळं भरलेली झाडंच व्यापाऱ्यांना देत. काही घरी खाणं, काही नातेवाईक-मित्रांना भेटीसाठी राखून ठेवत असत. त्यासाठी माधवरावांच्या मधून मधून फार्मवर फेऱ्या होत. कधी एका दिवसापुरते येऊन, गडी महादू, त्याची बायको म्हाळू यांना कामं सोपवून जात. कारखान्याला सुट्टी असली तर मुक्कामी येत. त्या वेळी सोबतीला रमाबाई असत. आता मे महिना होता. आंब्याचा हंगाम असला की नेहमी त्यांचा वीस-पंचवीस दिवसांचा फार्मवर मुक्काम असे. सोबतीला नातेवाईक, कधी मित्रमंडळी असत. या वेळी पत्नी आणि विशेष म्हणजे मुलगा, सूनही सोबतीलाच होते. याचा आनंद माधवरावांना होताच. त्यांच्या फार्मच्या पूर्वेच्या हद्दीवर जे पाषाण पठार आहे, तिथे काय करावं याचा माधवराव नेहमी विचार करत, त्याबाबत काहींनी सुचवले होते की तिथे क्वारी काढावी. दगड चांगल्यापैकी आहे. खडीचा चांगला पैसा मिळेल, पण माधवरावांनी ते मनावर घेतलं

नव्हतं. कारण ते पठार वैशिष्ट्यपूर्ण आहे. बऱ्याच प्रमाणात ते सपाट आहे. पठारापलीकडे कडा आहे. खाली जरा खोल दरी आहे. दरीतून कायम वाहता ओहोळ आहे. त्या पलीकडे झाडीचा उंच डोंगर आहे. माधवरावांच्या फार्मच्या पाषाण पठारावरून सुर्योदयाचा छान देखावा दिसे, म्हणून ते पठार त्यांना फार फार आवडे. मुक्कामी आले की ते पहाटेच पठारावर जात, फिरून झाल्यावर पहाटेला डोंगरापलीकडील आकाशात पहाट फुलली की, ते मंत्रोच्चार करत पठारावर सूर्यनमस्कार घालायला सुरुवात करत आणि तो सोन्याचा गोळा डोंगरावर आला की, उगवत्या नारायणाला ते साष्टांग दंडवत घालीत. मग बंगल्यावर परतत. आणि चांदणी रात्र असली तर जेवणं झाल्यावर ते चांदण्यात न्हालेला तो एकांत परिसर पहायला पठारावर जात, कधी पूर्ण काळोखी रात्र मिळाली तर त्यांना खूप आनंद होई. ते सतरंजी पसरून पठारावर पडत आणि आकाशातील चांदण्यांच्या लीला पाहत हरवून, हरखून जात. पुष्कळ वेळा ते ठरवीत, दुर्बिण घ्यावी आणि आकाशातील ग्रहगोलांची दुनिया न्याहाळावी, खगोलशास्त्राचा अभ्यास करावा. पण कामाच्या धावपळीत त्यांना ते जमलं नव्हतं. असं हे त्यांच्या आवडीचं पठार होतं.

मागच्याच महिन्यात ते महाबळेश्वरला गेले होते, तेथे सगळे सकाळी सकाळी घाईघाईनं निघाले म्हणून माधवरावही त्यांच्यासोबत सनराईज पॉईंटला गेले. लोक हरखून तो सूर्योदय पहात होते, हे त्यांनी पाहिलं आणि त्यांच्या लक्षात आलं, अरे आपल्या फार्मवरच्या पाषाण पठारावरून तर यापेक्षा कितीतरी सुंदर सूर्योदयाचा देखावा दिसतो. आपण तिथे व्हिजिटर्ससाठी काही व्यवस्था केली तर! पठारावरच इमारत बांधावी, पूर्वेला मोठा सज्जा ठेवावा. या निवासव्यवस्थेबरोबरच क्रीडा, हॉबी, स्विमींग पूल, हॉटेल सारंच उभारावं. त्यासाठी पठाराचाच दगड उपयोगाला येईल. पाच-सहा वर्षांनी कामातून निवृत्त व्हायचं आणि या निसर्गसान्निध्यात, या फळबागेत आणि इथे येणाऱ्या लोकांत गुंतवून घ्यायचं. हे माधवरावांना सुचलं आणि त्यांना कमालीचा आनंद तर झालाच; पण रमा, मोहन, स्वाती ही मंडळीही या कल्पनेनं भारावून गेली. आज त्यामुळेच ते फार्मवर मोठ्या खुशीत निघाले होते.

फार्मवर पोहोचताना उशीर झाला होता. स्वयंपाक, जेवणं, सारं होताना जरा उशीरच झाला. सर्वच आपापल्या बेडरूममध्ये गेले. बिछान्यावर पडल्या पडल्या माधवराव पाषाण पठारावरचा प्रकल्प, ॲग्रो टुरिझमची आखणी यांच्या विचारात गुंतले आणि कधीतरी झोपेच्या अधीन झाले.

त्यांना जाग आली ते पुन्हा ॲग्रो टुरिझमच्या योजनेत रंगले. बराच वेळ ते लोळत राहिले. मग टॉर्च घेतली आणि ते बंगल्याबाहेर अंगणात आले. मोत्या

चाहुलीनं जागला आणि जरासा गुरगुरला, त्या आवाजानं समोरच्या आऊट हाऊसच्या पडवीत झोपलेल्या महादूला जाग आली. तो बाजेवर उठून बसला. पाहतो तो अंगणात दादासाहेब. विचारता झाला,

''कावं जी दादासाहेब, एवढ्या रात्रीला का भाईर आलासा?''

''काही नाही रे, झोप झाली, आता उजाडेलच, तू झोप.'' दादासाहेब म्हणाले.

महादू बाजेवर आडवा झाला, पण इतक्या अर्ध्या रात्रीला मालक का बरं उठले असावेत, हा विचार करीत राहिला. चार-पाच फेऱ्या मारल्या माधवरावांनी आणि ते पठाराच्या दिशेनं निघाले.

''मालकांना पठाराचं काय एवढं वेड, कळत नाही.'' असं मनाशी म्हणत महादूने कूस बदलली आणि तो झोपी गेला.

चांगलंच उजाडलं. डोंगरावरून ऊन अंगणात पसरलं. घरातली मंडळी उठली होती. प्रातर्विधी आटोपून चहाची तयारी करून माधवरावांची वाट पहात होती. माधवराव एव्हाना कधीच यायचे. आज मात्र ते पठारावरून परतले नव्हते. रमाबाईंनी महादूला हाक मारली, ''अरे महादू पठारावर जाऊन सांग साहेबांना, म्हणावं चहासाठी वाट बघतायेत सारे.'' ''जी.'' म्हणत त्याने हातातला झाडू टाकला आणि तो पठाराकडे निघाला.

पंधरा-वीस मिनिटं झाली ना, महादू परतला, ना माधवराव आले. रमाबाईंनी मोहनला सांगितलं, ''मोहन, अरे तुझ्या बाबांना बोलवायला महादूला पाठवलं तर तोही नाही आला, तेही नाही आलेत.''

''आई, मीच जातो बाबांना सांगायला.'' असं सांगून तो निघाला, तो पठारावर गेला. एका नजरेत पठार मावत होतं. तिथे कोणीच नव्हतं. तो मागे फिरला. त्याला आमराईत महादू माधवरावांना हाका मारीत असल्याचं कानी आलं. त्या बाजूला तो गेला आणि महादूला त्याने हाक मारली,

''अरे महादू तू कुठे आहेस?''

''जी, मी आमराईत आहे.''

मोहन तिथे पोहोचला. महादू पुढे म्हणाला,

''जी मी पाषाण पठार, जांभुळबाग धुंडाळून आमराईत आलो. दादासाहेब नाही भेटलेत. मी आता बोरी वनांतून पेरू बागेकडे जातो, आता तिथे फळं नाहीत. दादासाहेब तिथं जाण्याचा प्रश्न नाही. पण जातो. दादासाहेब असे जाणार तरी कुठे?''

''जा तू. मी गेटवर जाऊन गेट उघडं आहे का बघून येतो.'' मोहन म्हणाला.

मोहन गेटवर गेला. गेट कुलूपबंद होतं. तो बंगल्यावर आला. रमाबाई घायकुतीनं चौकशी करू लागल्या. ते टाळत मोहन म्हणाला, ''आई, गेटच्या किल्ल्या घरात आहेत का बघ.''

स्वाती लगबगीनं घरात बघून आली व म्हणाली, ''अहो स्टँडला किल्ल्या आहेत.'' तेवढ्यात महादू तिथे आला. म्हणाला, ''तिथे कुठंच नाहीत दादासाहेब, घरात आलेत का?''

''अरे घरात नाहीत ना, म्हणून तर तुम्हाला शोधायला सांगितलं ना.'' रमाबाईंनी हंबरडा फोडला. त्या जोरात रडू लागल्या.

''आई, तू असं करशील तर मी खचून जाईन आणि माझा धीर गळेल.'' मोहन म्हणाला, ''नको रे बाबा. मी नाही रडत पण तू कसंही करून यांना शोधून आण. कुठे चक्कर येऊन ठेच लागून तर पडले नाहीत ना, हेपण बघ, चल स्वाती आपणही शोधू या.'' रमाबाई म्हणाल्या.

ते दोघे पुन्हा आमराईत, तर त्या दोघी पाषाण पठाराकडे निघाल्या तशी महादूची बायको मालूही त्यांच्याबरोबर निघाली.

सर्वजण पुन्हा बंगल्याच्या अंगणात जमले. रमाबाईने हंबरडा फोडीत विचारलं, ''आता काय करायचं रे?'' तिच्याकडे दुर्लक्ष करीत मोहन म्हणाला, ''आपण कंपाऊंड नीट बारकाईनं बघू या.'' ते दोघं भोवतीचं कंपाऊंड शोधून आले. कंपाऊंड व्यवस्थित होतं. आता मात्र मोहनही खचला. रमाबाई घरात जाऊन मोठमोठ्यानं रडू लागल्या. आणि स्वाती रडतच त्यांची समजूत घालू लागली.

मोहनने नंदूकाकांना फोन लावला, त्यांना सगळा वृत्तान्त कथन केला. नंदूकाका म्हणाले, ''असं कर, बोरगावच्या पोलीसस्टेशनला जाऊन तक्रार नोंदव. मी येतोच तिकडे. पोलीसस्टेशनला परस्पर भेटू आपण.''

मोहन, महादूला घेऊन पोलीसस्टेशनला गेला. इन्स्पेक्टरना संगतवार परिस्थिती सांगितली. इन्स्पेक्टर म्हणाले, ''अरे तुम्ही जी सगळी माहिती सांगता, त्यावरून वाटतं, ते आकाशात उडून गेलेत की काय? याप्रसंगी मला तुमचीच झाडाझडती घ्यावी लागेल. काय रे तू नोकर का त्यांचा, काय खरं खरं सांगशील की आमच्या पद्धतीनं बोलतं करू तुम्हांला?''

''साहेब आमची तक्रार तुम्ही नोंदवून घेत नाहीत आणि हा काय भलताच पवित्रा घेत आहात?'' मोहनने इन्स्पेक्टरला ऐकवले, मग त्याने नंदूकाकांना फोन करून परिस्थिती कथन केली. नंदूकाका म्हणाले, ''मी खासदार पाटलांच्या कानावर घालतो सगळं. तू थांब तिथे, मी पोहोचतोच आहे.''

"तुम्ही तुमचं काय म्हणणं आहे ते लेखी द्या." इन्स्पेक्टर मोहनला म्हणाले.

"कागद मिळेल का?" मोहनने विचारलं.

"मायबाप सरकारने नाही तशी सोय केलेली. आण बाहेरून." इन्स्पेक्टर म्हणाले.

मोहनने कागद आणला, अर्ज तयार केला, तेवढ्यात नंदूकाका आले. त्यांनी अर्ज वाचला. म्हणाले, "कर सही आणि दे."

मोहनने अर्ज दिला. इन्स्पेक्टरने वाचला. म्हणाले, "आम्ही येऊ पाहणी आणि चौकशीला नंतर जरा सवडीनं."

तेवढ्यात पोलीसस्टेशनमधला फोन खणखणला. इन्स्पेक्टर सारखे "यस सर, यस सर" म्हणत होते. मग फोन ठेवला आणि नरमाईच्या सुरात नीट चौकशी करू लागले. म्हणाले, "चला आम्ही समक्षच येतो, पाहणी करतो." त्यांनी तीन शिपाई सोबत घेतले. बहुधा खासदार पाटलांच्या फोनचा परिणाम झाला असावा.

पोलिसांनी त्यांच्या पद्धतीनं, आत तसेच कंपाऊंडच्या बाहेर, सर्वत्र शोध घेतला. कुठे माती खणलीये का तेही पाहिलं. तालुक्याला फोन करून कुत्रा मागवला. संध्याकाळी कुत्रा हजर झाला. कुत्रा घरातून पाषाण पठारावर जाई आणि थांबे. तोपर्यंत पोलिसांनी बंद खोलीत एकेकाला बोलावून जबानी घेतली होती. संशयास्पद काहीच हाती लागत नव्हतं. म्हणाले, "प्रश्न सध्यातरी आकलनापलीकडचा आहे. वरिष्ठांच्या कानी आम्ही हे घालतो. असं करा. त्यांचे दोन–चार फोटो आणून द्या. आम्ही बोलवू तेव्हा या पोलीसस्टेशनला." आणि पोलीस गेले.

सारेच सुन्न होऊन बसले होते. काय करावं, काय बोलावं कोणालाच समजत नव्हतं. आणि आता तिथे थांबलं तर रमाबाईंची रडून रडून प्रकृती बिघडेल, असं पटवून देऊन नंदूकाका म्हणाले,

"इथे राहून तपास करण्यासारखं तर आता काहीच नाही. शिवाय महादू आहेच. तो लक्ष ठेवून राहील. आपण निघायचं आता?"

"नंदूकाकासाहेब! अशा परिस्थितीत मला एकट्याला ठेवून गेल्यावर माझी अवस्था लयी वाईट होणार आहे. काही म्हणजे काही करण्याची उमेद रहिली नाय. पर वैनीसायबांसाठी म्हनाल तर तुम्ही जावा. मी मालकासाठी डोळ्यांत तेल घालून राहीन."

मंडळी रात्री उशिरा नाशिकला पोहोचली. दुसऱ्या दिवशी वर्तमानपत्रांतून सविस्तर बातमी प्रसिद्ध झाली. टी.व्ही. चॅनेल्सनी तर मुलाखती पुन्हा पुन्हा

उगाळल्या. माधवरावांचा फोटो सर्वत्र प्रसारित झाला. लोकांचे इतके फोन येऊ लागले की मोहनला सीमकार्ड काढून टाकावं लागलं.

रमाबाई, मोहन सावरत नव्हते. कारण मृत्यू झाला तर मनाची समजूत पटते. इथे बंदिस्त जागेतून माणूस गायब होणं याची मनाला कशी समजूत घालायची, सावरणं, आतंकित होणं असं चाललं होतं.

दहा ऑगस्ट, सकाळी मोहनला मित्राचा फोन आला, ''मोहन टाइम्सच्या चौथ्या पानावरील बातमी बघ जरा.''

''का रे, काय आहे?''

''बघ तर खरं.''

बातमी होती, आठ ऑगस्ट रोजी स्वीडनच्या किनाऱ्यावर भल्या पहाटे दोन मित्रांना, एक संभ्रमित इसम आढळला. त्यांनी त्याला पोलीसस्टेशनला सोपवलं आहे. त्याला अजून पुरतं स्मरत नाही. तो भारतातला नाशिकचा आहे आणि नाव माधवराव पुणतांबे सांगतो आहे. तो तिशी-पस्तिशीचा दिसतो. पुढे तपास चालू आहे.

मोहन चक्रावला. ''हे काय गौडबंगाल रे! माणूस तिशी-पस्तिशीचा आहे म्हणे. त्याने बातमी वाचून मित्राला सांगितलं. ''काही का असेना, तुम्ही ज्या पोलीसस्टेशनला तक्रार नोंदवली आहे, त्यांना जागं करायला हे निमित्त बरं आहे. तू असं कर, नंदूकाकाच्या निदर्शनाला हे आण.'' मित्राने सुचवलं. मोहनने नंदूकाकांना सारं सांगितलं.

नंदूकाकांनी बातमी वाचली व म्हणाले, प्रश्न परराष्ट्राशी निगडित आहे. आपण खासदार पाटीलकाकांना सांगू या. ते त्यांच्या पातळीवर सूत्रं हलवतील. तू मित्राला घेऊन पोलीसस्टेशनच्या निदर्शनाला ही बाब आणून दे.''

बोरगावच्या पोलीसस्टेशनच्या निदर्शनाला ही बाब आणून देण्यात आली. त्यांनीही सारं नोंदवून घेतलं आणि आमच्या पातळीवरून चौकशी करतो व तुम्हाला काय ते कळवतो म्हणाले.

चार दिवसांनी पोलीसस्टेशनचा फोन आला, ताबडतोब येऊन भेटा. मोहन, नंदूकाका आणि मित्राला घेऊन पोलीसस्टेशनला गेला. त्यांना सांगण्यात आलं की स्वीडनच्या भारतीय वकिलातीमार्फत कळविण्यात आलंय की त्या बातमीसंबंधातल्या नातेवाइकांनी स्वीडनला आठवडाभरात यायचं आहे. शासनामार्फत सारी व्यवस्था होणार आहे. तुम्ही कोण कोण जाऊ इच्छिता ती नावे द्या. प्लेनची बुकींग झाली की तुम्हाला कळविण्यात येईल. तुमच्या गहाळ वडिलांचे तरुणपणातले आणि आतापर्यंच्या काळातले फोटो सोबत न्यायचे आहेत.

पासपोर्ट व व्हिसासाठी मोहन, रमाबाई, स्वाती, नंदूकाका या सर्वांचीच नावे, त्यांचे फोटो पोलीसस्टेशनला देण्यात आले. पाचव्या दिवशी सांगितल्याप्रमाणे मंडळी स्वीडनला मार्गस्थ झाली.

स्वीडन प्रशासनाने भारतीय राजदुतांशी संपर्क साधून, आढळून आलेली व्यक्ती भारतीयच आहे याविषयी आणखी माहितीही मागावून घेतली. त्यात दिसून आलं की भारतातील नाशिक भागातून चार महिन्यांपूर्वी माधवराव पुणतांबे, ही व्यक्ती नाहीशी झाल्याची पोलीसस्टेशनला नोंद आहे. आणि ती व्यक्ती पंचावन्न वर्षे वयाची आहे. स्वीडनला आढळलेली, माधवराव पुणतांबे ही व्यक्ती तिशी-पस्तिशीची दिसते. ही व्यक्ती संभ्रमित असून हळूहळू भानावर येत आहे. त्याच्या शारीरिक तपासणीत या व्यक्तीच्या पेशीत फारच ऊर्जा असलेली आढळते. प्रश्न विचारले की ती थांबते, उजवा हात उजव्या कानशिलावर चोळते; मग त्या व्यक्तीला विशेष बाबी स्मरू लागतात. त्याची शारीरिक क्षमताही खूप आहे.''

सर्वसामान्य माणसापेक्षा अतिरिक्त गोष्टी त्यांच्यात आढळून आल्याची बाब भारतीय राजदूताच्या निदर्शनाला आणून, त्या व्यक्तीबाबत खास अभ्यास करणं गरजेचं आहे, असं मत व्यक्त केलं गेलं. त्यासाठी भारतीय शास्त्रज्ञांचं सहकार्य मिळण्याची अपेक्षा स्वीडिश तज्ज्ञांनी व्यक्त केली. या बाबींचं गांभीर्य लक्षात घेऊन भारतीय शास्त्रज्ञांचं एक पथक स्वीडनला रवाना झालं. आणि उभय देशांच्या शास्त्रज्ञांच्या सहमतीनं त्या व्यक्तीच्या तपासण्या सुरू केल्या.

मोहन वगैरे मंडळी स्वीडनला पोहोचली. त्यांची माधवरावांशी भेट घडवताना; त्यांचं बोलणं, वागणं, अवस्था यांचं चित्रण दुसऱ्या खोलीत शास्त्रज्ञांना समक्ष न्याहाळण्याची व्यवस्था केली होती.

सुरुवातीला या मंडळींची मुलाखत शास्त्रज्ञांनी घेतली. त्यात आढळून आलं की माधवराव पुणतांबे ही व्यक्ती आणि आता सापडलेली व्यक्ती तीच आहे. पण हरवलेली व्यक्ती ही पंचावन्न वर्षांची होती, ही व्यक्ती तिशी-पस्तिशीची दिसते आहे. ती व्यक्ती मे महिन्यात भारतात नाहीशी झाली. ही व्यक्ती स्वीडनमध्ये ऑगस्टमध्ये सापडली. मधे काय झालं? कसं झालं? याचा खुलासा ती व्यक्ती देऊ शकत नव्हती. मधेच नासाकडून बातमी प्रसारित केली गेली, की त्यांच्या एका उपग्रहाने, पृथ्वीकडे अनोळखी वस्तू मे महिन्यात, तसेच ऑगस्टमध्ये रात्र असलेल्या भागात येऊन झटकन निघून गेल्याचं टिपलं आहे. मेमधल्या बाबींकडे गांभीर्यानं बघितलं गेलं नाही; पण ऑगस्टमध्ये पुन्हा तशीच घटना घडल्यानं नासा गांभीर्यानं या बाबींचं विश्लेषण करीत आहे. नासाच्या या बातमीचीही स्वीडिश आणि भारतीय शास्त्रज्ञांच्या चमूने नोंद घेतली.

माधवरावांबरोबर भेटी झाल्या तेव्हा माधवराव हर्षविभोर होऊन सर्वांना अगदी जवळ घेऊन बोलत होते. तर ही मंडळी मात्र माधवरावांच्या जवळकीबाबत संकोचताना दिसत होती. माधवरावांनी इतरही चौकश्या केल्या, ते पाहता हे माधवराव आपलेच बाबा असल्याची खात्री मोहनची झाली. तसेच पती असल्याची खात्री रमाबाईंची आणि बंधू असल्याबद्दलची खात्री नंदूकाकांची झाली. या सगळ्या बोलण्यामधून ते जांभुळवाडीच्या फार्मवरील पाषाण पठारावर २ मे रोजी पहाटेस, गेल्याचं त्यांना आठवलं. पुढचं काही त्यांना स्मरत नव्हतं. त्यांचे आधीचे सर्व फोटो त्यांना दाखवले व ते त्यांनी त्या त्या वेळच्या प्रसंगासह ओळखले. पण आता जे त्यांचं अवस्थांतर झालं आहे, त्याबद्दल ते काही सांगू शकत नव्हते. शास्त्रज्ञांनी माधवरावसह या मंडळींना दोन दिवस एकत्र राहण्याची व्यवस्था करून दिली आणि त्या निवासात सर्वत्र सीसी टीव्हीची व्यवस्था केली. त्यांचे त्या त्या वेळी विश्लेषण करून शास्त्रज्ञांनी खल केला आणि ज्या निष्कर्षापर्यंत शास्त्रज्ञ आले तो निर्णय माधवराव आणि कुटुंबीयांना सांगितला गेला.

मुख्य शास्त्रज्ञ म्हणाले, ‘‘माधवराव आणि कुटुंबीयांनो, माधवरावांबाबत जे काही घडलं आहे ते या पृथ्वीवर अपूर्व असं आहे. आम्ही शास्त्रज्ञ याबाबतीत संभ्रमित आहोत. माधवरावांची शारीरिक क्षमता, सामान्य माणसापेक्षा अनेक बाबतीत अति आढळते आहे. त्यांची ग्रहणशक्ती अफाट आहे. नवीन बाब ते सहज ग्रहण करू शकतात. आठवणीत ठेवू शकतात. असंही आढळून आलं आहे की, त्यांच्या उजव्या कानशिलात त्वचेखाली काही प्रोग्रॅम फीड केले आहेत. मेमरी कार्ड बसविलेलं असून मेंदूला जोड दिली आहे. ही वस्तू धातू किंवा केमिकलही नाही. उजव्या तर्जनीत रिमोटसम काही घातलेलं असावं. त्यामुळे आठवायचं झालं की ते आपला उजवा हात उजव्या कानशिलावर घासतात. आणि त्यांना आठवणं शक्य होतं. या वस्तू काय? कसल्या? हेही कोडं आहे?

आम्ही अशा तर्काला आलो आहोत की नासाने प्रसिद्ध केलेली जी बातमी तुमच्या निदर्शनाला आणून दिलेली आहे, ती पाहता परग्रहावरून आलेल्या यानाने तुमचे वडील माधवराव पुणतांबे यांना परग्रहावर नेऊन त्यांच्यावर काही प्रयोग करून, त्यांना पृथ्वीवर आणून सोडलं असावं. त्यांच्यावर त्यांनी केलेल्या प्रयोगामुळे त्यांच्या रक्तमांस पेशींचे परिवर्तन होऊन त्यांचा कायाकल्प झाला असावा. त्यांच्या मेंदूची ग्रहणशक्ती वाढवण्यासाठी त्यांनी कानशिलात एखादी चीप बसवली असावी. या सर्व बाबी पृथ्वीतलासाठी अगम्य आणि आव्हानात्मक आहेत. या सर्व बाबींचा शोध घेण्यासाठी माधवराव हे माध्यम आहेत. माधवरावांचा कायाकल्प झालेला दिसतोच

आहे. ते आता तारुण्याकडील प्रवासी आहेत की वृद्धत्वाकडील याचाही शोध घेणं आवश्यक आहे. माधवराव ही आता या पृथ्वीसाठी फार मोठी मौलिक वस्तू झाली आहे. हे तुम्ही सर्वांनी लक्षात घेऊन या संशोधनासाठी सहकार्य देणं अनिवार्य झालं आहे. याबद्दल तुम्हांस योग्य मोबदला देण्यात येईल. माधवरावांच्या प्रकृतीबद्दल हमी देण्यात येईल. माधवरावांच्या संपर्कात राहण्यासाठी तुम्ही जिथे असाल तिथून विनामूल्य सोय होईल. त्यांच्या पत्नी रमाबाई यांना हवं तेव्हा त्यांच्यासोबत राहता येईल. त्यानंतर भारतीय वकिलातीच्या अधिकाऱ्यांनी सांगितलं की तुम्हांस भारतात गेल्या गेल्या भारत सरकारतर्फे काही रक्कम देण्यात येईल. आता तुम्ही इच्छित असाल तर युरोप दौरा करून तुमची परतीची व्यवस्था केली जाईल. माधवराव ही भारताची मालमत्ता आहे. आम्ही त्यांची योग्य काळजी घेऊ. त्यांच्यामुळे परग्रहाविषयी आपणाला काही माहिती मिळणं शक्य होणार आहे. याबद्दल त्यांना आणि तुम्हालाही धन्यवाद!''

रमाबाईंनी माधवरावांसोबत काही दिवस राहण्याचं ठरवलं. बाकींनी युरोप दौरा करून परतण्याचं ठरवलं.

वर्तमानपत्रांतून हा सगळा वृत्तान्त जगभर प्रसिद्ध झाला. परग्रहावरून याने आता पृथ्वीवर येऊ लागली आहेत. रात्री एखाद्या जागी उतरू लागली आहेत आणि इथल्या माणसाला परग्रहावर नेऊन त्याचा कायाकल्प करून त्याला पुन्हा पृथ्वीवर आणून सोडीत आहेत. हे कळल्यामुळे जगात अनेक ठिकाणी रात्री एकांत भागात अनेकजण फिरू लागले आणि विशेष म्हणजे त्यात म्हणे स्त्रियांची संख्या लक्षणीय आहे.

इथूनी तिथे अन्

शरद पुराणिक

“खरं आणि खोटं, सत्य आणि मिथ्याा, कोणतं सत्य आणि कोणता केवळ त्याचा आभास आहे, हे मला खरंच सांगता येत नाही.” गोंधळलेल्या स्वरात विनोद म्हणाला.

“शुभदा आणि मी ट्रेनमध्ये बरोबर होतो हेच सत्य, हेच खरं. ती तुझ्याबरोबर होती ते मिथ्याा, ते खोटंच आणि तो केवळ आभासच.” मी. विनोदचा गोंधळ वाढवणारा माझा स्वर माझ्याही नकळत उमटला.

“अय्या विनोद, आम्ही दोघं साडेपाच वाजल्यापासून शेजारी शेजारी ट्रेनमध्ये होतो हेच एकमेव सत्य आहे आणि हेच खरं.” शुभदाचाही विनोदचा गोंधळ वाढवण्यात तिच्याही नकळत हातभार.

“विनोद, तू इतका बुद्धिमान! नाशिकमधला अव्वल विकसक, बिल्डर आणि आर्किटेक्ट अन् तू असं म्हणावंस? किती आत्मविश्वास गमावला आहेस तू? शुभदाबद्दल असं म्हणतोस हे ठीक आहे. पण एखादा ग्राहक फ्लॅट बुकिंगकरता न येता, तो आला आहे, असं समजून तू पुढे फ्लॅटचा ताबाही दिलास तर तुझं किती नुकसान होईल?” मी. विनोदची वरवर स्तुती, पण खरं म्हणजे त्याला डिवचण्याचाच प्रयत्न.

“अरे पण मी सत्यच सांगतोय. पण हे मिथ्याा का आहे, ते सांग ना.” विनोद हतबल. त्याच्या बोलण्यात अगतिकता.

“शुभदा आणि मी ठरल्याप्रमाणे दादर स्टेशनवर सकाळी साडेपाचला भेटलो.

तेव्हापासून आत्तापर्यंत आम्ही बरोबरच आहोत. परवा म्हणजे गुरुवारी ती म्हणाली, की ती शनिवारी म्हणजे आज तुला भेटायला नाशिकला येणार आहे. मलाही नाशिकला यायचंच होतं. आपलं गेल्या आठवड्यातच तसं ठरल होतं. म्हणून मी माझंपण तिकीट तिला बुक करायला सांगितलं. तिने ऑनलाईन दोन तिकिटं बुक केली. आज आम्ही ए.सी. चेअरकारमध्ये शेजारी शेजारीच सकाळपासून बसलेलो होतो.''

''अरे, पण आज सकाळी सात वाजताच माझ्या बंगल्याची कॉलबेल चिवचिवली. बॉबी भुंकू लागला. मी जागा झालो. डोळे चोळतच मी दार उघडलं. पहातो तर शुभदा. आत आल्यावर तिची पर्स तिने या टीपॉयवर ठेवली. मी ब्रश करत असताना तिनेच चहा केला. आम्ही इथेच बसून चहा प्यालो. मी नको नको म्हणत असताना तिने पोहेही केले. मी कांदा, टोमॅटो चिरून दिले. किचनमध्ये त्याची टरफलं अजूनही पडलेली आहेत. मग नंतर नऊच्या दरम्यान याच सोफ्यावर बसून आम्ही कॉफीही घेतली. मी किचनमध्ये कॉफीचे मग ठेवायला गेलो, तेव्हा अचानक मला काहीही न सांगता ती निघून गेली.'' डिफेन्सिव्ह विनोद.

''विनोद, शुभदा म्हणून कोण टवळी आली होती? अन् तू खुशाल तिला घरात घेतलंस?'' संतापानं थरथरत शुभा म्हणाली.

''शुभा, अगं खरंच तूच होतीस. हा एअर फ्रेशनरसुद्धा पहा ना, तुझा आवडता जस्मीनच आहे.''

''घरात पाऊल टाकताच मंद जस्मीनचा गंध आला होता. मला वाटलं, मी येणार म्हणून हा एअर फ्रेशनर सगळीकडे उडवला आहेस. पण तो त्या सटवीकरता होता तर.'' रडवेली शुभा.

''शुभा, माझ्यावर असा आरोप करू नकोस. माझ्या ध्यानी, मनी, स्वप्नी तूच असतेस.''

''कुणाला ठाऊक आज सकाळी सकाळीच काय गोंधळ घातला असेल तुम्ही दोघांनी.'' संशय मनी झोटिंग महा.

''तुझी शपथ शुभा, खरंच तूच होतीस गं आलेली.'' अजिजीनं विनोद म्हणाला.

''गेले चार वर्षं मला प्रेमाच्या जाळ्यात अडकवून इकडे असे रंग उधळायचे होते का तुला?'' वाचा गेल्याप्रमाणे विनोद गप्प बसून तिच्या नजरेला आर्जवी नजर देत होता. आता मी बोलण्याची वेळ आली होती. मी मध्ये बोललो नसतो तर, शुभाने आरोपाच्या फैरी झाडल्या असत्या आणि विनोदने तोंड शिवल्याप्रमाणे गप्प राहणंच पसंत केलं असतं.

विनोद, मी आणि शुभदा तिघंही भडगावचे. विनोद आणि मी एकाच वर्गात होतो. छोटंसं गाव अन् गावातली एकुलती एक शाळा. शुभदा आमच्यामागे दोन वर्षं होती. दहावीनंतर आम्ही दोघंही औरंगाबादला शिकायला गेलो. बारावीनंतर विनोद नाशिकला आर्किटेक्चर कॉलेजला आणि मी कॉम्प्युटर सायन्सला नाशिकच्याच इंजिनिअरिंग कॉलेजला प्रवेश घेतला. शुभदानेही दोन वर्षांनी कॉम्प्युटर सायन्सला नाशिकच्याच इंजिनिअरिंग कॉलेजमध्ये प्रवेश घेतला. एकाच गावचे असल्यानं ओळख होतीच, भेटी होतच होत्या. अगदी साधी सरळ मैत्री. भडगावला गेल्यावर मित्र, आम्हा दोघांचेही नाव शुभाच्या नावाला जोडायचे. पण आमची मैत्री जेवढ्यास तेवढीच होती. शुभाच्या मैत्रिणीही तिला चिडवायच्या, पण या वयातला हा एक प्रकारचा खेळच असतो. त्या चिडवण्याला ना शेंडा ना बुडका.

बी.ई.ची परीक्षा होण्यापूर्वी त्या वर्षीच्या गेटच्या परीक्षेत चांगलं स्कोअर आल्यानं मला आयआयटी पवईत एम.टेक.ला प्रवेश मिळाला. विनोद आर्किटेक्ट झाला आणि नाशिकमध्येच त्याने व्यवसाय सुरू केला. शुभदाने बी.ई. करून मुंबईत मल्टिनॅशनल कंपनीत नोकरी पत्करली. मीदेखील मुंबईत मल्टिनॅशनल कंपनीत लठ्ठ पगाराची नोकरी पटकावली. विनोदने या चार वर्षांत बरंच कमावलं होतं. चार वर्षांत नाशिकमधला तो लिडिंग डेव्हलपर आणि बिल्डर बनला. बंगला बांधला आणि मुख्य म्हणजे शुभदाचं प्रेम मिळवलं.

प्रत्येक शनिवार-रविवारी नाशिकला येणं शक्य नव्हतं. मला अन् शुभदालाही. विनोदने त्याच्या वडिलांच्या कानावर सगळं घालून त्यांच्या लग्नाला परवानगी मिळवावी म्हणून तिने विनोदच्या मागे लकडा लावला होता. अन् आज हे असं घडलं.

''शुभदा, तो एवढं मनापासून म्हणतोय, तर त्याला गुन्हेगार तरी समजू नकोस. त्याने जिला घरात घेतलं ती तुझ्यासारखीच असावी. काय सांगावं लहानपणी जत्रेत हरवलेली तुझी जुळी बहीणही असू शकेल.'' माझ्या या वाक्यानं तिचा मूड जरा बदलला.

''तुझं काय जातंय रे थट्टा करायला. आम्हा बायकांचं दुःख तुम्हाला काय समजणार. दोन वर्षं मी तिकडे नोकरी करतेय. आई-बाबा माझ्या लग्नाची खटपट करतायेत. याने अजूनही त्याच्या घरी आमच्या लग्नाचा विषयही काढलेला नाही. अन् आज हे असं. काय समजायचं मी?'' शुभाच्या डोळ्यांत आसवं अन् स्वर रडवेला.

''अगं, गुन्हा घडला असला तरी तो अजाणतेपणी घडला असेल. तो फ्लर्ट करत नाही, हे तरी तू लक्षात घे. आपण एकमेकांना बालपणापासून ओळखतोय.''

''मी कोणताही गुन्हा केलेला नाही. शुभदाला घरात घेणं हा गुन्हा असेल, तर तो गुन्हा मी परत परत करीन. तिने केलेला चहा पिणं हा गुन्हा असेल, तर तो गुन्हाही मी परत परत करीन. तिला पोहे करताना कांदा, टोमॅटो चिरून देणं, मग नंतर तिच्याबरोबर कॉफी पिणं हा गुन्हा असेल, तर तो गुन्हासुद्धा मी परत परत करीन.'' विनोद आता ऑफिसिव्ह. यावर शुभा जरा निवळली.

''तरीच कल्याण स्टेशनवर गाडी असताना साडेसातच्या दरम्यान चहा ऑफर केला तर तू तो आधीच घेतलाय असं मला वाटलं. कसारा घाटात गाडी असताना, पोहे विकणारी ती म्हातारी आल्यावर पोहेही तुला नकोसे वाटले.'' शुभदा.

''म्हणजे तू खरंच नव्हतीस इथे? घे बरं माझी शपथ. मग चहा, पोहे, कॉफी हे कुणी केलं? अन् इथे आल्यापासून सारखी चिवचिव करत होतीस, हे कोण होतं मग? तू नव्हतीस तर काय तुझं भूत होतं? मी पाय पाहिले नव्हते हे मात्र खरंय.''

''विनोद, जिवंत माणसाचं भूत होत नाही. जिवंत असताना काही अतृप्त राहिलेल्या इच्छा पूर्ण व्हाव्यात म्हणून मृत्यूनंतर माणूस भूतयोनीत प्रवेश करतो. खरं म्हणजे भुतं असतात की नसतात हासुद्धा प्रश्नच आहे.'' त्याच्या मूळ प्रश्नाला बगल देऊन मी वेगळ्याच वळणावर संभाषणाची गाडी नेली.

शुभाच्या मनात शंकेचं बीज मात्र पक्कं रुजलं होतं. यानंतर आम्ही तिघांनीही एकत्रच विनोदच्या घरी जेवण केलं.

शुभा तिच्या मैत्रिणीकडे, दमयंतीकडे गेली. मी कॉलेजमध्ये रंगराजन सरांना भेटायला गेलो.

या कॉलेजमध्ये प्रवेश घेतला तेव्हा व्हर्च्युअल इंटेलिजन्स, व्हर्च्युअल ॲनिमल्स, व्हर्च्युअल ह्युमन बिईंग्ज हे माझे इंटरेस्टचे सब्जेक्ट्स होते. इथेच माझ्या या विषयांच्या व्यासंगाला धुमारे फुटले. प्रो. रंगराजन सरांचं आणि माझं चांगलंच गुळपीठ जमलं होतं. हे सगळं अभ्यासक्रमाच्या बाहेरचं होतं. एक्स्ट्रा करिक्युलर, पण सगळं चर्चेच्याच पातळीवर राहिलं होतं. बी.ई.च्या वर्षी गेट परीक्षेतल्या चांगल्या परसेंटाईलमुळे पवई आयआयटीला इंटरव्ह्यूचा कॉल आला. इंटरव्ह्यूमध्ये मला प्रोफेसर गुलाबरायनी प्रश्न विचारला.

''पवई आयआयटीत एम. टेक. ला प्रवेश घेण्याचा हेतू काय आहे?''

''सर, व्हर्च्युअल इंटेलिजन्स, व्हर्च्युअल ॲनिमल्स, व्हर्च्युअल ह्युमन बिईंग्ज हे माझे आवडीचे क्षेत्र आहे.''

''पण हे विषय भारतातल्या कोणत्याही युनिव्हर्सिटीच्या बी.ई.च्या किंवा एम.टेक.च्या अभ्यासक्रमातील विषय नाहीत.''

"सर, आमच्या कॉलेजच्या प्रो. रंगराजन सरांशी माझं नेहमी याबाबत डिस्कशन होत होतं. ते माझे गाईडच समजाना या क्षेत्रातले. आम्ही दोघं खूप प्रयोग करत आहोत. पण अजूनतरी म्हणावं तसं यश आलेलं नाही."

प्रो. गुलाबराय याच विषयांमध्ये संशोधन करत होते, हे मला नंतर कळालं. प्रवेश मिळणं मला सुकर झालं. एवढंच नाही, तर टिचिंग असिस्टंटशीपही मिळाली. गुलाबराय सर आणि माझी मैत्री दृढ झाली.

समोरील धातूचं विघटन त्याच्या अणूंमध्ये करता येऊ लागलं. त्या धातूच्या कणांमधील ससंगीय बलापेक्षा म्हणजे कोहेजिव्ह फोर्सपेक्षा जास्त प्रतिकर्षण बल – फोर्स ऑफ रिपल्शन – निर्माण करावं लागलं. त्याकरता आम्ही खरं म्हणजे गुलाबराय सरांनीच एक यंत्र बनवलं. माझी त्या वेळी भूमिका म्हणजे ऑपरेशनला असिस्ट करणाऱ्या नर्सची होती. दुसऱ्यांना हेवा वाटावा अशी पण माझी स्वत:ची त्यात काँन्ट्रिब्यूशन काहीच नाही. सुरुवातीला ते यंत्र विमशर्ट्स मशीनसारखं होतं. नंतर त्याचा आकार अॅटॅचीमध्ये मावेल एवढा केला. याचं संपूर्ण श्रेय खरं म्हणजे गुलाबराय सरांचंच. मी एम.टेक. झालो तेव्हा आम्ही तो आकार जाड पुस्तकाएवढा कमी केला.

अगदी सुरुवातीला मशीनला एक हँडल होतं. ते हँडल फिरवल्यावर मशीनच्यासमोर असलेल्या धातूचे त्याच्या अणूंमध्ये विघटन होऊ लागलं. नंतर हँडलऐवजी पुशबटन वापरलं. एखाद्या धातूचं विघटन करून तयार होणाऱ्या अणूंचा झोत एका विशिष्ट दिशेनं पाठवून दूर अंतरावर त्याचं एकत्रीकरण करणं आम्हाला शक्य झालं होतं. महिनाभरातच हे एकत्रीकरण हव्या त्या आकारात करता येऊ लागलं. म्हणजे पितळेचा दोन किलो गोळा असला, तर त्याचं एखाद्या मूर्तीत रूपांतर करता येऊ लागलं. पण देवांच्या अथवा समाजातील धुरिणांच्या मूर्ती बनवून लोकांच्या भावनांशी खेळायचं नाही, असं गुलाबराय सरांनी बजावलं होतं.

दोन किलोमीटरवर अणूंच्या एकत्रिकरणानंतर आपल्याला हवा तो आकार देता येत होता. रासायनिक अभिक्रिया जशी रिव्हर्सिबल असते तशीच ही क्रियादेखील रिव्हर्सिबल होती. म्हणजे दूर अंतरावरचा तो पदार्थ डिसइंटिग्रेट होऊन या यंत्राजवळ त्याचं एकत्रीकरण करता येत होतं. म्हणजे इथूनी तिथे अन् तिथूनी इथे.

हे दोन किलोमीटर अंतर वाढवून अब्जावधी किलोमीटरपर्यंत करायचा आमचा प्रयत्न आहे. चंद्र, मंगळावरील शेकडो टन मौल्यवान धातू पृथ्वीवर विनासायास आणायचे होते. भारताला धातूंची उणीव, टंचाई कधीच भासली नसती. प्राण्यांवर अजून हा प्रयोग यशस्वी झाला नव्हता. या शोधाचं पेटंट घ्यायचा विचारही सरांच्या मनात आला नव्हता.

सहा महिन्यातच आम्ही अणूंच्या एकत्रिकरणानंतर दोन किलोमीटर अंतर वाढवून हजारो किलोमीटर करू शकलो. एका ठिकाणचा धातूचा पदार्थ हजारो किलोमीटर दूर न्यायचा. तिथून परत आणायचा. तसेच लाखो किलोमीटर दूर असलेला धातूचा पदार्थ जवळ आणणं व तो दूर पूर्वस्थानी नेणं असंही करू लागलो.

म्हणजे एखादी पितळेची बादली त्या यंत्रासमोर ठेवली आणि एक स्वीच ऑन करून, डेस्टिनेशन लिहून, पुशबटन दाबलं की काही सेकंदातच समोरची बादली नाहीशी होऊन; हव्या त्या ठिकाणी अगदी वेगळ्या स्वरूपात पोहोचवता येऊ लागली.

फक्त पितळेच्या बादलीचं जेवढं वस्तुमान असेल तेवढ्याच वस्तुमानाची पितळेची ती नवीन वस्तू तयार व्हायची. दहा किलोग्रॅम वजनाच्या एका वस्तूपासून पाच पाच किलोग्रॅम वजनाच्या दोन वस्तूही बनवता येऊ लागल्या.

अशी दोन वर्षं उलटली. कॅम्पस इंटरव्ह्यूमध्ये गुलाबराय सरांच्या शिफारसीमुळे मुंबईतच एका एम.एन.सी.मध्ये निवड झाली. सुरुवातीलाच सिटीसी तीस लाख तर टेक होम सॅलरी बावीस लाख. पण महत्त्वाची गोष्ट म्हणजे मी मुंबईतच राहणार होतो. आयआयटीच्या जवळच ब्लॉक घेतला. संध्याकाळनंतर आम्ही म्हणजे मी व गुलाबराय सर प्रयोगशाळेतच असायचो.

एकदा गंमतच झाली. अमेरिकेतील माझ्या चुलत बहिणीला, प्रियाला पुरणपोळ्या कित्येक वर्षांत मिळाल्या नव्हत्या. काकूला इकडे पुरणपोळ्या केल्या की, हमखास प्रियाची आणि सतीश, आर्या या नातवंडांची आठवण यायची. तिच्या जावईबापूंचीही आठवण यायची.

दसऱ्याच्या दिवशी एकप्रकारच्या तिरीमिरीतच काकूंकडून दहा पुरणपोळ्यांचं पार्सल घेऊन मी सायंकाळी लॅबमध्ये आलो. मशीनसमोर ते पार्सल ठेवलं. त्या दिवशी जरा अविचारानंच पुरणपोळ्यांच्या पार्सलचं विघटन करून, त्या प्रियाताईला पाठवू लागलो. मशीनचं बटन ऑन करण्यापूर्वीच अंतर, देश, राज्य, गाव, स्ट्रीट, अपार्टमेंट वगैरे सेट केलं. स्वीच ऑन केला. माझ्या डोळ्यांसमोरून पाहता पाहता पुरणपोळ्या अदृश्य झाल्या.

दुसऱ्याच मिनिटाला प्रियाला फोन केला.

"प्रिया, जादूनं पुरणपोळ्या तुझ्या डायनिंग टेबलवर सापडतील. पहा आहेत का?"

"पागल, तुझ्या त्या गुलाबराय सरांच्या बरोबर पाठवल्या का? अन् इतक्या

सकाळी? पागल, ते येऊन इथं ठेवूनही गेलेत वाटतं पार्सल. अरे, काय पाठवलं आहेस? बर्थ डे केकसारखा आकार आहे.'' प्रिया मला नेहमी पागल म्हणायची.

मी एकदम सावध झालो. ॲल्युमिनियम फॉईलमध्ये त्या पुरणपोळ्या गुंडाळल्या होत्या. म्हणजे ॲल्युमिनियमचे अणू त्या पोळ्यांच्या पेशींमध्ये मिसळून गेले असतील. ते कुणाच्या पोटात जायला नको.

''पागल, मी सुरीनं एक छोटासा तुकडा कापून खाल्ला. खूप कचकच लागत होती. आई अशा पुरणपोळ्या करत नाही. मऊसूत असतात तिच्या पुरणपोळ्या. सगळा घास मी थुंकून टाकलाय.''

काहीही न बोलता मी मशीनचं बटन पुन्हा ऑन करण्यापूर्वीच अंतर, देश, राज्य, गाव, स्ट्रीट, अपार्टमेंट वगैरे सेट केलेलं इरेज केलं. मग स्वीच ऑन केला. तिच्या डोळ्यांसमोरून पाहता पाहता पुरणपोळ्या अदृश्य झाल्या असाव्यात. कारण तिचं किंचाळणं ऐकू येत होतं. रिव्हर्सिबल क्रिया घडवून आणली. माझ्यासमोर विसविशीत असा गोळा होता. दहा पुरणपोळ्यांचं काय केलं याचं उत्तर देता येणार नव्हतं. याच वेळेस गुलाबराय सर प्रयोगशाळेत आले.

काय घडलं ते मी त्यांना सांगितलं. पुरणपोळ्या पाठवता आल्या नाहीत याची खंत शब्दाशब्दांत होती. काकूला काय सांगायचं हाही प्रश्न होताच.

''काँग्रॅट्स! माय डिअर बॉय.''

अरेच्च्या! सर चेष्टा तर करत नव्हते?

''अं कशाबद्दल अभिनंदन सर? पुरणपोळ्या पाठविण्यात तर मी अयशस्वी झालो.''

''पुरणपोळ्या पाठविण्यात जरी अयशस्वी झाला असला, तरी या अपयशाच्या मागे मोठ्ठं यश दडलेलं तुझ्या लक्षात आलं नाही.''

''सर, आज माझी फिरकी घेताय का तुम्ही?''

''नॉन्सेन्स. अरे, यापूर्वीचे आपले सगळे प्रयोग आपण धातूंवर केले होते. त्यांचा मूलकण अणू असतो. तू पुरणपोळ्यांवर प्रयोग केलास. त्या वनस्पती पेशींपासून बनवलेल्या होत्या. म्हणजे आता वनस्पती पेशी, प्राणी पेशीसुद्धा दूरदूरच्या ठिकाणी पाठवता येतील. त्यांच्या अणूंमध्ये विभाजन करण्याची गरज नाही. मंगळावर पहिलं पाऊल टाकणारा मानव आपण ठरवू तोच असेल. याबाबत आपण नासावर आघाडी घेण्याची तयारी करण्याचं हे पहिलं पाऊल आहे. ब्रेव्हो!''

''सर, माझ्या ते लक्षातच आलं नाही. पुरणपोळ्या पाठविण्यात तर मी अयशस्वी झालो, हेच डोक्यात होतं.''

''उपयोजित विमानाकडेच तुझं चित्त एकाग्र झालं होतं. मी सतत शुद्ध आणि उपयोजित या दोन्ही शाखांना सारखंच महत्त्व देतो.''

यानंतर आम्ही वेगवेगळ्या वनस्पतींवर प्रयोग करू लागलो. काही वनस्पती जपानमध्ये, तर काही नॉर्वे, स्वीडन, यु.एस., ऑस्ट्रेलिया, न्यूझीलंडला पाठवल्या. काही तिकडच्या वनस्पती इकडे आणल्या.

एकदा सर म्हणाले,

''आपण भारतातल्या काही वनस्पती चंद्रावर आणि काही मंगळावर पाठवू. पाहू बरं इतक्या लांब पाठवता येतात का?''

''सर, अजून प्राण्यांवर आपण प्रयोग केलेला नाही. तो आधी करायचा का?''

''रॅट्स अँड रॅबिट्स. पुअर गिनीपिग्ज. त्यापेक्षा आपण रस्त्यातून बेवारस हिंडणाऱ्या कुत्र्यांवर प्रयोग करू. त्यांना कुठं पाठवायचं ते ठरवलं पाहिजे.''

''सिंपल थिंग. आफ्रिकेतील जंगलात किंवा हिमालयातील जंगलात सोडू. चालेल?'' मी.

''गूड आयडिया. पण तिथे ती कुत्रीच राहिली पाहिजेत.''

''गिनीपिग्ज आहेत ना ते? प्रयोगच करतोय ना आपण? मग तो यशस्वी होईल किंवा अयशस्वीही होईल.''

''येस, धिस इज द पॉईंट, आय मस्ट नॉट फरगेट. पण प्रयोग यशस्वी झाला की अयशस्वी झाला, हे कसं कळणार?'' सर.

''येस, धिस इज आल्सो अ पॉईंट. आपण असं केलं तर?''

''कसं?''

''इथून मी कल्याण वेस्ट स्टेशनच्या गेटजवळ जातो. तिथे पोहोचल्यावर तुम्हाला फोन करतो. तुम्ही डेस्टिनेशन सेट करा. प्रयोग यशस्वी झाला की अयशस्वी झाला, हे तत्काळ मी कळवीन.''

''ओ.के.''

आमचा तो प्रयोग यशस्वी झाला. फक्त कुत्र्याची शेपूट गायब झाली होती. पुढच्याच प्रयोगात गावठी कुत्र्याचं रूपांतर डॉबरमन जातीच्या कुत्र्यात केलं. या वेळेपर्यंत पवईत नोकरीचं एक वर्ष संपलं होतं. अजून बरीच मजल मारायची होती.

आता हातात जॉर्ज वॉशिंग्टनची कुऱ्हाड आली होती. एका पन्नास वर्षांच्या प्रौढाला एका सिनेनटाची डुप्लिकेट बनवून त्याचं शूटिंग सुरू होतं, तिथे त्या नटासमोरच उभं केलं. तो नट मेकअप रूममध्ये होता. अचानक समोर आपलीच

प्रतिकृती पाहून तो नट गांगरला. ओरडतच बाहेर आला. तेवढ्यात मी त्या प्रतिकृतीला पुन्हा पन्नास वर्षांचा प्रौढ बनवलं. फाईव्ह स्टार हॉटेलमधले खाद्यपदार्थ माझ्यासमोर डिशमध्ये येऊ शकले असते, पण मी तो मोह आवरला. हा असा थिल्लरपणा मी नंतर बंद केला.

या मशीनचा उपयोग मानवी कल्याणासाठीच करायचा असं आम्ही ठरवलं. खरं म्हणजे गुलाबराय सरांनी माझे कान उपटले होते.

शुभदा विनोदला भेटायला नाशिकला शनिवारी जाणार होती. माझ्या छातीत सूक्ष्मशी कळ उठली. आम्ही तिघंही भडगावचेच. शुभदा मला मुंबईतल्या मुंबईतसुद्धा भेटत नाही. अन् विनोदला भेटायला मात्र नाशिकला जात आहे. मीपण नाशिकला शनिवारीच जायचं ठरवलं. नाहीतरी विनोदने बोलावलं होतंच. तेवढाच प्रवास शुभदाबरोबर. तसं शुभदाला म्हणालो.

''मीदेखील नाशिकला शनिवारीच जाणार आहे. तू आपलं दोघांचंही ए.सी. चेअरकारचं बुकिंग कर.''

विंडो सीटवर शुभदा बसली. मी शेजारच्या सीटवर बसलो होतो. पलीकडच्या रांगेतली तरुणी मी हेरली. ठाण्याजवळ ती उठून दाराजवळ चाललेली मी पाहिली. मी ते मशीन काढलं. डेस्टिनेशन म्हणजे गाव, पत्ता टाईप केला. ती दाराच्या पलीकडे असताना मीपण बाहेर गेलो. मशीन तिच्यावर रोखून स्वीच ऑन केला. पाहता पाहता ती दिसेनाशी झाली. देवळाली ओलांडल्यावर डेस्टिनेशन इरेज केलं. तीच तरुणी दारात उभी होती. आत येऊन स्वत:च्या सीटवर बसली. जणूकाही घडलंच नाही. ते तीन तास तिच्या आयुष्यात नव्हतेच.

संशयाचं बीज पेरलं होतं. हे सगळं तीन वेळा रिपीट झालं. बस्स, माझं काम झालं होतं. आता मात्र या यंत्राचा उपयोग फक्त मानवाच्या कल्याणाकरताच करायचा. मीपण मानवच आहे ना!

माफ कर विनोद. खरं आणि खोटं, सत्य आणि मिथ्याा, कोणतं सत्य आणि कोणता केवळ त्याचा आभास आहे, हे मला खरंच सांगता येत असलं, तरी मी ते तुला मुळीच सांगणार नाही. अरे, तुझ्या प्रेमाच्या थडग्यावरच तर माझ्या प्रेमाची इमारत उभी राहणार आहे.

सीमारेषा

भाग्यश्री प्रसाद नूलकर

प्रसिद्ध विज्ञानलेखक प्रोफेसर उपाध्ये, दिवाळीचं सुग्रास जेवण जेवून दुपारचे पहुडले होते. सर्व विज्ञानकथा संपादकांच्या हाती सुपूर्द केल्या होत्या. त्या प्रकाशितही झाल्या होत्या. कॉलेजलाही सुटी लागली होती. त्यामुळे निवांत वाटत होतं. तेवढ्यात चार वाजता फोनची घंटी खणखणली. तिचा आवाज एवढा कर्कश वाटला की जणू कोणी संकटात आहे व मदतीसाठी धावा करीत आहे. प्रो. उपाध्यांनी फोन उचलला.

''कोण बोलतंय?''

''प्रो. उपाध्ये आहेत का?'' तिकडून एक गोड, नाजूक आवाज आला.

''हो, मीच बोलतोय. काय काम होतं?''

''प्रो. उपाध्ये, मी फार मोठ्या संकटात सापडले आहे. फक्त तुम्हीच मदत करू शकाल.''

''मी.. मदत? काय प्रॉब्लेम आहे तुमचा?''

''तसं फोनवरून सांगता येणार नाही. मी घरी येऊ का? तुम्हाला वेळ आहे का? लवकरात लवकर भेटायला हवं.''

''बरं, ठीक आहे. आज संध्याकाळी येऊ शकता? मी मोकळाच आहे. पण माझा पत्ता?''

''माहीत आहे मला. मासिकात कथेच्या शेवटी छापून येतो. मी नक्की येते.''

पलीकडून आवाज बंद झाला. प्रोफेसरांनी फोन ठेवला.

अरे, आपण साधं नावदेखील विचारलं नाही. कोण असेल ही बाई की युवती? कोणत्या संकटात सापडली असेल? कथालेखकाचं विचारचक्र चालू झालं.

बरोबर साडेदहा वाजता दारावरील घंटी वाजली. प्रोफेसरांनी दार उघडलं. दारात वीस-एकवीस वर्षांची एक सुंदर युवती उभी होती.

''मी आत येऊ का प्रोफेसर?''

''हं, या आत या.'' प्रोफेसरांनी चाचरत सांगितलं.

''माझं नाव यामिनी. मी डी.वाय. कॉलेजमध्ये बी.ए. च्या शेवटच्या वर्षाला आहे.''

''बसा.'' प्रोफेसरांनी सांगितलं.

''माझा एक खास मित्र आहे. रमेश त्याचं नाव. अतिशय हुशार. इंजिनिअरिंगच्या शेवटच्या वर्षाला आहे. मेरिट होल्डर आहे. आमचं एकमेकांवर खूप प्रेम आहे. शिक्षण, नोकरी असं सर्व स्थिरस्थावर झाल्यावर आम्ही लग्न करणार आहोत.''

''बरं.'' प्रोफेसरांना या गोष्टींचा आपल्याशी काय संबंध आहे, हे अजूनही समजेना.

''रमेश, दोन-तीन दिवसांपासून खूप विचित्र वागायला लागला आहे. माझ्याशी तुटक वागतो. त्याला वाचनाचा खूप नाद आहे. विशेषत: रहस्यकथा, विज्ञानकथा, गूढकथा, दरवर्षी या कथा प्रकाशित करणारे दिवाळीअंक तो विकत घेतो आणि दोन-तीन दिवसांत वाचून त्यांचा फडशा पाडतो.''

''बरं मग?'' प्रोफेसरांची उत्सुकता शिगेला पोहोचली.

''सांगते. मूळ मुद्यावरच येणार आहे. तुम्ही त्याचे आवडते लेखक आहात. तुमची 'संजय' मासिकातील 'भेट' ही कथा त्याने वाचली आणि तो विलक्षण प्रभावित झाला. मी परवा त्याच्या होस्टेलवर गेले, तर त्याने मला ओळखलंच नाही. तू कोण? मी तुला ओळखत नाही, या जगात माझी एकच व्यक्ती आहे, वसु, माझी वसुंधरा. प्रथम मला वाटलं, तो माझी मस्करी करतो आहे. परंतु त्याचा तसा स्वभाव नाही. तो माझ्याशी एकनिष्ठ आहे याची मला खात्री आहे. तेवढ्यात तो उठला नि गॅलरीत गेला. गॅलरीतून पलीकडे दूरवर दिसणाऱ्या डोंगरांच्या रांगांकडे पाहू लागला. तेवढ्यात मी टेबलावर त्याचं अर्धवट उघडं पडलेलं मासिक पाहिलं. ते उचललं तर त्या पानावर तुमची 'भेट' ही कथा होती. त्यात वसुंधरा नावाच्या स्त्रीचा उल्लेख होता. माझ्या पटकन लक्षात आलं, या कथेच्या कल्पनाविश्वात हा रमला असणार. मी त्याला खूप समजावून सांगितलं, पण तो ऐकायलाच तयार नाही. त्याने माझं

अस्तित्वच नाकारलं. मी जड अंतःकरणानं बाहेर पडले. मला रात्रभर झोप आली नाही. विचारांचं थैमान माजलं होतं. शेवटी तुमच्याकडे येण्याचं ठरवलं.''

काही क्षण खोलीत शांतता पसरली. प्रो. उपाध्यांच्या आयुष्यात हा पहिलाच प्रसंग होता. त्यांनी कितीतरी कथा लिहिल्या. अनेक कथासंग्रह प्रसिद्ध झाले. राज्यसरकारचे पुरस्कारही मिळाले. कथा आवडल्याबद्दल वाचकांची पत्रे, फोन येत. परंतु इतकं कुणी प्रभावित झालं नव्हतं. स्वतःचं अस्तित्व विसरून कथाविश्वात रमलं नव्हतं. वाचक वास्तव आणि कल्पना यांची सीमारेषा ओळखून असतात. पण हे काहीतरी भलतंच आहे. आपलं काल्पनिक व्यक्तिमत्त्व वास्तव आयुष्यात इतकं प्रभाव टाकील, याची प्रोफेसरांना कल्पनादेखील नव्हती.

''अशी ही पहिलीच केस माझ्याकडे आली आहे. माझ्या कथांचा वाचकांच्या आयुष्यावर वाईट परिणाम होईल अशी कधी मी अपेक्षाही केली नव्हती. मी यात आपल्याला काय मदत करू?''

''तुम्ही रमेशला एकदा भेटा. तो काय म्हणतो ते ऐकून घ्या.''

''ठीक आहे. कधी जाऊ या त्याच्याकडे?''

''आपण असं करू या. त्याच्या नकळत त्याला भेटू या. रोज दुपारी तीन वाजता तो कॉलेजच्या लायब्ररीत जातो. तिथे तुम्ही या. माझे मामा म्हणून त्याच्याशी ओळख करून देईन. तो लायब्ररीतील पहिल्या रांगेतील तिसऱ्या टेबलावर बसतो. गोरा, फ्रेंच कट दाढी, अगदी हँडसम आहे माझा रमेश. उंची साधारण सहा फूट. लगेच तुमच्या नजरेत भरेल. तुम्ही नक्की तीन वाजता या. मी वाट बघते.''

''काही चहा-पाणी घेणार? मिसेस जरा दिवाळीच्या खरेदीला गेली आहे.''

''नको, मला उशीर होतो आहे. नक्की या हं.''

अतिशय कळकळीची विनंती करून यामिनी निघून गेली. प्रोफेसर डोक्यावर हात ठेवून मटकन खाली बसले. नस्ती आफत! जरा सुटी निवांत घालवायची ठरवलं तर मध्येच हे लचांड. बायकोला सांगण्यात तर काहीच अर्थ नाही. आधीच लिखाणावर ती चिडचिड करते. घरात लक्ष देत नाही, अशी तिची तक्रार असते. त्यात हे कळलं तर?

दुसऱ्या दिवशी कॉलेजमध्ये जरा काम आहे, असं सांगून प्रोफेसर निघाले. इंजिनिअरिंग कॉलेजमध्ये त्यांना यायची कधीच वेळ आली नव्हती. यामिनीने सांगितल्याप्रमाणे बरोबर दुसऱ्या मजल्यावरील शेवटच्या खोलीवर लायब्ररीची पाटी दिसली. प्रोफेसर आत गेले. दाराशीच ग्रंथपाल बसला होता. त्याच्या टेबलापाशी उभे राहिले. सर्व हॉलचं तिथून त्यांना निरीक्षण करता येत होतं. त्याच्याशी एका

पुस्तकाची चौकशी करण्याचा आव आणून त्यांनी हॉलमध्ये नजर टाकली. पहिल्या रांगेतील तिसऱ्या टेबलावर खरोखरच एक पाठमोरी व्यक्ती बसली होती. पण यामिनी कुठे दिसलीच नाही. प्रोफेसरांनी घड्याळात पाहिलं, तीन वाजून पाच मिनिटं झाली होती. यामिनी आली नव्हती. म्हणजे ग्रंथपालाशी काहीतरी पुस्तकांची माहिती काढत वेळ काढावा लागणार तर! प्रोफेसर त्याच्याशी बराच वेळ बोलत बसले. समोरच्या घड्याळात पावणेचार वाजले तरीही यामिनी आली नाही. प्रोफेसरांची पंचाईत झाली. आता हा रमेश उठून गेला तर? त्यांना सारखा यामिनीचा मदतीच्या अपेक्षेनं पाहणारा केविलवाणा चेहरा दिसू लागला. शेवटी त्यांनी ठरवलं, त्याच्याजवळ जाऊन काहीतरी बोलू या. प्रोफेसर त्याच्या टेबलापाशी गेले. रमेशने मान वर करून पाहिलं. यामिनीने सांगितलं तसाच रमेश खरोखर हँडसम होता.

"काय पाहिजे तुम्हाला?" रमेशने विचारलं.

"हं, काही नाही." प्रोफेसर जरा चाचरलेच.

"जरा काम होतं."

"हं, बोला." रमेशने पुस्तक मिटलं.

"मी यामिनीचा मामा."

"कोण यामिनी?" रमेशच्या चेहऱ्यावर मोठं प्रश्नचिन्ह उमटलं. यामिनीने सांगितलं त्याचप्रमाणे तो खरोखर निष्पाप आहे, असं पहिल्या नजरेतच प्रोफेसरांना जाणवलं.

"यामिनी माझी भाची. इंजिनिअरिंगच्या पहिल्या वर्षाला आहे. तुम्ही मेरिट होल्डर आहात. तिला तुमचं अभ्यासात मार्गदर्शन हवं आहे."

रमेश विचार करू लागला. म्हणाला, "अहो, मी काही एवढा स्कॉलर नाही. बरं, ठीक आहे. मी प्रयत्न करीन."

त्याच्या चेहऱ्यावर यामिनीची तसूभरही ओळख जाणवली नाही. म्हणजे यामिनी खरं सांगत होती तर! त्याच्या विश्वात यामिनीला स्थान नव्हतं. पण यामिनी आली कशी नाही, या विचारानं प्रोफेसर अस्वस्थ झाले.

"मग मी तिला तसा निरोप देतो." असं सांगत प्रोफेसर लायब्ररीतून बाहेर पडले.

यामिनीने यायलाच हवं होतं. काहीतरी मार्ग सापडला असता. तिच्या कालच्या वागण्यातून इतकी तळमळ जाणवत होती. मग आज ती कशी आली नाही? यापेक्षा कुठल्या मोठ्या कामात ती अडकली? कदाचित घरात समजलं असेल, त्यांनी विरोध केला असेल असा काही विचार करत प्रोफेसर घरी परत आले.

चार-पाच दिवसांनी सकाळी साडेनऊच्या दरम्यान फोनची घंटी वाजली. प्रोफेसरांनीच तो उचलला. ''हॅलो!''

''प्रोफेसर, मी यामिनी बोलतेय.'' तिच्या आवाजात एक प्रकारचा उत्साह जाणवला.

''बोला.'' प्रोफेसरांनी निरुत्साहानं उत्तर दिलं.

''प्रोफेसर, तुम्ही, मी रमेशला लायब्ररीत भेटलो त्याचा रमेशवर खूप परिणाम झाला. तुम्ही गेल्यावर या तीन-चार दिवसांत त्याने माझ्याकडे प्रेमानं पाहिलं. माझा हात हातात घेतला. थँक यू प्रोफेसर!''

''अहो, पण मिस यामिनी, तुम्ही आलाच नाही...'' हे वाक्य यामिनीने पूर्ण करूच दिलं नाही.

''प्रोफेसर, तुम्ही काही बोलू नका. तुम्ही जादूची कांडी फिरवलीत. मी ठरवून टाकलं आहे की परवा तुम्ही, मी नि रमेश हॉटेलमध्ये जेवायला जायचं आहे. नक्की यायचं हं. ठीक सात वाजता हॉटेल पद्मिनीमध्ये. इंजिनिअरिंग कॉलेजच्या जवळ आहे. वेळेवर या म्हणजे आपल्याला खूप गप्पा मारता येतील.'' असं सांगून यामिनीने फोन ठेवूनही दिला. यामिनीने प्रोफेसरांना काही विचार करायला वा बोलायला फुरसत दिलीच नाही.

प्रोफेसर मनाशी म्हणाले, नाहीतरी आपल्या डोक्यात किडा वळवळत होता. चला, आयतीच संधी आली आहे. यामिनी, रमेश, वसुंधरा हे काय गौडबंगाल आहे त्याचा छडा तरी लागेल. यामिनी आणि रमेश ह्यांना एकत्र बघण्याची संधी तरी मिळेल.

प्रोफेसर ज्या दिवसाची अगदी उत्सुकतेनं वाट पहात होते तो दिवस उजाडला. बायको चार दिवस माहेरीच गेली होती. तुम्ही कुठे चाललात? कोण आहे बरोबर? या संशयी प्रश्नांची भुणभुण नव्हती. नुकतीच दिवाळीत शिवलेली शर्ट-पँट घालून प्रोफेसर तयार झाले. आरशात बघून चार वेळा केस विंचरून झाले. घड्याळाचे काटे सरकता सरकत नव्हते. सहा वाजता प्रोफेसर घराबाहेर पडले. रमेशला भेटायला नुकतेच जाऊन आल्यामुळे या कॉलेजचा परिसर त्यांना माहीत झाला होता. रमतगमत पावणेसात वाजेपर्यंत ते कॉलेजपाशी पोहोचले. समोरच हॉटेल पद्मिनी दिसत होतं. नुकतीच दिवाळी झाल्यामुळे हॉटेलवर दिव्यांची रोषणाई तशीच होती. प्रोफेसर खूश झाले. एक रोमांचकारी अनुभव आपण कथेत लिहितो, तो प्रत्यक्षात अनुभवायला मिळणार होता.

सातच्या सुमारास यामिनी व रमेश दोघे आले. तिची गुलाबी रंगाची साडी व

त्याला साजेसे दागिने. अतिशय सुंदर दिसत होती. रमेश एकदम रुबाबदार होता. दोघेही हातात हात घालून हसत खिदळत प्रोफेसरांच्या जवळ आले. यामिनीने ओळख करून दिली.

''हे माझे मामा.''

रमेशच्या चेहऱ्यावर त्या भेटीच्या पुसटशाही खुणा दिसत नव्हत्या. ओळख झाल्याचं लक्षणदेखील नव्हतं.

''नमस्कार, यामिनी तुमचं खूप कौतुक करीत असते. भेटायचा योग आज आला.'' रमेश म्हणाला होता.

''अं, हो!'' असं म्हणत प्रोफेसर गप्प झाले.

''चला, आपण आत जाऊ या. खूप गप्पा मारायच्या आहेत. मी टेबल बुक केलं आहे.'' असं म्हणत यामिनी दोघांनाही घेऊन आत गेली.

हॉटेलमध्ये एकूण वातावरण प्रसन्न होतं. मध्ये एका टेबलावर गझल गायनाचा कार्यक्रम चालू होता. स्टेजच्या बाजूनं पाण्यात छोटी बदके पोहत होती. खाणं-पिणं, गप्पा मारणं, मधूनच गझल गायनाचा आस्वाद घेणं असा माहोल तयार झाला होता. तिघांच्याही गप्पा हळूहळू राजकारण, वर्तमानपत्रांमधील बातम्या अशा विषयांवर रंगायला लागल्या. यामिनी, आपल्याला रमेश कसा भेटला, प्रेम कसं जमलं ह्याचे किस्से रंगात येऊन सांगू लागली. रमेश न बोलता स्मितहास्य करून तिला दाद देत होता. छान वेळ जात होता. जेवण आलं. पण मूळ मुद्याला कुठं वाचा फुटतच नव्हती. यामिनी आधीच्या भेटीचा विषय डावलत होती, असं सारखं प्रोफेसरांना वाटत होतं. आईस्क्रीम खाऊन निघायची वेळ झाली, पण प्रोफेसरांच्या डोक्यातला गुंता सुटेना. तिघेही बाहेर पडले. निरोप द्यायची वेळ आली.

''परवा लायब्ररीत...'' असा उल्लेख प्रोफेसर करणार, तेवढ्यात यामिनी किंचाळली, ''अगं बाई, मी पर्स आतच विसरले. रमेश, आपण आत जाऊन घेऊ या का? मामा, तुम्ही गेलात तरी चालेल. तुम्हाला उशीर झाला असेल. बाय!'' असं म्हणत ती दोघेही आत गेली.

शेवटी प्रोफेसर निराश मनानं घरी जायला निघाले. त्यांनी रिक्षा थांबवली. इंदिरानगरकडे नेण्याची सूचना केली. रिक्षा निघाली. थंडगार वारा सुटला होता. रात्रीचे १० वाजले होते. त्यांना इंदिरानगर पाटी असलेल्या गेटजवळ सोडून रिक्षा निघून गेली. प्रोफेसरांनी मध्येच आजूबाजूला पाहिलं. काहीतरी बदलल्यासारखं वाटलं. रिक्षावाल्याने चुकीच्या ठिकाणी आणून सोडलं का म्हणून आजूबाजूला पाहिलं. सर्व खुणा बदलल्या होत्या. रिक्षावाल्याने तर बरोबर रस्त्यानं आणलं होतं.

मग असं का व्हावं? समोर पानपट्टीच्या दुकानात विचारावं म्हणून प्रोफेसर रस्ता ओलांडून पलीकडे गेले.

"इंदिरानगर हेच आहे ना?"

"हो." पानवाल्याने वर न बघताच सांगितलं.

"मग हेरंब सोसायटी कुठे आहे?"

"अशी कुठलीच सोसायटी इथे नाही. पंचवीस वर्षे मी इथे पानाचा धंदा करतो आहे."

प्रोफेसर चक्रावले. हळूहळू थंडीतही घाम फुटू लागला. आजूबाजूला ओळखीची इमारत, एखादे दुकान दिसते का पाहू लागले, तर काहीही ओळखीचं दिसेना.

हा काय प्रकार आहे? यामिनीच्या उगीचच भानगडीत पडलो. नसतं लचांड गळ्यात पडलं. तिच्या नादाला लागून घर मुकलो की काय अशी अवस्था झाली. रात्रभर राहणार तरी कुठे, दिवसा घर शोधू म्हटलं तर? त्यांना काही सुचेना.

तोच समोरून एक पंचवीस वर्षांची तरुणी येताना दिसली. बहुतेक रात्रीच्या ड्यूटीच्या कामावरून येत असावी. त्यांच्या दिशेनंच येत होती. ती आणखीनच त्यांच्याजवळ आली. त्यांच्याकडे रोखून बघू लागली. एकदम तिच्या चेहऱ्यावरचे भाव बदलले. "बाबा तुम्ही! इतकी वर्षं कुठे होतात? आम्ही तुम्हाला किती शोधलं?"

प्रोफेसर दचकलेच. यामिनीचं गूढ अजून उकललं नाही आणि आता हे नवीन काय? "बाई, तुम्ही कोण? मी तुमचा बाबा नाही. मी प्रसिद्ध विज्ञानकथा लेखक उपाध्ये."

"नाही हो, इतक्या वर्षांनी तुम्ही सापडलात. असं काही बोलू नका. राग आला असेल तर विसरून जा आणि घरी चला. मी तुम्हाला सोडणार नाही. मी तुमची कन्या वसुंधरा! मी तुम्हाला आता सोडणार नाही."

प्रोफेसर हतबल झाले. कितीही टाहो फोडला तरी आता उपयोग होणार नव्हता. त्यांनीच सीमारेषा ओलांडली होती. ते मुकाटपणे तिच्यामागे जाऊ लागले.

तुझ्यावाचून गमेना

सुरेश भावे

घंटेच्या आकाराच्या घंटिका तारकापुंजातील सिंटिला ग्रहावरील बुद्धिमान रहिवाशांचे अवकाशयान नजीकच्या काळात कधीही पृथ्वीच्या आसमंतात पोहोचेल, असं भाकित प्रमुख डी. पॉल यांनी महिन्यापूर्वीच केलं होतं. तेव्हापासून पृथ्वीवासीयांची लाखो अवकाशयाने पृथ्वीभोवती पाळत ठेवून होती. त्यांपैकी दोघा क्लोन बालकांना ते सिंटिलाचे अवकाशयान चंद्राआड सापडलं. त्या महाप्रचंड चेंडूसारख्या यानाला डोळ्यांच्या बाहुलीसारखी; पण कित्येक मैल व्यासाची प्रचंड गोल खिडकी असल्यानं, ते शाळेतील शरीररचना दाखविणाऱ्या पुतळ्याच्या खोबणीतून काढून दाखविलेल्या डोळ्यांसारखे दिसत होते.

परग्रहावरील बुद्धिमान जीवसृष्टीचा शोध घेण्याची मोहीम प्रमुख खगोलशास्त्रज्ञ डॉ. डी. पॉल यांच्या नेतृत्वाखाली कित्येक शतकं चालू होती. त्या मोहिमेचे 'एटिम' हे सुटसुटीत नाव 'एक्स्ट्रा-टेरेस्ट्रियल इंटेलिजन्स मिशन' या इंग्लिश नावाच्या ई. टी. आय. एम. या आद्याक्षरांपासून बनवलं होतं. ही मोहीम हाती घेण्याचं कारण होतं, पृथ्वीवासीयांना ग्रासणारा एकाकीपणा.

त्या युगातील केवळ तीस कोटी निवडक पृथ्वीवासीयांची सुंदर मनं जनुकीय तंत्रज्ञानानं घडविलेली होती. हजारो वर्षांपूर्वी सहाशे कोटी बंडखोर, हेकट, भांडकुदळ, दुष्ट आणि गलिच्छ माणसांनी बेशिस्तपणे व्यापलेली पृथ्वी; आता सुंदर आणि शांत झाली होती. पृथ्वीवासीयांचे पुनरुत्पादन, जनुकीय प्रतिकृती निर्मितीनं - क्लोनिंगनं - जन्मशाळांमध्ये केले जात होते. पूर्वनियोजित आराखड्यावर बेतलेल्या या व्यक्ती

आंतरबाह्य सुंदर होत्या, दीर्घायु आणि हुशारही होत्या. मात्र, का कोण जाणे काही शतकांपासून एका अनोळखी हुरहुरीनं त्यांची संवेदनशील मनं अगदी गुदमरून जायला लागली होती.

मानसशास्त्रज्ञांच्या मते, आपण या विश्वात एकटेच बुद्धिमान प्राणी आहोत, या कल्पनेचं दाट सावट त्यांच्या मनावर दाटलं होतं. त्यांच्यात उद्‌भवलेल्या तणावाला एकच एक प्रकारच्या मानवी सहवासानं शैथिल्य येत नव्हतं. जैवतंत्रज्ञानाच्या मदतीनं पृथ्वीवासीयांनी अनेक डायनासॉर, मॅमथ यांच्यासारखे प्रागैतिहासिक प्राणी पुनरुज्जीवित केले होते. एवढेच नव्हे, तर विविध प्राण्यांच्या जनुकांच्या संयोगातून आपल्या कल्पनासृष्टीतील प्राणीही प्रत्यक्षात आणले होते. ही वैचित्र्यपूर्ण प्राण्यांची रेलचेल, जैवविविधता, त्यांच्या या नव्या भावनेचं समाधान करत नव्हती. एखादा गोजिरवाणा प्राणी पाळून समाधान होत नव्हतं आणि आता त्या तीव्र बोचणीचं त्यांच्या सुंदर मनांवर होणारे दुष्परिणाम जन्मशाळांतून बाहेर पडणाऱ्या पुढच्या पिढ्यांच्या मनात उतरत होते.

मानसशास्त्रज्ञांच्या या निष्कर्षावरून जागतिक प्रबंधन समितीनं नव्या आणि हव्याशा संगतीचा शोध लावण्यासाठी 'एटिम' मोहीम राबवली होती. एक किचकट सांख्यिकीय सूत्र वापरून, ज्यावर जीवसृष्टी असण्याची सर्वांत अधिक शक्यता असेल, असा ग्रह निश्चित करायचा. त्यावर चंद्राच्या पलीकडे अवकाशात तरंगत ठेवलेली दुर्बीण काही दशके रोखून; मिळालेल्या माहितीचा अभ्यास महासंगणकाद्वारे करून; त्या ग्रहावर बुद्धिमान जीवसृष्टी आहे का, याची पडताळणी करायची. एका ग्रहाचा अभ्यास झाला की, त्याच सांख्यिकीय सूत्राद्वारे निश्चित केलेल्या दुसऱ्या ग्रहाचा अभ्यास सुरू करायचा, अशी ती मोहीम होती. मोहीम सुरू होताच, लवकरच त्या विश्वाच्या पसाऱ्यात आपल्याला बुद्धिमान सहचर मिळतील या आशेनं पृथ्वीवासीयांच्या मनावरील एकाकीपणाचं सावट काहीसं दूर झालं. एका मागून एक ग्रहांवर न कंटाळता लक्ष केंद्रित करणाऱ्या 'एटिम' दुर्बीणीला बुद्धिमान जीव आढळले नाहीत, पण एटिमच्या अपयशामुळे बुद्धिमान पृथ्वीवासीयांना कंटाळा आणि एकाकीपणा पुन्हा त्रासू लागला.

गेली काही दशके एटिमची अनिमिष दृष्टी सिंटिलावर खिळलेली होती. सिंटिला म्हणजे स्फुल्लिंगांनी फुललेली. सिंटिलाचा स्वत:भोवतीच्या भ्रमणाचा वेग तीव्र होता. सिंटिलाच्या ज्या भागावर दिवसाचा उजेड असे, त्या भागावर चमचमत्या असंख्य ठिणग्यांची गर्दी दिसे. तो भाग रात्रीच्या छायेत जाताच त्या ठिणग्या विझण्यापूर्वी काही क्षण चमचम करताना दिसत. सर्कशीतील लखलखत्या दिव्यांच्या

प्रकाशात झोक्यावर काम करणाऱ्या खेळाडूंच्या तंग कपड्यांवरच्या टिकल्यांसारख्या. म्हणूनच त्या ग्रहाला नाव दिलं होतं- सिंटिला. त्या ठिणग्यांचं कारण, एटिमने सतत पाठविलेल्या चित्रांवरून समजत नव्हतं. मात्र, महिनाभरापूर्वी डॉ. डी. पॉल यांना त्या ठिणग्यांच्या गर्दीतून एक लाल ठिणगी बाहेर पडताना दिसली होती. तिचा रंग क्षणार्धात निळा झाला होता आणि मग ती ठिणगी नाहीशी झाली होती.

या घटनेचा अर्थ डॉ. डी. पॉल यांनी लावला तो असा, की सिंटिलावरून एका अवकाशयानानं अंतराळात झेप घेऊन झपाट्यानं प्रकाशाचा वेग घेतला होता. त्या यानावरील प्रखर, लाल दिव्यांचा प्रकाश, ब्लू शिफ्ट परिणामानं प्रथम निळा भासला. पुढे यानानं प्रकाशाच्या वेगाची सीमा पार केल्यावर, दिव्यांच्या प्रकाशलहरी फारच आकुंचित झाल्यानं दृष्टीला दिसेनाशा झाल्या आणि ते यान अदृश्य झाले. सिंटिला पृथ्वीपासून हजारो प्रकाशवर्षे अंतरावर असल्यानं, त्याच्या उड्डाणाचं दर्शन घडविणाऱ्या, सिंटिलापासून निघालेल्या प्रकाशकिरणांना पृथ्वीपर्यंत पोचायला तितकीच हजारो वर्षे लागली असणारच. त्या प्रकाशकिरणांपासून अधिक, म्हणजे प्रकाशातीत, वेगानं सुसाट उडणारं ते यान, त्याचं उड्डाण दाखविणाऱ्या किरणांच्या बरोबर किंवा आधीही, पृथ्वीच्या अगदी जवळ पोचलं असावं किंवा पृथ्वीवर कुठेतरी उतरलंसुद्धा असावं.

डॉक्टरांनी हा तर्क प्रबंधन समितीसमोर मांडला. प्रबंधन समितीच्या सर्वच सभांचे सार्वजनिक त्रिमितीय दूरचित्रवाणीवरून प्रक्षेपण होत असल्यानं त्यात गुप्तता नसे. चर्चेअंती समिती या निर्णयाला पोचली, की ते यान प्रगत जीवांच्या शोधातच निघालं असावं. म्हणून त्याचा प्रवास पृथ्वीच्या दिशेनंच होत असावा. कारण आसपासच्या दुसऱ्या कोणत्याच ग्रहावर बुद्धिमान प्राण्यांची वसती नाही. दुसरं असं की, यानातील सिंटिल्यांचा हेतू आपल्याला कोणताही त्रास देण्याचा नसावा. कारण आपल्याजवळ जे काही आहे, त्याची त्यांना गरज नसणार, कारण ते फारच प्रगत आहेत हे त्यांच्या प्रकाशातीत वेगानं प्रवास करणाऱ्या यानानंच सिद्ध होतं. असे प्रगत प्राणी सुसंस्कृत नक्कीच असतील आणि कोणाचा विनाकारण नाश करण्यासाठी आपला ग्रह सोडून ते निघतील असं संभवत नाही. आणि अखेरीस, जर तंत्रज्ञानात प्रगत अशा सिंटिल्यांनी पृथ्वीवासीयांना नष्ट करायचं ठरवलं, तर आपण संरक्षणासाठी फार काही करू शकणार नाही. मात्र, समितीनं पुरातन-तंत्रज्ञानतज्ज्ञ डॉ. चिन यांना, जपून ठेवलेलं प्राचीन अण्वस्त्रवाहक अग्निबाण पुन्हा कार्यान्वित करून प्राणिसंग्रहखंडावरील एका ठिकाणावर नेम धरून रोखायला सांगितलं. त्याच ठिकाणी सिंटिल्यांच्या स्वागताचीही जय्यत तयारी करण्यात आली.

सिंटिले येत आहेत म्हटल्यावर तीस कोटी हृदये आनंदानं धडधडू लागली. पृथ्वीवर अभूतपूर्व, युगप्रवर्तक मीलन महोत्सवाची जय्यत तयारी सुरू झाली. समितीच्या संमतीनं, आवश्यक सेवांमध्ये काम करणारे वगळता बाकी सर्वजण आपापल्या अंतराळ यानातून सिंटिल्यांची वाट पाहत पृथ्वीभोवती घिरट्या घालू लागले. त्यातच होती दोन क्लोन-बालके.

— —

''डॉ. डी. पॉल, आम्हाला सिंटिले सापडले! आम्ही यानावर उतरलो आहोत.'' क्लोन बालकांचे कोवळ्या उत्तेजित आवाजातील शब्द वर्ल्डलिंकवर साऱ्या पृथ्वीवासीयांनी ऐकले आणि तीस कोटी हृदयांचा ठोका एकाच क्षणी चुकला.

त्या छोट्यांनी धीटपणे आपलं अवकाशयान त्या प्रचंड चेंडूवर अलगद उतरवलं.

''मुलांनो, तुमच्या यानातून बाहेर पडू नका बरं, आतच बसा, आम्ही पोचतोच आहोत.'' डॉ. डी. पॉलनी समजुतीच्या स्वरात सल्ला दिला.

''ओह! केवढे मोठे आहेऽऽ त्याची कड जवळ जवळ सपाटच दिसतेय!'' छोट्या क्लोन्सचे आश्चर्योद्गार सर्व पृथ्वीवासीयांनी ऐकले.

''चंद्राचा उपग्रहच वाटतंय ते.''

तेवढ्यात मुलांच्या यानाजवळचा, सिंटिल्यांच्या यानाचा एक पत्रा सरकून दूर झाला आणि त्यातून एक अँटेना बाहेर डोकावला. मुलांच्या कानावर शब्द आले, ''काय बाळांनो, कसे आहात?'' त्या आवाजात आनंद, उत्साह, मार्दव आणि आश्वासकता भरून वाहत आहे, असं वाटत होतं. तो आवाज ऐकून हवीशी वस्तू मिळाल्यासारखं वाटत होतं. त्यामुळे क्लोन्सला मनापासून हसू आलं.

''तुम्ही इथे कशाला लपून बसला होतात?'' एका क्लोनने विचारलं.

''लपलो नव्हतो काही, एकदम तुमच्यासमोर येऊन तुम्हाला दचकून सोडायचं नव्हतं.'' आवाजाने म्हटलं.

''तुमचा आवाज अगदी सान्ता बार्बरासारखा आहे.''

''मुद्दामच निवडलाय तो. आमच्याकडे तुमचे टीव्ही कार्यक्रम दिसतात ना, त्यातल्या लाल-लाल डगल्यातल्या जाडजूड, खेळकर बार्बरा आजीचा आवाज आमच्याकडे सगळ्यांना आवडतो.''

''आम्हालापण.'' क्लोन्स एकसाथ चित्कारले.

तेवढ्यात, पृथ्वीवासीयांच्या अवकाशयानांचे थवे चंद्राला वळसे घालून दृष्टिपथात आले. त्यांच्या आघाडीला प्रबंधन समितीचं यान होतं. समिती प्रमुख डॉ. नायसीनियन

यांचा आवाज आला, ''आम्ही ज्याला सिंटिला म्हणतो त्या ग्रहावरून आलेल्या मित्रांनो, तुमचे स्वागत असो! आम्ही तुम्हाला स्वागताच्या स्थळी नेण्यासाठी आलो आहोत. आमच्याबरोबर चला.''

मग, तो लक्षावधी अवकाशयानांचा ताफा त्या प्रचंड नेत्रगोलाकार यानाला आपल्यामध्ये घेऊन; काही क्षणातच वातावरणातील पुन:प्रवेशाच्या ज्वाळांच्या रेषा आकाशाच्या पटलावर रेखीत पृथ्वीवर पोचला. निळ्या-हिरव्या आणि मधूनमधून अभ्राच्छादित पृथ्वीच्या मध्यावर गर्द अरण्यांनी झाकलेलं प्राणिसंग्रहखंड होतं. हिरव्या मखमलीवर सोन्याची मोहोर चमकावी तसे नवे उभारलेले, कित्येक हेक्टर क्षेत्रफळाचे, अवकाशपट्टण अरण्यामध्ये चमचमत होते. पृथ्वीवासीयांनी आपापली याने त्या अवकाशपट्टणाच्या सभोवतालच्या गर्द झाडीत उतरवली. प्रबंधन समितीचं यान सोन्याच्या मोहोरेच्या मध्यापासून जरा दूर उतरलं. सिंटिलावासीयांचं अवाढव्य यान सोन्याच्या मोहोरेच्या मध्यावर काही क्षण तरंगत राहिलं, मग त्याच्या पोटातून उतरवलेल्या तीन प्रचंड पायांवर अवकाशपट्टणाच्या लवचिक पृष्ठभागावर किंचित खळ्या पाडत स्थिरावलं. त्याच्या छायेत प्रबंधन समितीचं यान दिसतही नव्हतं.

सर्व पृथ्वीवासीयांनी अवकाशपट्टणाच्या वर्तुळाकार कडेला गर्दी केली. अकरा सदस्यीय प्रबंधन समिती यानाच्या दिशेनं पुढे गेली. तेवढ्यात त्या विराट यानाच्या पोटातून एक दरवाजा उघडला. त्यातून एक घसरगुंडी निघून प्रबंधन समितीसमोर काही अंतरावर सोनेरी भुईवर टेकली. आता तिथे जमलेल्या आणि जगभर त्रिमिती दूरचित्रवाणीवर हा अभूतपूर्व क्षण पाहणाऱ्या पृथ्वीवासीयांची उत्कंठा शिगेला पोचली होती. तीस कोटी जीवांनी श्वास रोखले होते आणि प्राण डोळ्यांत ओतले होते. तेवढ्यात त्या घसरगुंडीवरून वेगानं घरंगळत एक चाक निघालं. जमिनीला टेकताच ते थांबलं, तेव्हा दिसलं की तीन आऱ्या असलेलं, मात्र कडा नसलेलं, निळसर धातूचं भासणारं ते एक चाकच आहे. त्या आऱ्यांच्या केंद्रस्थानी एक वर्तुळ असून त्यात हिरव्या धातूचा गोल अधांतर तरंगत आहे. ते चाक एकाच आरीवर, उरलेल्या दोन आऱ्या हवेत उभारून, सहज तोल सावरून उभं होतं. सबंध जग स्तब्ध होऊन या दृश्याचा अर्थ लावण्याचा प्रयत्न करत असतानाच त्या चाकानं आपले हवेत उंच धरलेले दोन पाय जमिनीवर टेकवले आणि त्याची तिवई झाली. कंपासबॉक्समधील कंपास, रेषेची लांबी मोजायला जसा वापरतात, तशी हालचाल करत ती तिवई प्रबंधन समितीसमोर येऊन थांबली. ती साधारण पृथ्वीवासीयांच्या अर्ध्या उंचीची होती.

आता काय करायचे, असा विचार सदस्यांच्या मनात येतो न् येतो, तोच पहिल्यासारखीच अकरा चक्रे भिरभिरत येऊन पहिल्या तिवईशेजारी तिवया बनून,

सहा जोड्या करून, शिस्तीत उभी राहिली. पहिलं उतरलेलं चक्र किंवा तिवई, जोडीच्या तिवईसह पुढे सरकवली आणि डॉ. नायसीनियन यांच्यासमोर ती जोडी थांबली. आता जवळून पाहताना, प्रत्येक तिवईच्या मध्यवर्ती वर्तुळातील तरंगत्या गोळ्याला विभागणारी फिरती निळी पट्टी दिसली. ती काही सेकंद चमकत होती आणि काही सेकंद विझत होती. मात्र, प्रत्येक जोडीतील तिवयांच्या पट्ट्या आळीपाळीनं विझत-चमकत होत्या.

या बारा यंत्रांचे मालक, सिंटिले, कुठे आहेत? हा प्रश्न साऱ्या जगाच्या मनात येतच होता तेवढ्यात,

''हे कमनीय आकृतींच्या पृथ्वीवासीयांनो...'' पहिली तिवई म्हणाली, तेवढ्यात तिची निळी पट्टी विझली.

''आम्ही कोट्यवधी क्रोनोनवासीयांचे प्रेम तुमच्यासाठी घेऊन आलो आहोत!'' दुसऱ्या तिवईने वाक्य पुरं केलं.

पृथ्वीवासीयांना एकदम उमजलं की, या तिवयाच सिंटिले आहेत. आणि एकच आश्चर्याचा उद्गार उमटला. त्यानंतरच्या क्षणभराच्या शांततेत सभोवतालच्या अरण्याच्या पर्णराजीवर माना काढून हिंडणाऱ्या पुनरुज्जीवित प्रागैतिहासिक आणि जनुकीय किमयेनं निर्माण केलेल्या प्राण्यांचे चित्रविचित्र आवाज मात्र ऐकू येत राहिले.

डॉ. नायसीनियननी आपलं ठरवलेलं स्वागताचं भाषण बाजूला ठेवून संभाषणालाच सुरुवात केली,

''प्रिय सिंटिल्यांनो! तुम्ही इतका दूरचा प्रवास करून आमच्या घरी आलात, तुमचे स्वागत करायला माझ्यापाशी शब्दच नाहीत. आपल्यामध्ये सारखेपणा आहे, तो केवळ आपल्या दोघांपाशी असलेल्या बुद्धिमत्तेचा! पण केवळ त्याच सारखेपणानं माझ्या हृदयात उसळवलेली आपलेपणाची भावना मलाच समजत नाही, ती तुम्हाला मी काय सांगणार?'' हे म्हटल्यावर त्यांना अश्रू आणि हुंदके आवरणं अशक्य झालं.

मग पुरातत्वतज्ज्ञ डॉ. पुणतांबेकरांनी डोळे पुसत संभाषणाचा धागा उचलला. ''या सतत पसरत चाललेल्या विश्वातील अनंत प्रवासात बुद्धिवंतांची साथ-संगत शोधण्यासाठी आम्ही शतकानुशतके अंतराळात सर्वदूर पसरलेल्या तारकापुंजांत शोध घेत होतो आणि सिंटिलापासून एकाच लांब पावलाने तुम्ही आमच्यापर्यंत पोचलात आणि आमच्याच भाषेत आमच्याशी बोलता आहात. हा प्रवास, खरं तर, आम्हीच करायला हवा होता, निदान तुम्हाला अर्ध्या वाटेवर तरी भेटायला हवं होतं. पण दुर्दैवानं आमच्याजवळ प्रकाशातीत वेगानं प्रवास करण्याचं तंत्रज्ञान नाही आणि

आमच्या अडीचशे वर्षांच्या आयुष्यात आम्ही सामान्य वेगाच्या अवकाशयानाने फार दूर पोहोचू शकत नाही. तुम्ही आलात आणि आमचा गुदमरवणारा एकाकीपणा दूर केलात, आम्हाला वाटणारी कृतज्ञता कशी व्यक्त करू?''

''आम्हाला आपलं म्हटलंत, त्यातच सारं आलं. आमच्या ग्रहाला तुम्ही सिंटिला का म्हणता ते आम्हाला समजलं, फारच समर्पक आणि सुंदर नाव दिलं आहे.'' पहिला क्रोनोनवासी बोलायचा थांबला आणि दुसऱ्याने सुरुवात केली, ''तुमच्या ग्रहाचे पृथ्वी हे नावही अगदी समर्पक आहे. त्या नावातून, इतक्या विविध जीवांना जन्म देणाऱ्या, पोसणाऱ्या आणि अंगावर पेलणाऱ्या ग्रहाचे सामर्थ्य प्रकट होते. आम्हाला तुमचे घर पाहून खरोखरीच फार आनंद झाला, इथली विविधता आमच्या क्रोनोनवर नाही. क्रोनोनवर केवळ आम्ही सिंटिलेच आहोत. त्यात दोन प्रकार आहेत, एवढीच विविधता.''

''पुन्हा तुमचे स्वागत असो, सिंटिल्यांनो!'' असं म्हणत डॉ. नायसीनियनने पुढे होऊन समोरच्या सिंटिल्याला आलिंगन दिलं. अर्ध्या उंचीच्या सिंटिल्यानेही चटकन एक पाय किंवा हात म्हणा उचलून डॉक्टरांच्या कंबरेभोवती टाकला. व्यवस्थापन समिती सदस्य आणि बाकीच्या सिंटिल्यांनीही मिठ्या मारल्या. त्याच क्षणी, आनंदानं हसत, रडत, नाचत पृथ्वीवासीयांनी बांध फुटल्यासारखी अवकाशपट्टणाच्या सुवर्णभूमीवर धाव घेतली. तेवढ्यात, सिंटिल्यांच्या यानातून शेकडो घसरगुंड्या जमिनीवर उतरल्या आणि त्यावरून हजारो सिंटिले भिरभिरत उतरले. पृथ्वीवासी आणि सिंटिले कुठे जोडीनं तर कुठे रिंगण धरून नाचू लागले. त्यात सिंटिल्यांच्या उंचीचा अडथळा होत नव्हता, मात्र दर थोड्या वेळानं काही सेकंद ते हरवल्यासारखे बंद पडत, मग पुन्हा चालू होत, हा मोठा विलक्षण प्रकार होता.

— —

त्यानंतर, दोन महिने सिंटिल्यांना पृथ्वीची सहल घडली. पारदर्शक माणूस, पाणबुडीतून अद्‌भुत समुद्रतळ, गुरुत्वाकर्षण आरशांनी वळविलेल्या गुरुत्वशक्तीने समुद्रावर खिळवून ठेवलेली चक्री वादळे आणि हवामानाचे नियंत्रण; पृथ्वीवासीयांच्या जन्मशाळा, नवनवीन प्राण्यांचे आराखडे रेखाटण्याचे स्टुडिओ, इत्यादी त्यांनी पाहिलं. चित्रकला, नाट्य, संगीत, विविध खाद्यपदार्थ यांची अवीट गोडी त्यांनी अनुभवली. सिंटिल्यांना कला माहीतच नव्हत्या. सिंटिल्यांकडे जेवणाचा एकच पौष्टिक पदार्थ मिळायचा. तो बेचव, राखी रंगाचा, संश्लेषणानं - सिन्थसिसने - हवेतून तयार केलेला असे. घरे, केवळ डोक्यावर छत हवे म्हणून, आपली सायची. सिंटिलावरील

दिवस-रात्रीचे चक्र वेगानं फिरत असल्यानं ते थोड्या थोड्या वेळानं झोपी जायचे, म्हणूनच त्यांनी पृथ्वीच्या सफरीसाठी दोघादोघांनी पाळीपाळीनं बोलण्याची युक्ती शिकून घेतली होती. सिंटिलावरच्या ठिणग्या म्हणजे प्रचंड आरसे होते. त्यांचा उपयोग दिवसाचा सूर्यप्रकाश रात्रीच्या भागावर परावर्तित करण्यासाठी होत होता, ज्यामुळे सिंटिल्यांना थोडंसं जास्त वेळ जागून शास्त्रीय संशोधन करता येत होतं. पृथ्वीवासीयांना जरी मोजकीच शास्त्रीय तत्त्वे माहीत होती, तरी त्यांचे नवनवीन, कलात्मक उपयोग शोधणाऱ्या कल्पनाशक्तीचं सिंटिल्यांना अतिशय कौतुक वाटत होतं. ते चमत्कार पाहताना ते झोप विसरत होते. मात्र, शास्त्रातील जे सिद्धान्त ते सांगत, ते पृथ्वीवासीयांच्या बुद्धीपलीकडचे होते. नवीन, मूलभूत शास्त्रीय तत्त्वं शोधून काढण्याबद्दलची पृथ्वीवासीयांची उदासीनता सिंटिल्यांना समजतच नव्हती. प्रकाशापेक्षा अधिक वेग घेण्यामागचं त्यांचं शास्त्र पृथ्वीवरील कोणालाच ते समजावून देऊ शकले नाहीत.

त्यांना पृथ्वीवासीयांचं अस्तित्व, पृथ्वीवरील रेडिओ लहरी सिंटिलावर आदळल्यापासून माहीत झालं. त्यांनी रेडिओ तयार करून माणसाचा आवाज ऐकला. पुढे टीव्हीच्या लहरी पोचल्यावर, त्या लहरींचा अर्थ लावणारे दूरचित्रवाणी संच त्यांनी दोन-तीन शतकात (पृथ्वीवरील कालगणनेनुसार) सहजच तयार केले आणि मग पृथ्वीवासीयांचं त्यांना दर्शन घडलं. त्यांचे विचार, भाषा आणि समाज यांच्या अभ्यासाची लाट सिंटिलावर आली. पृथ्वीवासीयांच्या भेटीसाठी प्रकाशातीत वेगानं उडणाऱ्या प्रवासी यानाचा शोध तर हजारो वर्षांपूर्वीच लागला होता. नव्या सिंटिल्यांच्या जननाची माहिती तर जन्मशाळांत उत्पन्न झालेल्या पृथ्वीवासीयांना चमत्कारिकच वाटली. तज्ज्ञ सिंटिल्यांच्या दूरदर्शनवरील असंख्य मुलाखतींतून त्यांच्या जीवनातील अनेक बारकावे आणि हा सारा इतिहास पृथ्वीवासीयांना समजला.

— —

दोन महिने झाले आणि सिंटिले परत निघाले. त्यांना यानात बसवून द्यायला सारी पृथ्वी, अगदी आवश्यक सेवाही यंत्रमानवांवर सोपवून, अवकाशपट्टणाशी लोटली होती. साठ कोटी डोळ्यांतून अश्रू वाहत होते, गळाभेटी होत होत्या. हळूहळू मिठ्या सुटल्या. शोकमग्न पृथ्वीवासी आणि सिंटिले दूर झाले. अवकाशपट्टणाच्या कडेला पृथ्वीवासीयांची दाटी झाली. प्रबंधन समिती मात्र सिंटिल्यांच्या प्रमुखांना निरोप द्यायला त्यांच्या यानापाशी थांबली. शेवटी डॉ. नायसीनियनने सिंटिल्यांच्या प्रमुखाला विचारलं, "आमचं अस्तित्व तर कित्येक हजार वर्षांपूर्वीच तुम्हाला माहीत झालं होतं, पृथ्वीच्या प्रवासासाठी यानही तयार केलं होतंत, तर तुम्ही याआधीच आम्हाला भेट का दिली नाहीत?"

''काय झालं, की तुमच्या टीव्हीवरील लढाया बघून आमचा धीर होईना, पुढे त्या कमी कमी होत गेल्या...'' प्रमुख म्हणत होता.

''आता तर लढाया होणारच नाहीत. तेव्हा तुम्ही परत-परत इथे यायला हरकत नाही.'' हे म्हणत असताना डॉ. पुणतांबेकरांच्या चेहऱ्यावर स्मित तरळलं.

''पण तरीही एक शंका राहिलीच.''

''ती कोणती?'' डॉ. नायसीनियन यांचा प्रश्न.

''टीव्हीवरील कार्यक्रमांतून तुमचे आकारमान आमच्या तुलनेत किती आहे हे कळेना. आम्ही फारच सूक्ष्म असलो तर, तुम्हाला दिसायचोच नाही. किंवा उलट असल्यास, तुम्ही आम्हाला दिसायचा नाहीत. त्यातून काहीतरी अपघात व्हायचा.''

''मग, हे कोडं सुटलं कसं?'' डॉ. नायसीनियन.

प्रमुखाला तेवढ्यात झोप लागल्यानं त्यांच्या संभाषण-जोडीदारानं एका सिंटिल्याला खूण केली. त्याने चटकन भिरभिरत यानात जाऊन एक सपाट फरशीवजा वस्तू आणली आणि नुकत्याच जागं झालेल्या प्रमुखाने ती घेऊन डॉ. नायसीनियनसमोर धरली. त्यावर काही रेखाचित्रे कोरलेली होती.

प्रमुख म्हणाला, ''काही काळापूर्वी क्रोनोनवर एक यान कोसळलं, त्यावर ही पट्टी बसवली होती, त्यावर तुमची रेखाचित्रं आहेत. तुम्हाला टीव्हीवर पाहिलं असल्यानं आम्हाला त्या चित्रांची ओळख सहज पटली. पण त्याहून महत्त्वाचं म्हणजे पट्टीवर यानाचंही रेखाचित्र आहे आणि त्याच्या तुलनेत तुमचे आकारमान आम्हाला समजले. तुमच्या-आमच्या आकारमानात फारसा फरक नाही, हे पाहून आम्ही इथे येण्याचं ठरवलं.''

हे ऐकताच पृथ्वीवासीयांनी टाळ्यांच्या कडकडाटात एकच जल्लोष केला. मात्र, समिती सदस्यांना त्या फलकावरील दोन आकृती स्पष्ट दिसल्या आणि त्या पट्टीवरील एक आकृती पाहून सिंटिल्यांच्या आगमनानं दूर झालेल्या एकाकीपणानं अनेक पटींनी त्यांना ग्रासलं. ती आकृती कोणाची? ती आणि आपण यांच्यातील साम्यही आणि फरकही हवाहवासा, अंगप्रत्यंग पुलकित व्हावं असा आहे, हे आकर्षण का वाटावं? हे सारे प्रश्न त्या बुद्धिवान समिती सदस्यांच्या मनात चमकून गेले आणि त्यांच्या ओठांवरले शब्द आटून गेले. तेवढ्यात, त्या पट्टीवर दूरचित्रवाणीचा कॅमेरा रोखला गेला आणि त्या आकृती अवकाशपट्टणाच्या चोहीकडे उभारलेल्या प्रचंड चित्रवाणी पडद्यांवर सर्वच पृथ्वीवासीयांना दिसल्या. जनुकीय तंत्रज्ञानाने निर्मिलेल्या त्यांच्या सुंदर, सामूहिक मानसाच्या तळाच्या, विस्मरणाच्या गर्तेत निद्रिस्त म्हणून अनोळखी असलेल्या प्रमाथी भावनांनी, जणू अंधाऱ्या समुद्रतळावर प्रगाढ सुप्तावस्थेत

पडून राहिलेल्या महाकाय जलचराने कूस बदलावी, तशी कूस बदलली. त्या किंचित हालचालीनं सारा मानस ढवळून गढुळला. त्यांचे आवाज थांबले. प्राणिसंग्रहखंडाच्या वन्यसृष्टीचे चिवचिवाट आणि चित्कार वगळता नि:शब्द शांतता अवकाशपट्टणावर खपलीसारखी सांकळली.

''आम्हाला एकाच प्रश्नानं सतावलं आहे...'' सिंटिल्यांचा प्रमुख म्हणाला, ''आणि तो प्रश्न, हे चित्र तुम्हाला दाखवल्याशिवाय विचारताही येत नव्हता. या चित्रात दोन आकृत्या आहेत, त्यातील फक्त गोलाकार आकृतीसारखे पृथ्वीवासी आम्हाला इथे दिसताहेत. त्या दुसऱ्या पिळवटलेल्या आकृतीसारखे कोणीच प्राणी दिसत नाहीत, असं कसं?''

डॉ. नायसीनियननी वळून डॉ. पुणतांबेकरांकडे पाहिलं. इतका वेळ पुरातत्वतज्ज्ञ दुरूनच ती पट्टी पाहण्याच्या निष्फळ प्रयत्नांत गुंतल्यानं, त्यांना सर्वत्र पसरलेली शांतता जाणवली नव्हती. मात्र, डॉक्टर नायसीनियनच्या आता स्वप्नाळूपणे अर्धवट मिटलेल्या डोळ्यात त्यांना दिसलेली गूढ आर्तता अगदी अपरिचित होती. किंबहुना, सर्वच पृथ्वीवासीयांनी त्यांच्या मनात घोंघावणाऱ्या भावनांच्या काहूरासारखे काहूर पूर्वी कधीच अनुभवलं नव्हतं. त्यांच्या अंगावर फुटलेला काटा गार वाऱ्यानं नव्हता, तर एका विचित्र आतुरतेनं, ओढीनं फुटला होता.

डॉ. पुणतांबेकरांनी पुढे होत ती पट्टिका डॉ. नायसीनियनकडून घेतली. हजारो वर्षांपूर्वी अंतराळात पाठवलेल्या पायोनियर यानावरील तो फरशीवजा फलक त्यांनी सहज ओळखला, त्याच्यावरील ती अनोळखी आकृतीही त्यांनी लगेच ओळखली.

आता सारी प्रबंधक समिती पुणतांबेकरांच्या भोवती जमून त्या पट्टीकडे अनिमिष दृष्टीनं पहात होती.

''ही आकृती होय?'' त्या पट्टीवरील आकृतीवर बोट ठेवत सहज हसत त्या म्हणाल्या, ''हा होता पुरुष. क्लोनिंगचा शोध त्यानेच लावला, आणि मग प्रजोत्पादनासाठी भरवशाचा, बिनत्रासाचा आणि वासनाविरहित मार्ग सापडल्यावर त्या त्रासदायक प्राण्याची आवश्यकताच राहिली नाही, मग त्याची निर्मिती बंदच करून टाकली.''

हे ऐकून सिंटिल्यांना बसलेला धक्का त्यांच्या मुद्राविरहित चेहऱ्यावरही प्रतिबिंबित झाला आणि सर्व प्रेक्षकांना जाणवला.

''फारच त्रासदायक होता तो.'' डॉ. पुणतांबेकर हातातल्या पट्टीकडे पहात बोलत राहिल्या. ''सारखे प्रश्न, शोध, वाद, वासना, लढाया आणि धिंगाणा, क्षणभराची शांतता लाभू देत नव्हता. म्हणून प्राचीन काळीच जागतिक सरकारने

कायदा करून त्याला कायमचा बाद करून टाकला, तेव्हापासून जगात लढाई झालेली नाही.'' हे म्हणताना त्यांचे शब्द अडखळू लागले होते.

तेवढ्यात दृष्टी खिळलेल्या प्रबंधक समितीच्या सदस्यांचं लक्ष तिथे जमलेल्या पृथ्वीवासीयांच्या गगनभेदी विलापानं वेधून घेतलं. त्यांच्या समोरचे सिंटिले नाहिसे झाले होते. उचलल्या जाणाऱ्या घसरगुंडीवरून शेवटचा सिंटिल्या अधिक वेगानं भिरभिरत यानात पोचला, तो आणि घसरगुंडी यानात लुप्त झाले, धाडदिशी शेवटचं सरकदारही बंद झालं. यान घाईघाईनेच वर उचललं गेलं, त्याचे पाय पोटात गडप झाले. यान तरंगत्या डोळ्यांसारखं उंच गेलं. त्याच्या बाहुलीत झगझगीत लाल प्रकाश उजळला आणि तो काही क्षण अवकाशपट्टणावर जमलेल्या गर्दीकडे जणू संतापानं रोखला गेला. मग यान वळून आकाशात झेपावलं आणि क्षणात अंतर्धान पावलं. पृथ्वीवासीयांच्या प्रचंड जमावातून वियोगाचा एकच हुंदका फुटला.

त्यांना उमगलं, आपल्याला अनंत विरहाचा शाप मिळाला आहे.

लिव्हिंग रोबो

प्रा. म. वि. दिवेकर

आजारातून उठल्यानंतर असं नेमकं झालंय तरी काय, याचा उलगडाच होत नाहीये. तसा मी अत्यंत शांत प्रवृत्तीचा, न चिडणारा, न रागावणारा, अत्यंत मनमिळावू वगैरे असा. कधी कुणाशी भांडण, मोठ्यानं ओरडणं अजिबात नाही. मात्र आजारी पडल्यापासून माझ्यात नक्कीच काहीतरी बदल झालाय, असा माझा डॉक्टर मित्र म्हणालासुद्धा. त्याच्याकडे ट्रीटमेंट घेतली होती. अगदी सी.टी. स्कॅन वगैरे वगैरे. भर पावसात मोटरसायकलला कुत्रं आडवं आलं अन् मी दणकन खाली पडलो. डोक्यालाच मार लागला होता. छोटंसं ऑपरेशन वगैरे करायला लागलं. सगळं ठीक झालं, पण हे असं.

मलाही आश्चर्य वाटलं. आजारातून उठल्यानंतर पहिल्यांदाच ऑफिसला गेलो. सगळ्यांशी बोललो, हास्य-विनोद, नेहमीसारखाच वागलो अन् अचानक काय झालं कुणास ठाऊक? आमचा बॉस आला, माझ्याशी बोलला, विचारपूस केली; पण मी मात्र एकदम, अक्षरश: त्याच्या अंगावर धावून जात त्याच्या मानेला पकडीत सटकन श्रीमुखात भडकावली. माझा बॉस अशा अचानक हल्ल्यानं एकदम गोंधळला, धडपडला अन् अचानक खाली पडला. बाकीच्यांनी आरडाओरडा करत मला गच्च पकडून ठेवलं. उरलेले सर्व बॉसला मदत करायला धावले. पण आणखी एक गंमत झाली, मी शांतच होतो. मी काहीतरी वेगळं, विचित्र केलंय याची पुसटशीही जाणीव मला नव्हती. एवढं सगळं झाल्यावर मी आपला नेहमीसारखा हसतखेळत विनोद वगैरे करायला लागलो. माझ्याच देखत लोक माझ्या बॉसची

समजूत काढत होते. ''जाऊ द्या सर... चूक झाली. तुम्हालाही माहीत आहेच हा तसा नाही. आजारपणानं, कामाच्या टेन्शनमुळे झाली त्याच्या हातून चूक...'' लोक बोलत राहिले मलाही; पण माझ्या हातून नेमकी काय चूक झाली होती हे मला लोक परोपरीनं कळवळून सांगत होते, तरीसुद्धा कळलं नाही. ऑफिसमध्ये लोक म्हणत होते म्हणून मी बॉसची क्षमा वगैरे मागितली. बॉसनेही मोठ्या मनानं क्षमा केली. सगळं व्यवस्थित झालं, मात्र हे असं... कदाचित माझ्या मेंदूवर परिणाम झाला असणार, असं लोक म्हणत होते म्हणून मी म्हणतो एवढंच. जवळच्या मित्रांनी मला जबरदस्तीनं माझ्या डॉक्टर मित्राकडे नेलं. घडलेलं सगळं सांगितलं. मित्र उगीचच हसला. म्हणाला, ''याला कसलाच आजार नाही. ह्याच्या डोक्यावर परिणाम वगैरे झालेला नाही. भावनेच्या भरात होते एखादी चूक. तसंच असेल.'' डॉक्टर मित्र सांगत होता. ऑफिसमधले माझे जवळचे मित्र उगीचच चिंता करायला लागले होते. माझं आणि बॉसचं काही बिनसलं होतं का वगैरेचा शोध घ्यायला लागले होते. मलाही खोदून खोदून विचारायचे, पण मी काहीच उत्तर देऊ शकत नव्हतो. उलट माझे मित्र आणि बॉस माझ्याविरुद्ध काही कारस्थान करताहेत, याचा मला संशय यायला लागला होता.

—— ——

आजारातून उठल्यानंतर माझ्या बाबतीत वेगळंच काही घडायला लागलं होतं, हे मात्र निश्चित खरं. कसलीतरी बैचेनी. कसलेतरी आवाज, गुणगुण, डोक्यात येणाऱ्या मुंग्या अन् अशा वेळी हमखास मी काहीतरी कृती करणार. कालचीच गोष्ट, माझं बायकोवर खूप प्रेम. अर्थातच तिचंदेखील आहेच. प्रेमविवाह असूनही अगदी एक तप उलटून गेलं तरीही आमच्यात भांडणं, रागावणं, रुसणं असले प्रकार कधीच घडले नाहीत. उलटपक्षी वाढत्या वयाबरोबर आमच्यातलं प्रेम अन् तारुण्याची नशाही वाढीला लागली. पण काल मात्र रात्री आम्ही दोघं गच्चीत गप्पा मारत उभे होतो. हसत, खिदळत विनोद करत होतो अन् अचानक बायकोच्या चेहऱ्याकडे काही क्षण टक लावून पहात असतानाच मी क्षणार्धात तिच्या श्रीमुखात लगावली. एकदा नव्हे तर दोनदा. दोन्हीही गालांवर. झालेल्या हल्ल्यानं बायको एकदम घाबरली. किंचाळली अन् मोठ्यानं रडायला लागली. मी मात्र तसाच उभा, तिचा चेहरा न्याहाळत. आई-बाबा खालून धावत आले. ''काय झालं? काय झालं?'' दोघांनाही विचारायला लागले. बायको मात्र माझ्याकडे रागानं पहात रडत होती. अन् मी तिच्याकडेच पहात होतो. ''काही झालं नाही.'' मी सहजपणे म्हणालो. ''तुम्ही का धावत आलात?'' माझे आई-

बाबा चक्रावले. नक्कीच काहीतरी गडबड होती. बाबा माझ्या हाताला धरून म्हणाले, ''तू अगोदर खाली चल.'' अन् मला ओढीतच घेऊन गेले. आई माझ्या बायकोचे डोळे पुसत तिची समजूत काढत होती.

रात्रीची वेळ होती. मला झोपही येत होती. मी पटकन झोपी गेलो. त्यानंतर बराच वेळ आई–बाबा अन् बायको बोलत होते म्हणे. रात्री जाग आल्यानंतर शेजारी बायको झोपलेली आहे; मात्र ती रडते आहे, हे लक्षात आलं म्हणून ताडकन उठलो. खोलीतला दिवा लावून तिला मिठीत घेऊन विचारायला लागलो, ''तू का रडते आहेस? एखादं वाईट, भयानक स्वप्न पडलं का? माझी काळजी वाटते का? तुला घरातलं कुणी बोललं का? ऑफिसमध्ये काही भांडण वगैरे?'' मी विचारत राहिलो अन् बायको माझ्यापासून दूर दूर पळत होती. तिचं सारं लक्ष माझ्या चेहऱ्याकडेच होतं. तिचे गुलाबी गाल लालभडक झालेले होते. अन् त्यावर हाताच्या बोटांचे स्पष्ट दिसणारे ठसे होते. गाल सुजले होते बहुतेक. रडून रडून डोळे लाल झाले होते. ''तुला कुणी मारलं का?'' हे म्हटल्याक्षणी बायको एकदम आवेगानं माझ्या मिठीत शिरली अन् पुन्हा रडायला लागली. ''तुम्हाला हे असं काय झालं हो?'' रडत रडत ती मला विचारत होती. सकाळी सकाळी बाबांनी मला ऑफिसला सुट्टी घे म्हणून सांगितलं. मलाही नवल वाटलं. ''का बरं? काही विशेष? अगोदरच माझी खूप रजा झालीय. कामं खोळंबलीत?'' मी म्हणायला लागलो तशी बायको एकदम पुढे आली; आपल्याला डॉक्टरांकडे जायचंय, तपासायचंय. मी एकदम काळजीत पडलो. ''तुला काही त्रास होतोय का?'' तशी बायको एकदम रडायलाच लागली. तशीच पळत आतल्या खोलीत गेली.

आई माझ्याजवळ आली. समजावण्याच्या सुरात म्हणाली, ''असं काय करतोस सुहास? काल रात्री तू तिला किती मारहाण केलीस? तीही कारण नसताना केलीस अन् आणखी तुला काही केल्याचं काहीच आठवत नाहीये. पुन्हा तिलाच विचारत होतास, तुला कुणी मारलं का म्हणून?'' बाबा म्हणाले, ''तू आजारी पडल्यापासून तुझ्यात नक्कीच काहीतरी बदल झालाय. ऑफिसमध्येही तू असंच काहीतरी केलं होतंस. कारण नसताना तुझ्या बॉसच्या थोबाडीत दिली होतीस आणि काल रात्री पुन्हा तसंच केलंस. तुझ्या बायकोची काही चूक नसताना तिच्याही थोबाडीत...''

''थांबा... थांबा.'' मी एकदम म्हणालो. ''मी स्वातीला मारलं? रात्री? कसं शक्य आहे? मी अजूनपर्यंत तिच्यावर कधी रागावलोसुद्धा नाही, भांडलोही नाही अन् एकदम अशी मारहाण... काहीतरी गोंधळ होतोय... मी हे असलं

काहीच केलं नाही...'' मी बोलत होतो आणि आई-बाबा माझ्याकडे अविश्वासाने पहात होते.

—— ——

पुन्हा एकदा डॉक्टर मित्राकडे गेलो. या वेळी मात्र तो हसला नाही. गंभीरपणे ऐकत राहिला. माझ्या बऱ्याच टेस्ट्स घेतल्या. काळजीपूर्वक तपासलं. म्हणाला, ''मी आज काही औषधं देतो ती नियमीत घे. नंतर माझ्या बायकोला म्हणाला, ''वहिनी, तुम्ही अजिबात घाबरू नका. धीर सोडू नका. याच्या वागण्यावर, हालचालीवर बारीक लक्ष ठेवा. काही वेगळं, विचित्र किंवा गंभीर आहे, असं वाटलं तर मला ताबडतोब फोन करा. दोन दिवसांनी माझा मित्र येणार आहे, तो न्यूरॉलॉजिस्ट आहे, त्यालाही दाखवून घेऊ.''

बाहेर निघता निघता बाबा रेंगाळले. पुन्हा मित्राच्या केबीनमध्ये घुसले. ''सुहासचं वेड वगैरे...'' बाबा काळजीच्या सुरात विचारत होते. ''कदाचित ही वेड लागण्याची पहिली स्टेप...'' त्यावर डॉक्टर मित्र खळखळून हसला. ''तुम्हाला सांगितलं ना सुहासला काहीही झालेलं नाही. तो अगदी नॉर्मल आहे. आपण लोक एकवेळ वेडे होऊ. आपल्यालाही वेड लागू शकेल पण सुहासला नाही. तो परफेक्टली ऑलराईट आहे. काळजी करणं सोडा आणि आत्ताच्या औषधानं त्याला नक्कीच आराम मिळेल.''

मीदेखील हे बोलणं ऐकलं होतं. मात्र शांत होतो. हसून बायकोला म्हणालोदेखील, ''अरे तुम्ही लोक मला वेडा समजायला लागले की काय?'' डॉक्टर मित्राच्या औषधानं मला नक्कीच गुण पडला. विशेषतः बेचैनी, डोक्यात मुंग्या येणं वगैरे सगळंच बंद झालं. मी अगदी नॉर्मल, नेहमीसारखा झालो. सगळ्यांची काळजी मिटली. मात्र बायको उगीचच माझी काळजी करायची. अर्थात हेदेखील एका अर्थानं चांगलंच झालं होतं म्हणा. कारण माझ्या काळजीमुळे ती माझ्यावर आणखी जास्त प्रेम करायला लागली होती. माझे हवे तसे लाड करायची. अन् अधूनमधून हळुवार नाजूक हातांनी माझ्या गालावर चापट्या मारायची.

डॉक्टर मित्राकडे दोन दिवसांनंतर गेलो होतो. त्याचा न्युरॉलॉजिस्ट मित्र आला होता. त्यानेही मला तपासलं, आणखी थोडीफार औषधं दिली.

पंधराएक दिवस मी अगदी व्यवस्थित होतो अन् पुन्हा एकदा, अर्थात या वेळी मी कुणाला मारहाण केली नाही, चिडलोही नाही; फक्त माझा डावा हात सरळ ताठ करून, पुढे काढून घरातल्या घरात फिरायला लागलो. प्रतिज्ञा किंवा शपथ घेताना जसा हात ताठ करतात अगदी तस्साच. बायकोचं लक्ष होतंच. तिने मला विचारलं,

‘‘हे असं काय करतोस सुहास? तुझा हात असा सरळ करून घरातल्या घरातच का फिरतोस?’’ अन् माझ्यावर लक्ष ठेवत तिने माझ्या डॉक्टर मित्राला फोन लावला. काळजीच्या सुरात त्याला काहीतरी सांगत होती अन् मी मात्र, हळूच तिच्या मागे गेलो, फोनवर ती बोलत होती आणि तो हात तसाच तिच्या खांद्यावर ठेवला; तशी ती एकदम दचकली अन् जोरानं किंचाळली. मी मात्र हात खाली घेऊन मोठमोठ्यानं हसायला लागलो होतो आणि ती मात्र वेड्यागत माझ्याकडे पहात होती.

‘‘कशी गंमत केली.’’ मी हसत म्हणालो. ‘‘अगं हाताला कळ लागली होती. खांदा दुखत होता म्हणून डॉक्टरांनी सांगितल्यानुसार मी व्यायाम करत होतो अन् तू मात्र अशी वेडाबाई...’’ डोळ्यांतल्या गंगा-यमुना कशाबशा थोपवत बायको मिठीत शिरली. आवेग ओसरल्यानंतर मीच डॉक्टर मित्राला फोन केला. सगळं सांगितलं, तसा तोदेखील हसायला लागला. म्हणाला, ‘‘चुकलंच माझं. उगीचच वहिनींना तुझ्यावर लक्ष ठेवायला सांगितलं. तू म्हणजे असा आहेस ना, सगळ्यांनाच वेडं करून टाकणार बहुतेक.’’ जरा वेळानं म्हणाला, ‘‘हे बघ ऑफिस सुटल्यावर माझ्याकडे येऊन जा.’’

‘‘काही विशेष? का पुन्हा तपासण्या?’’ मी मुद्दामहून विचारलं. तसा तो म्हणाला, ‘‘नाही रे उगीचच शंका घेऊ नकोस. एक नवीन उपकरण मी घेतलंय. ते तुला दाखवायचं आणि त्यातले काही प्रोग्रॅम समजावून घ्यायचे आहेत. तुझ्यासारख्या हुशार सॉफ्टवेअर इंजिनिअरलाच ते जमेल. आम्ही काय? वेडी माणसं...’’ बायको शेजारीच उभी होती, तिनेही हे ऐकलं अन् तीदेखील हसायला लागली.

‘‘तुम्ही दोघं एकत्र मिळून फोन करताहात का रे?’’ डॉक्टर मित्र तिकडून विचारत होता. ‘‘की वहिनी माझ्यावरही लक्ष ठेवून आहेत?’’ तसा बायकोनं पटकन फोनच बंद केला.

हे सगळं ठीक चाललं होतं. पण मला काहीतरी त्रास होत होता. नक्कीच होता. हे सगळं असंच घडल्यामुळे मला कुणालाही सांगता येत नव्हतं. पण मला अधूनमधून बेचैनी, डोक्यात मुंग्या, कसलीतरी गुणगुण जाणवत होती.

डॉक्टर मित्राने त्याच्या ऑपरेशन थिएटरमधलं ते उपकरण मला दाखवलं. वेगळंच होतं अन् मस्तदेखील. काहीसं लॅपटॉपसारखं. विशेषत: न्यूरॉलॉजिकल प्रॉब्लेममध्ये या उपकरणाचा उपयोग होतो. खूपच महागडं, जपानमेड होतं. मी ते काळजीपूर्वक पाहिलं. तपासलं, पण लगेचच अर्थबोध होईना. त्याच्याबरोबर असलेलं लिटरेचर मी घेतलं. दोन दिवस वाचून सगळं समाजावून देतो, डॉक्टर मित्राला म्हणालो.

‘‘तुझं कसं चाललंय?’’ डॉक्टर मित्राने विचारलं.

"एकदम ठीक. काहीच त्रास नाही."

"तुझ्याविषयी नाही म्हणत मी." डॉक्टर मित्राने मला थांबवत सांगितलं, "तो एक प्रोग्रॅम दिला होता तुला करायला तो झाला का? आणि त्या अगोदरच्या सॉफ्टवेअरच्या चीप्स? नॅनो चीप्स?"

"करतो रे." तसा मी म्हणालो. "असं हातघाईला येऊ नकोस. किचकट काम आहे ते. वेळ लागेल ना. माझं तसं काम झालंय. पण तो इलेक्ट्रॉनिक्सवाला त्याचं काय?" मी मित्राला विचारलं. "चीप्सचं रिडक्शन कुठपर्यंत करेल तो?" मित्र म्हणाला, "त्याला यश मिळालंय. तू फक्त त्याला..." नंतर एकदम विषय बदलत तो म्हणाला, "माझं एक महत्त्वाचं काम तू करणार आहेस. आजच आणि अगदी अर्धाएक तासात... तसं महत्त्वाचं आहे."

"म्हणजे?" मलाही आश्चर्य वाटलं. "मी नाही म्हटलं तर? तसा मी खूप थकलोय आणि तुझ्या त्या गोळ्यांमुळेच मला तसा अशक्तपणाही आहेच ना. आज जाऊ दे. उद्या बघू."

माझा हा डॉक्टर मित्र तसा काहीवेळा विक्षिप्तच वागतो. आत्ताही तेच झालं. म्हणाला, माझं हे काम तू करणार आहेस. खिशातून मोबाईल काढून तो भराभरा बटनं दाबायला लागला... अधूनमधून तो माझ्याकडे पहाततही होता.

अन् पुन्हा एकदा मला ते एकदम जाणवलं. अस्वस्थपणा, बेचैनी, डोक्यात कसलेतरी आवाज... गुणगुण... मी त्याच्याकडे शांत चेहऱ्यानं पहात राहिलो.

— —

डॉक्टर मित्राच्या बायकोला माझ्या कारमध्ये घेऊन मी निघालो. तसा शांत होतो. अधूनमधून विचार करत होतो. माझ्या डॉक्टर मित्राची बायको तशी स्वभावानं चांगली आहे. हुशार अन् माझ्यासारखीच गप्पीष्ट. मला तिला सोडायचं होतं. मला नाही म्हणता येत नव्हतं. डॉक्टर मित्राचा कुणीतरी सिनिअर येणार होता. दोघं मिळून ऑपरेशन करणार होते. म्हणून त्याला वेळ नव्हता. कदाचित अर्धाएक तासानंतर तो येऊ शकणार होता. पण त्यासाठी विमान उशिरा सुटणं गरजेचं होतं. तसं त्याच्या दवाखान्यापासून विमानतळ पंचवीसेक किलोमीटर अंतरावर होतं. अन् रस्त्यानं जाताना एक भला मोठा तलाव होता. पिकनिक स्पॉट असलेला. अथांग, निळंशार, खोल खोल पाणी असलेला...

अचानक डॉक्टर मित्राच्या बायकोने गाडी थांबवायला सांगितली. पण नेहमीच्या स्पॉटऐवजी दुसऱ्याच ठिकाणी. कोणी नसलेल्या ठिकाणी. अन् त्याच वेळी पुन्हा एकदा माझ्यात अस्वस्थपणा, बेचैनी, डोक्यात मुंग्या, कसलीतरी गुणगुण

सुरू झाली. आणि चेहराही एकदम शांत झाला. रस्त्यानं माझी कार वेगानं धावत होती. ऐसपैस, प्रशस्त, सुंदर रस्त्याच्या एका बाजूनं तो विस्तीर्ण तलाव साथ देत असल्यासारखा मी थांबलो. अचानक थांबलो. तिलाही आश्चर्य वाटलं. ''इथे कुठे चहा?'' पण मी काहीच बोललो नाही. दार उघडून सरळ खाली उतरलो. ती माझ्याकडेच पहात होती. माझा शांत चेहरा तिला आवडला नसावा. घाईघाईनं म्हणालो, ''उशीर होतोय.. पुढे निघू.''

डोक्यातली गुणगुण वाढली होती. माझं तिच्या बोलण्याकडे लक्ष नव्हतं. कारण वळसा घालून तिच्या बाजूला गेलो. दरवाजा उघडला अन् सरळ तिचा हात ओढून तिला जबरदस्तीनं कारच्या बाहेर ओढलं.

''हे काय करतोस सुहास? सोड माझा हात. यू बास्टर्ड...''

डोक्यातली ती संवेदना पराकोटीला गेली होती. काहीच सुचत नव्हतं. फक्त एकच लक्ष होतं. डोळ्यांपुढे तीच आणि तीच होती. काय निश्चित ठरलेलं होतं. तिला खाली ओढलंच. अक्षरश: ओढलं. ती किंचाळत होती; पण तिचा हात मी घट्ट धरलेला होता. सोडणार थोडाच होतो? तशीच तिला पुढे लोटली अन्... ताकदीनिशी तिला लोटून दिलं. त्या अथांग, निळ्याशार, खोल खोल पाण्यात... अन् जरा वेळानं कारदेखील. ड्रायव्हर साईडचा दरवाजा उघडून, कार चालू करून तशीच तिलाही ढकललं.

बरेच आवाज येत असावेत, पण मला काहीच ऐकायला येत नव्हतं. मी शांत चेहऱ्याने पहात होतो. तसाच उभा होतो. कितीतरी वेळ त्या परिसरात. त्या रस्त्यावर फारशी रहदारी नव्हतीच. फक्त मीच होतो. कितीतरी वेळ... जरा वेळानं मागून एक कार आली. अगदी माझ्याजवळ थांबली आणि माझा डॉक्टर मित्र उतरला. ''बरं झालं तू आलास.'' मी म्हणालो. ''बराच वेळ लिफ्टसाठी वाट पहात होतो पण मिळेचना.'' मी हसून म्हणालो.

''तुला न्यायलाच आलो ना.'' डॉक्टर मित्र म्हणाला. काही वेळ त्या निळ्याशार, अथांग खोल खोल तरंग उठवणाऱ्या पाण्याकडे पहात मित्र म्हणाला, ''चल तर, तू काम केलंसच!''

नंतर खूप वेळ त्याच्या दवाखान्यात होतो. त्याचं ते उपकरण समजावून घेत होतो. बायकोनंही फोन केला उशीर होईल म्हणून. माझा डॉक्टर मित्र त्याच्या सिनिअर डॉक्टरसोबत ऑपरेशन थिएटरमध्ये काहीतरी ऑपरेशन करत होता.

—— ——

ऑफिसमध्ये लंच अवर्सला आम्ही मित्र गप्पा मारत होतो. नेहमीसारखे

हास्यविनोद चालू होते. त्या वेळी त्यांना मी नॅनोचिप्स निर्मितीची माहिती दिली ती आपल्यालाही बनवणं शक्य आहे. आणि ही टेक्नॉलॉजी जर जमलीच, तर भविष्यात कम्प्युटर्स आणि त्याच्याशी निगडित वेगवेगळ्या क्षेत्रातल्या उपकरणांमध्ये प्रचंड क्रांती होईल. विशेषत: वैद्यकीय क्षेत्रात ह्याचे फार उपयोग होतील. अर्थात तसे प्रयत्न परदेशात उदा. अमेरिका, ब्रिटनमध्ये सुरू झालेले आहेत, हेदेखील सांगितलं. एकूण बौद्धिक पातळीवरच्या गप्पा आम्ही मारत होतो. त्याचबरोबर मनातल्या मनात मी नॅनोचिप्सचा विचार करत होतो. अर्थात हे सगळं माझं एकट्याचं संशोधन होतं, हे निश्चितच खरं! आमच्या गप्पा रंगात आलेल्या असतानाच ऑफिसमधला शिपाई माझ्याकडे आला. त्याच्यासोबत तीन पोलीस होते. "तुमच्याकडे आले आहेत." शिपाई माझ्याजवळ येत म्हणाला.

"तुम्ही सुहास कुलकर्णी?" एका पोलिसाने विचारलं. मी होकारार्थी मान डोलावली. "तुम्हाला आमच्याबरोबर पोलीस स्टेशनला यावं लागेल." पोलीस सांगत होता. मला आश्चर्य वाटलं. "का बरं?" तिथे हजर असलेले माझे व्यावसायिक मित्र एकदम गप्प झाले. "तुमची कार तळ्यात सापडली. आणि त्यासोबत डॉ. पूर्णिमा सराणकरांचं प्रेतही." मी जागीच उडालो. "काय? वहिनींचं प्रेत? माझ्या कारसोबत?" आणि माझी कार त्या तलावात कशी?" तिथे हजर असलेले सगळेच माझ्याकडे विचित्र नजरेनं पहायला लागले. मी पटकन मोबाईल काढला. डॉक्टर मित्राला लावला. "मी पोलीस स्टेशनमध्ये आहे. इकडेच ये." त्याचा रडवेला स्वर. मी पोलिसांना म्हणालो, "चला लगेच निघू." मित्राला सांगितलं बॉसच्या कानावर घालायला. माझे एक-दोन जवळचे मित्र म्हणाले, आम्हीही येतो. तसे पोलीस म्हणाले, "गरज पडल्यास तुम्हाला बोलावू. आमची चौकशी होईपर्यंत तुमचं काहीच काम नाही." एक आडदांड, राठ मिशीवाला पोलीस तशाच रांगड्या आवाजात म्हणाला, "निघा लवकर."

मी पोलीस स्टेशनमध्ये गेलो, तर माझा डॉक्टर मित्र तिथे होताच. मला पाहताच एकदम धावत येऊन मला मिठी मारत ढसाढसा रडायला लागला, "हे काय झालं रे सुहास? तरी मी तिला सांगत होतो मी सोडायला येतो म्हणून. पण नाही ऐकलं तिने." मी शांतपणे तसाच उभा राहिलेलो. बहुतेक फौजदार असावा. मला नखशिखान्त न्याहाळत होता. मी डॉक्टर मित्राला थोपटलं. शांत हो म्हणालो. त्याला खुर्चीत बसवलं. मीही बसलो. फौजदाराने माझी उलटतपासणी सुरू केली. मी शांतपणे व्यवस्थित उत्तर देत होतो.

"काल ऑफिस सुटल्यानंतर मी डॉक्टर मित्राकडे, त्याने आदल्या दिवशी

बोलावलं होतं म्हणून गेलो होतो. डॉक्टर मित्र त्याच्या एका सिनिअर डॉक्टरांसोबत ऑपरेशन करणार होता आणि म्हणून तो वहिनींना सोडायला लगेचच जाऊ शकला नाही. माझी गाडी घेऊन डॉक्टर मित्राचा ड्रायव्हर वहिनींना सोडायला एअरपोर्टवर गेला. मला अशक्तपणा होता. त्यामुळे डॉक्टर मित्राने मला घराजवळ सोडलं. गाडी पाठवून देतो असं सांगून त्याचा सिनिअर डॉक्टर अन् तो एअरपोर्टकडे गेले. बस्स! मला गाडीची तशी आवश्यकता नव्हती. माझी गाडी डॉक्टर मित्राचा ड्रायव्हर ऑफिसवर आणून देणार होता. बाकीचं मला काहीच माहीत नाही.''

बाकीचं घडलेलं माझ्या डॉक्टर मित्राने सांगितलं. त्याने मोबाईल लावला; पण लागला नाही. कदाचित ती भेटेल म्हणून तो आणि त्याचा मित्र एअरपोर्टवर गेले. पण तिथे त्याला बायको भेटली नाही. विमान गेलं होतं. म्हणून पोहोचल्यावर फोन करेल, असं समजून दोघे डॉक्टर बाहेर जेवायला गेले. रात्री त्याने मोबाईलवरून पुन्हा संपर्क साधायचा प्रयत्न केला; पण काही लागला नाही. कदाचित ड्रायव्हर माझी कार माझ्याकडे पोहोचती करून परस्पर घरी गेला असेल; म्हणून मी फार काही विचार केला नाही. रात्री त्याला दुसऱ्या हॉस्पिटलमध्ये ऑपरेशन होतं. तिकडे बराच वेळ गेला. नंतर झोपला. मात्र सकाळी पुन्हा पुन्हा प्रयत्न करूनही मोबाईल लागेना. ड्रायव्हरचा पत्ता नव्हता म्हणून काळजी करत बसला, तर पोलीस स्टेशनहून बोलावणं...

पोलिसांनी आमचे जाबजबाब लिहून घेतले. डॉक्टर मित्राला बरेच प्रश्न खोदून खोदून विचारले. त्याच्या सिनिअर डॉक्टरचेपण जाबजबाब घेतले. काहीच शंका नव्हती. आमच्या तिघांच्याही बोलण्यात सुसूत्रता होती; पण एकच घोळ होता. पूर्णिमा वहिनींचं प्रेत मिळालं होतं. पण तो ड्रायव्हर? त्याचं काय झालं? तोदेखील पाण्यात पडून मेला की त्यानेच घातपात केला? त्याचं प्रेत मिळालं नाही, याचा अर्थ तो जिवंत आहे का? असलाच तर पळून वगैरे गेला तर नाही ना? खूपच मनस्ताप आणि दुःख झालं. पोस्टमॉर्टेम झाल्यावर पूर्णिमा वहिनींचं प्रेत ताब्यात मिळालं. सगळे सोपस्कार वगैरे करण्यात दोन-तीन दिवस गेले. पोलीस, डॉक्टर मित्राच्या ड्रायव्हरचा शोध घेत होते. त्यांना तो तलावात मिळाला नाही. पूर्णिमा वहिनींचा पोस्टमॉर्टेम रिपोर्ट नॉर्मल होता. पाण्यात बुडून श्वास गुदमरल्यामुळे मृत्यू. अंगावर, गळ्यावर कसल्याच खुणा, मारहाण झाल्याच्या अथवा गळा दाबल्याच्या दिसत नव्हत्या. प्रथमदर्शनी तो अपघात होता. वेगात असलेली गाडी तलावात पडावी असाच... पण तो ड्रायव्हर!

—— ——

डॉक्टर मित्राला रोजच भेटत होतो. तो बिचारा तर पार खचून गेला होता.

माझ्या बायकोलाही धक्का बसला होता. माझ्या ऑफिसमधल्या सहकाऱ्यांना, मित्रांना अन् बॉसलादेखील बरं वाटलं होतं. विशेषत: माझ्या बाबतीत. न जाणो वेडाच्या भरात मीच तसलं काहीतरी केलं असणार, असा सगळ्यांचाच समज झाला होता. नशीबानं तसं काही नव्हतं.

ऑफिस सुटल्यावर नेहमीप्रमाणे डॉक्टर मित्राकडे गेलो. तसा तो गंभीरच होता. मला म्हणाला, ''तुला एक काम करायचं आहे, आजच. रात्री उशिरा. अन् मला काही कळायच्या आत माझ्या डोक्यात अस्वस्थता, प्रचंड गुणगुण, झिणझिण्या... तसाच खुर्चीत बसलो. डॉक्टर मित्रही समोरच्या खुर्चीत बसला आणि तो बोलायला लागला. अर्थात मोबाईलसदृश त्या मशीनवर मलाच सांगत असावा, नव्हे मलाच सांगत होता. आदेश देत होता अन् डोक्यात प्रचंड अस्वस्थता, गुणगुण असतानादेखील मला स्पष्टपणे सगळं कळत होतं. डोक्यात क्षणाक्षणाला विचार पक्के होत होते.

ड्रायव्हर अजूनही जिवंत होता. त्याचं तसं असणं धोक्याचं होतं. म्हणून त्याला संपवणं गरजेचं झालं होतं. पोलिसांच्या तावडीत सापडण्याअगोदर... डोक्यात विचार पक्के झाले होते. तो कसा मरणार हेदेखील व्यवस्थित ठरलं होतं. पुन्हा कुणाला संशय नको. त्रासही नको. सगळं कसं व्यवस्थित. गडबड न करता शांत चेहऱ्यानं.

मी डॉक्टर मित्रासोबतच बाहेर पडलो. डोक्यात अजूनही त्रास होत होताच. मित्राची कार धावत होती अन् मी मात्र शांत होतो.

डॉक्टर मित्राची कार थांबली, तेव्हा अंधारात काहीच दिसत नव्हतं. खाली उतरल्यानंतर त्या गडद अंधारात समोर लाईट दिसत होता. घर असणार. मी सरळ चालायला लागलो. चालतच राहिलो. दरवाजावर टकटक केली, दरवाजा उघडताच समोर तोच होता, ड्रायव्हर... मी घरात घुसलो अन्...

दुसऱ्या दिवशी सकाळी लोकांनी पाहिलं तर, स्वत:च्या घरात छताला गळफास लावून घेतलेला तो ड्रायव्हर... पुन्हा एकदा सगळे सोपस्कार, पोलीसचौकशी. शेवटी निष्पन्न झालं, त्या ड्रायव्हरने गद्दारी केली होती. डॉ. पूर्णिमांचा घातपातानं मृत्यू घडवून आणला होता. वहिनींकडे विमानतळावर जाताना असलेल्या बॅगेतल्या पैशांनी आणि सोन्याच्या अस्सल दागिन्यांनी त्याला भुरळ घातली. त्यासाठी सगळा खटाटोप. नंतर मात्र भीती, पश्चात्ताप... म्हणून मग गळफास लावून जीव दिला. तसं चिठ्ठीतच लिहून ठेवलं. संपलं सगळं...

सरळ सरळ मामला होता. पोलिसांचं समाधान झालं. आमचंही झालं. केस बंद फायलीत गेली.

पण ह्या दोन प्रसंगानंतर माझं दुखणं वाढलं. दिवसा व विशेषत: रात्रीच्या वेळी डोक्यामध्ये बेचैनी, अस्वस्थता, कसलेतरी आवाज, प्रचंड गुणगुण... अगदी आजारच जडला असावा. अन् त्या काळात मी हरवून जायचो. काहीच आठवत नसायचं. नेमकं काय करत होतो, कशाचा पत्ता लागत नव्हता. अन् त्यानंतर मी नेहमीसारखाच नॉर्मल. आता मला हे कसं कळत होतं? बायकोनं सांगितलं म्हणून. डॉक्टर मित्राने सांगितलं म्हणून. माझा डॉक्टर मित्र, त्याचा सिनिअर आणि तो न्यूरॉलॉजिस्ट पुन्हा पुन्हा मला तपासत होते. त्यासाठी अगदी हजेरी लावल्यासारखं मित्राच्या दवाखान्यात जावं लागायचं.

एकदा असाच ऑफिस सुटल्यानंतर डॉक्टर मित्राकडे गेलो. अगदी नॉर्मल होतो. डॉक्टर मित्राला खासगीत, विश्वासात घेऊन विचारायचं होतं. बायको सांगायची, तो सांगायचा म्हणून मला कळलेला माझ्यात होणारा हा बदल नेमका कशामुळे वगैरे विचारायचं होतं, म्हणून गेलो. तिथल्या स्टाफला मी परिचयाचा असल्यानं, त्यांनी मला सरळ डॉक्टरांच्या केबीनमध्ये बसायला सांगितलं. डॉक्टर मित्र, त्याचा सिनिअर आणि न्यूरॉलॉजिस्ट ऑपरेशन थिएटरमध्ये कसल्यातरी ऑपरेशनमध्ये अडकलेले होते. मलाही काम नव्हतं म्हणून मी बसलो. पॅराडॉक्टरच्या टेबलावर ते मोबाईलसदृश उपकरण अन् लॅपटॉप. माझा अभ्यास चालूच होता. म्हणून कुतूहलानं ते उपकरण आणि लॅपटॉप काळजीपूर्वक पहायला लागलो. अन् अक्षरश: मुळासकट हादरलो. प्रचंड धक्के बसले. मेंदूवर ताण आला. बधिर झालो आणि कसाबसा डॉक्टर मित्राची वाट न पहाताच तसाच घरी निघालो. घरी जाताना अक्षरश: थरथरत होतो. घामानं ओलाचिंब झालो होतो. सगळंच भयंकर...

त्या रात्रीच नव्हे, तर पुढच्या अनेक रात्री मी शांतपणे झोपूच शकलो नाही. आणि दिवसादेखील ऑफिसमध्ये कामात माझं लक्ष लागलं नाही. सरळ आजारीपणाची रजा घेतली.

मी आता पूर्णपणे शुद्धीत आहे. नॉर्मल आहे म्हणून तुम्हाला सांगतो. कदाचित तुमचा विश्वास बसणार नाही, पण नक्कीच काहीतरी कारस्थान होतं आणि त्यासाठी माझी लिव्हिंग रोबो म्हणून नेमणूक झालेली होती!

— —

तुम्हाला सांगायला हरकत नाही. मी तसा सॉफ्टवेअर इंजिनिअरिंगमधला हुशार विद्यार्थी आहे. म्हणून तर मला गलेलठ्ठ पगाराची सॉफ्टवेअर कंपनीत नोकरी मिळाली. माझ्या हुशारीच्या जोरावर मी बरीच प्रगती केली. अक्षरश: हजारोंच्या घरात जातील असे अनेक प्रोग्रॅम्स तयार केले. केवळ माझ्या डॉक्टर मित्राच्या

आग्रहाखातर. त्याचं प्रोत्साहन आणि पैशामुळे मी बायोमेडिकल इन्स्ट्रूमेंट्सवर लक्ष केंद्रित केलं. शस्त्रक्रिया करण्यासाठी न्यूरॉलॉजिकल प्रॉब्लेम्ससाठी उपकरणं लागतात. प्रचंड महागडी अशी उपकरणं. उदाहरणादाखल सांगायचं झालं तर सी.टी.स्कॅन., एम.आर.आय. यांसारखी उपकरणं अत्यंत उपयुक्त आहेत. मी त्या दृष्टिकोनातून विचार केला. अत्यंत कमी खर्चात, सर्वसामान्य डॉक्टरांनाही परवडतील, सहजपणे वापरता येतील अशी उपकरणं माझ्या इलेक्ट्रॉनिक्स सायन्समधल्या मित्राच्या मदतीनं करण्याचा प्रयत्न केला. त्याला यशदेखील मिळालं. पण समाधान होत नव्हतंच.

माझा मित्रही तसा हुशार आहे. मी तयार केलेल्या प्रोग्रॅम्ससाठी तो चिप्स बनवायचा. त्याचाही व्यासंग दांडगा अन् त्यात त्याला मध्यंतरी एक घबाडच सापडलं. त्याचा प्रयत्न मायक्रोचिप्स बनविण्याचा होता. मागील एक-दोन वर्षांत बायोचिप्स बाजारात आल्या. त्याचा त्याने अभ्यास केला आणि नवीन प्रकारच्या अत्यंत सूक्ष्म रूपातल्या नॅनो बायोचिप्स बनविण्यात त्याला यश मिळालं. अर्थात त्यासाठी प्रचंड खर्च आला. माझ्या डॉक्टर मित्रानेच केला. खरं म्हणजे डॉक्टर मित्र, त्याचा सिनिअर आणि तो न्यूरॉलॉजिस्ट, तिघांनीही खूप इंटरेस्ट घेतला. भांडवल घातलं. अनेक चर्चा वगैरे करत आम्ही प्रयोग करत होतो.

दरम्यान नॅनो टेक्नॉलॉजीचा उपयोग वैद्यकीय क्षेत्रात करण्यासाठी परदेशात संशोधन सुरू असल्याचं कळलं. मी आणि माझ्या इलेक्ट्रॉनिक्सच्या मित्राने सगळी माहिती मिळविली. सखोल अभ्यास केला अन् तशा प्रकारच्या नॅनोचिप्सचा वापर वैद्यकीय क्षेत्रात कुठे कुठे करता येईल, याचा शोध डॉक्टर मित्रांच्या मदतीनं घ्यायला सुरुवात केली. काही उपकरणंही बनवली. विशेषत: न्यूरॉलॉजिस्ट सिस्टीमशी निगडित बरेच क्लिष्ट, असाध्य असे बरे न होणारे, त्याहीपेक्षा वाढत जाणारे असे गंभीर आजार असतात. मल्टिपल सायरॉसिस हा असाच त्यापैकी एक. चेतातंतूच्या पेशी आपोआप मरायला लागतात अन् त्यामुळे ते चेतातंतू निष्क्रिय होऊन शरीरातील अवयवांच्या चेतना, हालचाली बंद होतात. आपल्या देशात या आजाराचे, फारसे रुग्ण आढळत नाहीत; (कदाचित तसा अभ्यासच झालेला नसेल) मात्र परदेशात विशेषत: अमेरिकेसारख्या अतिप्रगत देशात काळजी करण्याइतपत या आजाराचे रुग्ण आहेत. सगळ्या प्रकारचे उपचार घेऊनही त्यांना गुण नाहीच.

अशा रोगांवर नॅनोचिप्सच्या साहाय्यानं इलाज करता येऊ शकतो का, याचा अभ्यास आम्ही करत होतो. तुम्हालाही नवल वाटेल पण नॅनोचिप्स अत्यंत सूक्ष्म असतात. पेशीभित्तीकेमधून त्या सहजपणे पेशीमध्ये प्रवेश करू शकतात. त्या पेशीत

झालेली मोडतोड दुरुस्त करून पेशीचं कार्य पूर्ववत करतात. अशा हजारो चिप्स त्या विशिष्ट अवयवाच्या नादुरुस्त भागातल्या पेशींमध्ये सोडायच्या. एकाचवेळी अनेक पेशी दुरुस्त करायच्या अन् हे सगळं काम सूक्ष्म रूपातलं. त्यासाठी डोळ्यांनी दिसणारं, बाहेरून नियंत्रण करता येणारं असं उपकरण.

त्याच्याच प्रयत्नात आम्ही होतो. नॅनोचिप्स तयार करून उपकरणाद्वारे त्यांच्याकडून हवं ते काम करून घेण्याचे प्रोग्रॅम्स आम्ही तयार केले.

अर्थात हे सगळंच प्रायोगिक पातळीवरच असल्यानं प्रयोग करणं, त्यासाठी तसे रुग्ण, यांची गरज होती. आम्हाला काळजी नव्हती. कारण डॉक्टर मित्रामुळे आम्हाला तशी मदत मिळत होतीच. प्रयत्नांना यश आलं नाही. तरी फार फरक पडत नव्हता. कारण पेशीमध्ये सोडलेल्या नॅनोचिप्समुळे तसा काहीच त्रास नव्हता. समजा पेशीला दुरुस्त करता आलं नाही, तर काही बिघडत नव्हतं? प्रयोग चालूच होते; पण अपेक्षित यश काही मिळत नव्हतं. दिवसेंदिवस मी आणि माझा मित्र दोघांचाही उत्साह कमी व्हायला लागला होता. माझा तरी उद्देश वैद्यकीय क्षेत्राला उपयुक्त अशी उपकरणं, तीही अत्यंत लहान आकारातली, सुटसुटीत, शरीरामध्ये सहजपणे जाऊ शकणारी, तंतोतंत अचूक अशी निदान देणारी अशी बनविण्याचा होता. त्यात यश होतंही, पण डॉक्टर मित्रांना समाधान नव्हतं. ते त्यांच्या परीने प्रयत्न करत होते. अन् अशा प्रयत्नांच्या नादात त्यांच्या हाती भलतंच काहीतरी भयंकर लागलं. त्यासाठी नेमका मीच कामाला आलो.

मागे एकदा मोटरसायकलवरून पडल्यानं माझ्या डोक्याची लहानशी शस्त्रक्रिया माझ्या डॉक्टर मित्राने केली होती. त्या वेळी त्याच्या न्यूरॉलॉजिस्ट मित्राला कल्पना सुचली म्हणून इंजेक्शनद्वारे हजारो नॅनोचिप्स त्यांनी माझ्या मोठ्या मेंदूच्या विशिष्ट भागात टोचल्या. मला होत असलेला त्रास... डोक्यातली अस्वस्थता, बेचैनी, गुणगुण... हे सगळंच त्यामुळे होतं. त्या नॅनोचिप्स माझ्या मेंदूतल्या विशिष्ट कप्प्यात, भागात कार्यरत असलेल्या पेशींमध्ये चपखलपणे बसल्या होत्या. मेंदूचा तो भाग नक्कीच विचार करणं आणि त्यानुसार कृती घडवून आणणं याच्याशी निगडित होता.

— —

त्या दिवशी दुपारी घरी होतो. पाच-सहा दिवसांपासून विचार आणि काही महत्त्वाची कामं करून मला बराच शकवा व अशक्तपणा आला होता. अन् अशा वेळी तो त्रास सुरू झाला... मी ताडकन उठून बसलो. डोक्यातली ती बेचैनी, अस्वस्थता, गुणगुण... मी भराभर कपडे घातले. माझा चेहरा एकदम शांत झाला.

एवढ्या घाईघाईत कुठे निघालास? बायको विचारत होती. पण मी माझ्याच तंद्रीत होतो. तिला उत्तर देण्याच्या भानगडीत पडलो नाही किंवा तिचं अस्तित्व मला मान्य नसणार. मी तडक निघालो. मोटरसायकल काढली अन् सुसाट वेगानं निघालो... फक्त एकच विचार होता... एकच काम होतं... माझ्या इलेक्ट्रॉनिक्सच्या तंत्रज्ञ मित्रांना भेटायचं. आणि.. आणि.. पुढचं सगळंच ठरलेलं होतं. त्यानुसार नक्कीच घडणार होतं.

माझ्या त्या तंद्रीत, बायकोने मी घरातून बाहेर पडताना घाईघाईनं कुणालातरी फोन लावला होता.

बहुतेक माझा मित्र माझी वाटच पहात होता. मी त्याच्या घरात घुसल्याबरोबर त्याने माझं स्वागत हसून केलं. बसायला सांगितलं. पण नाही. डोक्यातली गुणगुण प्रचंड वाढली होती, बेचैनी होती आणि मी मित्राकडे शांत नजरेनं पहात होतो. खरं तर अंदाज घेत होतो.

''आलोच, तू बैस एक-दोन मिनिट...'' म्हणत माझ्या मित्राने चपळाई केली. घाईघाईनं उठून तो आपल्या खोलीत गेला. जाताना मागून दरवाजाही बंद केला.

माझा नाइलाज झाला होता. बंद दरवाजामुळे मी त्याच्यापर्यंत पोहोचू शकत नव्हतो. तसाच शांतपणे बसून राहिलो आणि हळूहळू माझ्या डोक्यातील गुणगुण, अस्वस्थता, बेचैनी कमी कमी होत गेली. जरा वेळानं मित्र बाहेर आला. कधी आलास? त्याने मला विचारलं, ''बहुतेक आत्ताच.'' मी हसत हसत म्हणालो.

''चल आता, तुला गंमत दाखवतो.'' म्हणत त्याने मला आपल्या खोलीत नेलं. प्रशस्त खोली. अनेक लहान, मोठी इलेक्ट्रॉनिक्स उपकरणं, कम्प्युटर स्क्रीन असं बरंच काही काही. मी आणि तो काही न बोलता त्याच्या कम्प्युटरसमोर बसलो. त्याला अनेक उपकरणं जोडलेली होती. मित्राने बऱ्याच काही खटपटी करून समोरच्या स्क्रीनवर काहीतरी आणलं.. तरंग लहरी.. इ.सी.जी. सारख्या.. अनंत तरंग लहरी.. एकामागे एक. जाळ्यांच्या रूपात आणि त्याचवेळी त्याच्या स्पीकरमधून आवाज यायला लागले. कोणीतरी बोलत होतं. तीन-चार वाक्यं.. पुन्हा पुन्हा.. एकाच आवाजात.. आज्ञा द्यावी त्या पद्धतीनं.

शांतपणे मी आणि मित्र, दोघेही पहात राहिलो.

—— ——

ती आज्ञावली होती. मेंदूला दिलेली. त्या विशिष्ट कप्प्यासाठी दिलेली आणि त्यानुसार पुढे होणारी क्रिया, शरीराच्या अवयवाच्या हालचाली. थोडक्यात सांगतो, माझ्या मित्राला विशिष्ट पद्धतीनं संपविण्याचा, जगातून नष्ट करण्याचा तो आदेश होता

अन् तो माझ्यासाठी होता. आणि तीच कृती करण्यासाठी मी मित्राच्या घरी आलेलो होतो. त्याच्यापुढे अजून बरंच काही काही होतं. उलगडा झाला होता.

माझ्या डॉक्टर मित्राने मला आदेश दिलेला होता. खरं म्हणजे माझ्या मेंदूला आदेश दिला होता. इलेक्ट्रॉनिक्समध्ये तज्ज्ञ असलेल्या मित्राला या जगातून संपवण्याचा तो आदेश होता. माझ्या मेंदूतल्या मित्राला या जगातून संपवण्याचा तो आदेश होता. माझ्या मेंदूतल्या विचाराच्या अन् त्यानुसार कृती करण्याच्या त्या विशिष्ट कप्प्यातल्या सगळ्या पेशी भ्रष्ट झालेल्या होत्या. त्या हजारो पेशींमध्ये नॅनोचिप्स होत्या. त्या चिप्सवर प्रोग्रॅम होता. आज्ञावली होत्या. आणि त्यासाठी बाहेरून आज्ञा दिल्या जायच्या. मेंदूच्या त्या पेशींमध्ये त्यानुसार कृती होण्यासाठी प्रक्रिया आणि प्रतिक्रिया निर्माण व्हायच्या. चेतापेशींकडून चेतातंतूंद्वारे त्या अवयवांच्या हालचाली व्हायच्या. थोडक्यात मेंदूतल्या पेशींमुळेच कार्यरत झालेल्या नॅनोचिप्सवरील आदेशानुसार विचार आणि कृती. इतर सगळंच बंद व्हायचं. रस्त्यावरून वाहन चालवताना हात आणि पायांची हालचाल होत असते, डोळे रस्त्यावर नजर ठेवून असतात. इतरही अनेक गोष्टी चालूच असतात. मात्र नॅनोचिप्समुळे हे सगळंच थांबायचं आणि एकच विचार, एकच कृती.

माझ्या बाबतीत हे असं व्हायचं. मला मिळालेल्या आदेशानुसार आपोआप ती कृती व्हायची. अन् त्या सगळ्याचा आता उलगडा व्हायला लागला.

माझ्या डॉक्टर मित्राच्या बायकोचा पाण्यात पडून झालेला अंत, त्याच्या ड्रायव्हरने केलेली आत्महत्या, गळफास लावून घेणं, मी बॉसच्या थोबाडीत मारणं, बायकोला मारणं सगळंच. त्या काळात, त्या क्षणी मी नेमकं काय करायचं हे आज्ञेनुसार ठरलेलं असायचं. त्या वेळी इतर विचार, कृती नाही. अन् हे सगळं झाल्यानंतर, केलेल्या कृतीची आठवणही नाही.

मी आणि माझा मित्र बराच विचार करत बसलो. माझा मित्र तसा हुशार होता, हे मात्र नक्कीच खरं. त्या दिवशी डॉक्टर मित्राच्या केबिनमधून मी मिळविलेल्या डाटाचा त्याने व्यवस्थित अभ्यास करून, व्यवस्थित अर्थ लावत शोध घेतला. माझ्याच बाबतीत पहा ना. त्या विशिष्ट वेळी मेंदूमधल्या अस्वस्थतेचा मित्राने अभ्यास केला आणि हे सगळं त्या नॅनोचिप्समुळे घडतंय, हे त्याला कळलं. तो इलेक्ट्रॉनिक्समधला किडाच. त्याने आणखी एक उपकरण बनवलं. माझ्या त्या विशिष्ट काळातल्या वागण्याचा, हालचालींचा वेध घेऊ शकणारं उपकरण त्याने तयार केलं अन् त्याच्या लक्षात आलं. माझं खरं तर सुदैव होतं की, माझ्या डॉक्टर मित्राने त्याला 'लिव्हिंग रोबो' बनवला नव्हता!

मी त्याला मारण्यासाठी गेलो हे त्याला अगोदरच माहीत झालेलं होतं. माझ्या बायकोनेच त्याला ही कल्पना दिली होती अन् म्हणून तर काही कृती करण्याच्या अगोदर त्याने माझ्यातला तो आदेशच बदलून टाकला होता. मी पुन्हा नॉर्मल झालो होतो. नॉर्मल असताना मी माझ्या मित्राला कसा मारू शकेन?

माझा डॉक्टर मित्र खरं तर दुर्दैवीच होता. त्याचं ते मोबाईलसदृश उपकरण, त्याचा लॅपटॉप ज्याच्यामध्ये सगळंच दडलेलं होतं ते सगळंच हायजॅक झालं होतं. व्हायरसचं आक्रमण झालं होतं. शेवटी हे सगळे इलेक्ट्रॉनिक्स शास्त्रातले खेळ. सूक्ष्म पातळीवरचे असतील; पण चांगल्यासाठी उपयोग केला, तर निश्चितच उपयुक्त असणारे, नाहीतर महाभयंकर अशी क्षेपणास्त्रंच. काही क्षणात प्रचंड संहार करणारी.

'लिव्हिंग रोबो' स्वतःजवळ असणं हे अत्यंत फायदेशीर आहेच. पण त्याचा उपयोग! आणि खरं सांगतो कुणाला लिव्हिंग रोबो व्हायला आवडेल? तुम्हाला आम्हाला खचितच नाही. पण असल्या प्रयोगामुळे निर्माण केलेल्या लिव्हिंग रोबोचा उपयोग माझ्या डॉक्टर मित्रासारखे इतर कोणी करणार नाहीत कशावरून? नक्कीच करतील आणि हे असं झालं तर?

म्हणून तर असले प्रवर्तक, अशी माणसं लवकरात लवकर या जगातून नष्ट झाली पाहिजेत. जगाच्या, समाजाच्या, मानवाच्या भल्यासाठी तरी माझ्या डॉक्टर मित्राला जगण्याचा काहीच अधिकार नव्हता. आणि त्याचे ते दोन साक्षीदार. ते सामील असले तर, त्यांनाही संपवलंच पाहिजे.

आणि मला खात्री होती, मला आणि माझ्या इलेक्ट्रॉनिक्समधील तज्ज्ञ मित्राला डॉक्टर नक्कीच बोलावणार. कारण त्याची सगळीच उपकरणं निकामी म्हणा किंवा नादुरुस्त झाली होती. त्यांना दुरुस्तीची गरज होती.

मी आणि माझ्या तज्ज्ञ मित्राने बराच अभ्यास केला होता. कदाचित डॉक्टरला आमचा संशय आलेला असणार. समजा तसं नसलंच तर नादुरुस्त झालेल्या उपकरणांविषयी त्याला माहिती हवी असणार.

———

मी आणि माझा तज्ज्ञ मित्र डॉक्टरांकडे गेलो. मला आश्चर्य वाटलं. तो एकटा नव्हताच; त्याच्यासोबत त्याचा सिनियर आणि न्यूरॉलॉजिस्ट होता. कदाचित ऑपरेशन असेल. त्या तिघांनी माझ्या माहितीनुसार अनेक ऑपरेशन्स केली होती. नेमकी कसली? "बरं झालं तुम्ही आलात." मित्र हसून म्हणाला. "माझी अत्यंत महत्त्वाची उपकरणं खराब झालीत. तुम्हालाच कळेल काय झालं ते. आज महत्त्वाचं इमर्जन्सी ऑपरेशन आहे आणि त्यासाठी त्या उपकरणांची आवश्यकता आहे."

बोलता बोलता तो उठला अन् पुढे म्हणाला, ''चला आतल्या खोलीत जाऊ. तिथेच सगळी उपकरणं आहेत.''

माझ्या लक्षात येत होतं, कदाचित गैरसमजही असेल; पण डॉक्टर मित्रासोबत ते दोन डॉक्टर्सही आमच्यासोबत येत होते अन् त्या दोघांचे चेहरे एकदम शांत होते.

ती खोली मी पाहिलेली नव्हती. माझा इलेक्ट्रॉनिक्सवाला मित्रही आश्चर्यचकित झाला होता. कारण तिथे असलेली उपकरणं वेगळीच, कधीही न पाहिलेली अशी होती. बहुतेक परदेशातून मागवलेली.

''आपण काम सुरू करण्यापूर्वी मी तुम्हाला काही खुलासा करू इच्छितो.'' डॉक्टर मित्र सांगायला लागला. त्याचा चेहरा कडवा झाला होता. डोळे आमच्यावरच रोखलेले होते. त्याचं आत्ताचं हे रूप मला एकदम वेगळंच, विचित्र वाटलं होतं.

''मी समजतो तसं असेल किंवा नसेलही. पण तुमच्या दोघांमुळेच माझी सगळी उपकरणं निकामी झाल्याचा माझा समज आहे.'' मी फक्त हसलो. ''तू म्हणतोस तसंच आहे. आमच्यामुळेच तुझी उपकरणं निकामी झालेली आहेत अन् आणखी होतील. आम्ही दोघेही तुला चांगलेच ओळखून आहोत. तुझ्या पैशानं भले आम्ही प्रयोग केले असतील, नवीन उपकरणं बनवली असतील; पण त्या सगळ्यांचा उपयोग तू चांगल्यासाठी केलाच नाही. तू आमचा उपयोग लिव्हिंग रोबो बनवण्यासाठी केलास. मलाही रोबो बनवलंस, माझ्याकडून नाही नाही ती कामं करून घेतलीस. तू एवढ्यावरच थांबला नाहीस, तुझे हे उद्योग चालूच राहिलेत, चालूच आहेत. तुझ्या या मित्रांच्या मदतीनं तू अनेक लिव्हिंग रोबो तयार केलेस, करतो आहेस आणि त्याचा उपयोग तुला पाहिजे तसा तू करणार आहे, केलास...'' मी बोलत होतो. ''पण लक्षात ठेव आमच्या शास्त्रात आम्ही निपुण आहोत. शेवटी एखादी गोष्ट घडवणं आणि तिला नष्ट करणं फक्त आम्हालाच शक्य आहे आणि आम्ही ते केलंही.''

डॉक्टर मित्र मोठ्यानं हसायला लागला. म्हणाला, ''तुम्ही नक्कीच हुशार आहात; म्हणून तर लाखो रुपये तुमच्यावर उधळले आणि आणखी उधळणार आहे. नाहीतरी मी थोडाच हा पैसा माझ्या देतोय खिशातून? अजिबात नाही. सगळं बाहेरूनच येत आहे. तुम्ही प्रयोग करायचे आणि त्यामधून हा पैसा मिळवायचा. अर्थात तुम्हाला वाटलं असेल तसा मी वेडा अजिबात नाही. कारण तुम्ही थोडंफार काम नष्ट केलं असेलही; पण तुमच्याकडून मिळालेलं सगळं ज्ञान तुमच्यासारखेच हुशार लोक त्यात आणखी सुधारणा करण्यासाठी वापरणार आहेत. तशी तुमची गरज

संपलीय. माझी एकच चूक झाली, प्रयोगासाठी म्हणून फक्त तुलाच वापरला. बरं तर आपल्या या मित्रालाही वापरता आला असता.''

नंतर तो शांतपणे बसला. बाटलीतलं पाणी त्याने घेतलं. मग आमच्याकडे स्थिरपणे पहात म्हणाला, ''आपली ही शेवटची भेट होती. मी आता बाहेर चाललोय. तुमची सरबराई हे माझे डॉक्टर मित्र करतील आणि हो, सांगायला हरकत नाहीये बरं का सुहास. तुझ्यासारखेच तेदेखील लिव्हिंग रोबो आहोत; भ्रष्ट न झालेले. त्यांनाच मी हे काम सोपविलेलं आहे. नाहीतरी तुमचा उपयोग संपलेला आहेच. माझ्याकडून अनेक चुका झाल्यात. त्यासाठी मला खूप काही वाईट करावं लागलं. अगदी बायकोलादेखील मारायला लागलं. तिलाही हे प्रयोग कळले होते. ड्रायव्हरने एकदा चुकून आमचं बोलणं ऐकलं होतं म्हणून त्यालाही.. आता तुम्ही.. बाय!'' तो ताडकन उठला अन् पटकन दरवाजा उघडून बाहेर गेला. जाताना दरवाजा बंद केला.

त्याचे ते दोन डॉक्टर मित्र आमच्याकडे शांतपणे पहात होते. अन् मी आणि माझा मित्र एकमेकांकडे पाहून हसत होतो. आमचा डॉक्टर मित्र आम्हाला वेडा समजला होता, म्हणून फसला. त्याचे उद्योग माहीत झाल्यानंतर आम्ही कामाला लागलो होतो. मला शंका होतीच; म्हणून त्याच्या दोन्ही डॉक्टर मित्रांवर पाळत ठेवली होती आणि तेदेखील माझ्यासारखे लिव्हिंग रोबो असल्याचं कळलं. सध्यातरी डॉक्टर मित्र त्यांचा उपयोग नवीन लिव्हिंग रोबो तयार करण्यासाठी करत होता. नेहमीच ऑपरेशन्स चालायची.

आम्ही त्यांना विश्वासात घेतलं होतं. त्यांना समजावून सांगितलं होतं. त्यांच्या मेंदूतल्या त्या विशिष्ट कप्प्यातल्या मेंदूपेशींमधल्या नॅनोचिप्स आम्ही निकामी केल्या होत्या. फक्त प्रत्येक वेळी नाटक वठवायचं एवढंच! डॉक्टर मित्र इथेच फसला. अर्थात त्याला फारसं ज्ञानही नव्हतंच म्हणा.

तुम्हाला सांगायला हरकत नाही. त्या दिवशी बाहेर गेलेल्या डॉक्टर मित्राचा अपघाती मृत्यू झाला. दुर्दैवीच बिचारा. कारण एका मनोरुग्णाने भर रस्त्यात त्याच्यावर हल्ला केला. चाकूनं सपासप वार केले आणि तो जागच्या जागी खलास झाला. अख्खं शहर हळहळलं. कारण तसा तो हुशार डॉक्टर होता.

सध्या आम्ही चौघेजण काम करतो आहोत. माझी नोकरी चालू आहे. आमचे दोन डॉक्टर मित्र, मी आणि माझा इलेक्ट्रॉनिक्समधला तज्ज्ञ मित्र. सध्या खूप कामात आहोत.

नॅनो टेक्नॉलॉजीचा उपयोग आम्ही वैद्यकीय क्षेत्रात सुरू केलेला आहे.

पेशींमधली मोडतोड आमचे डॉक्टर मित्र सहजपणे दुरुस्त करतात. काही असाध्य आजारांवर त्यांना रामबाण उपचार सापडले आहेत. विशेषत: मल्टिपल एक्सेरॉसीस, कॅन्सरचे प्रभार, मधुमेह वगैरे अन् त्याचबरोबर हाडामांसाचे चालते-बोलते रोबोदेखील. डॉक्टर मित्र कायमच ऑपरेशनमध्ये व्यस्त असतात. मी आणि माझा तज्ज्ञ मित्रदेखील त्यांच्या कामात मदत करतो. चांगल्या कार्यासाठी मदत करायला काय हरकत आहे? नाहीतरी रोबोंची गरज आहेच. सूक्ष्म, मवाळ असे; ओबडधोबड, जान नसलेले असे रोबो नकोच. चालते-बोलते, हाडामांसाचे, साथ देणारे पाहिजेत. काम करणारे, अनेक वर्षं जगणारे, सुंदर, तरुण.. हवे तसे रोबो...

तुम्हाला सांगतो गर्दीमध्ये फिरत असताना एक काळजी नक्की घ्या; कारण त्या गर्दीत, बेमालूमपणे मिसळून गेलेले लिव्हिंग रोबो असतीलसुद्धा. एरवी हसत-खेळत, आनंदी, उत्साही असणारे; पण काही वेळा शांत चेहऱ्यानं तुमच्याकडे रोखून पाहणारे, चेहऱ्यावर, हावभाव नसलेले. सावध राहणं केव्हाही चांगलंच नाही का?

मातृत्वाची आस

डॉ. मधुसूदन डिंगणकर

"ए विजय आपले प्रोजेक्ट मंजूर होईल ना?" अनिताने किमान तिसऱ्यांदा तरी हा प्रश्न गेल्या तासाभरात विचारला होता.

"होईल म्हणून सांगितलं ना?" विजय त्रासून म्हणाला. "हो आणि त्याचा काय निर्णय असेल तो प्राध्यापक बॅनर्जी आपल्याला लगेच कळवणार आहेत. आणि आता तुझ्या प्रश्नांच्या सरबत्तीचा मला प्रचंड कंटाळा आलाय." विजय पुढे म्हणाला.

"होय बाबा, मीपण प्रचंड बोअर झालेय." अनिता म्हणाली. वास्तविक प्रचंड हा विजयचा खास शब्द. थोडंसं काम झालं तरी काय प्रचंड काम केलं आणि थोडीशी भूक लागली तरी काय प्रचंड भूक लागली आणि थोडीशी चूक झाली तरी काय प्रचंड चूक.

विजय आणि ती, असं दोघांनी मिळून आगळे-वेगळे प्रोजेक्ट करायचे, असं फार पूर्वीपासूनच अगदी त्यांच्या कॉलेजच्या दिवसांपासून त्यांच्या मनात होतं. बॅनर्जी सरांनी त्यांची आवड पाहून त्यांना या कामासंबंधी विचारलं.

मालदिव जवळील मानबेटावर पाण्याची पातळी वाढत होती. वावराचं क्षेत्र कमी होत होतं. अलीकडील पंचवीस वर्षात बेट ओस पडलं होतं. संपूर्ण बेटाभोवती मानग्रोव्हची वाढ करायची होती. मानग्रोव्हच्या वाढीचा बेटावरील हवामान, पर्जन्य, तापमान यासंबंधी पर्यावरणीय दृष्टिकोनातून शास्त्रीय अभ्यास करायचा होता. त्यासाठी समुद्र आणि बेटाच्या नजीकच्या भागांचं, वनस्पती आणि प्राणी जीवनाचं; मानग्रोव्ह

लावण्यापूर्वी व नंतर सर्वेक्षण करायचं होतं. प्रोजेक्ट चॅलेंजिंग होतं यात शंकाच नव्हती. त्याशिवाय एकाकी बेटावर इतर कोणी रहायला तयार नव्हतं. त्यामुळेच अनिताच्या मनात प्रोजेक्टचं काय, याबद्दल उत्सुकता होती. तितक्यातच प्रा. बॅनर्जींचा फोन आला, ''काँग्रॅच्युलेशन्स! प्रोजेक्ट मंजूर झालाय.'' दोघांनाही खूप आनंद वाटला.

पूर्वी एक-दोन छोट्या कामांसाठी त्यांनी मिळून काम केलं होतं. त्यात लहानपणापासून त्या दोघांची व त्यांच्या घरच्यांची चांगली माहिती होती. त्यामुळे साहजिकच दोघांना एकमेकांच्या गुण-दोषांची चांगली जाण होती. विजयने एन्व्हायर्नमेंट सायन्समध्ये पीएच.डी. मिळवली होती. अनिताचं मरीन बायोलॉजीमध्ये विशेष प्राविण्य होतं. त्यामुळे दोघांचे विषय एकमेकांना पूरक असेच होते.

दोघांनीच एकाकी बेटावर राहायचं म्हटल्यावर घरच्यांचा खूप विरोध झाला. सुरक्षिततेची तर काळजी होतीच आणि त्याशिवाय दोघेही तरुण म्हणून जास्तच विरोध झाला. लग्न करून जाऊ म्हटल्यावर तो विरोध कमी झाला. नंतर त्या बेटावर हिंस्र श्वापदे नाहीत, हे समजल्यावर तोही बोथट झाला. तरीसुद्धा आजारी पडलं, काही लागलं वगैरे तर, असे मुद्दे निघाले; परंतु दोघेही आपल्या भूमिकेवर ठाम राहिले. त्यात असं आगळं काम मिळतंय म्हटल्यावर शेवटी सर्व विरोध मावळले आणि त्यांनी कामाला सुरुवात केली.

आवडीचं काम करायला मिळणार म्हणून दोघेही खूश होते. ज्ञानाचा प्रत्यक्ष उपयोग करून पाहण्याची त्यांना संधी मिळाली. त्यांनी खूप कष्ट केलं, परिश्रम घेतले. अगदी तहानभूक विसरून काम केलं, मेहनत केली व त्याप्रमाणे यशही मिळालं. सात-आठ वर्षं ते दोघे अथक परिश्रम करत होते, अभ्यास करत होते ते उगीच नव्हे.

दोन दिवस विजय मुंबईला गेला होता. अनिता तीन-चार वेळा तरी व्हरांड्यापाशी येऊन हॉव्हरक्राफ्ट आलं की काय पहायला येऊन गेली; पण त्याचा काही पत्ता नव्हता. तो गेला की तिकडचा होऊन जातो, बाकीच्यांची फिकीरच नाही, असं अनिताच्या मनात आलं. हॉव्हरक्राफ्टचा आवाज आला म्हणून अनिता बाहेर येऊन पाहते तो ते विजयला उतरवून गेलंसुद्धा. तो व्हरांड्यात येऊन बॅग खाली ठेवेपर्यंत तिने त्याला तिथेच चहा आणून दिला.

''हूं, काय म्हणतीय मुंबई? कसा झाला प्रवास?'' तिने विचारलं.

''हं ठीक आहे. ठीक झाला.'' विजय उत्तरला. पण त्याचा चेहरा पाहून तिचं काम झालं असावं असं तिला जाणवलं. ''आपलं काम झालं का?'' तिने विचारलं.

''प्रोजेक्टचं काम सर्वांना पसंत पडलं. मीटींगमध्ये वादळी चर्चा झाली. शर्माने

अगदी कडाडून विरोध केला; पण आम्ही काही कमी पडलो नाही. रशिद आणि शंकरने आपल्याला पूर्ण पाठिंबा दिला. आणखी पैसे मंजूर झालेत. त्याचबरोबर प्रोजेक्टची मुदत पाच वर्षे वाढवली आहे.'' तो सांगत होता. ''ते तर होणारच होतं रे, पण आपल्या कामाचं काय झालं? बाई मिळाली का?'' तिने त्रासून विचारलं.

''अगं मी गेल्या गेल्या अंजू वहिनींना सांगितलं. त्यांनी त्यांच्या मैत्रिणींना सांगितलं आहे. आईने इंटरनेटवरूनही लोकल जाहिरात दिली आहे. पण आजकाल घरकामाला बायका मिळतात कुठे?'' तो म्हणाला. ''न मिळायला काय झालं, शोधल्या की मिळतात बरं. आता नीलाचंच बघ. तिला किती चांगली बाई मिळाली आहे आणि तीसुद्धा एक-दोन दिवसांत. तू ना नीट प्रयत्नच केले नसशील.'' ती उद्गारली.

''अगं नीला शहरात राहते आणि आपण कुठे तर ह्या एकाकी बेटावर. जिथे काही सोयी नाहीत. तू कोणत्या काळात राहतेस? हे कोणतं साल माहीत आहे का? २०५२ आणि अशा काळात व जिथे माणसांचा वावर नाही, अशा ठिकाणी तुला घरकामासाठी लगेच बाई मिळावी अशी अपेक्षा तू करतेसच कशी?'' विजयने विचारलं.

''मग मी बाबांच्याकडे माहेरीच जाते.'' ती म्हणाली. ''जा ना, नको कोण म्हणतंय? माहेरी जा. नाही तर मग सासरी का जात नाही? तिथे तुला सांभाळायला, काळजी घ्यायला खूप माणसं आहेत की नाही? हे बघ, या विषयावर वायफळ चर्चा करून काही फायदा आहे का? प्रचंड मनस्ताप मात्र होईल.'' तो म्हणाला.

''हो खरं तर विसरलोच, प्रभाकरपण म्हणालाय मी बाई बघतो म्हणून.'' विजय पुढे म्हणाला.

''वा! तुमचा प्रभाकर म्हणे. सीमा सारखी ओरडत असते की, ते घरात अजिबात लक्ष घालत नाहीत. कायम ऑफिसच्या कामात गुंतलेला असतो म्हणून...'' ती म्हणाली.

''प्रभाकर इंडियन रोबोटीक कॉर्पोरेशनमध्ये डिझाईन इंजिनिअर असल्यानं त्याला भरपूर काम असतं. तुम्हा बायकांना काय कळतंय म्हणा.'' विजय म्हणाला.

''बायकांना काय कळतंय म्हणे, एक नंबरचा आळशी आहे तो.'' ती पुढे काही तरी बोलणार होती. तोपर्यंत फोन वाजला. अनिताने जवळचा रिसिव्हर उचलला, तर तिला पडद्यावर प्रभाकरचा चेहरा दिसला. ''हॅलो, प्रभाकरभावोजी तुम्हाला शंभर वर्षे आयुष्य. आता तुमचीच आठवण काढली होती. काय म्हणताय?'' तिने विचारलं.

''हॅलो, विजयकडे जरा फोन देता का? आणि हो काय म्हणतेय तुमची प्रकृती?'' प्रभाकरने विचारलं.

बायका एका मिनिटात इतक्या बदलू शकतात, याचं विजयला जाम आश्चर्य वाटलं. त्याचं आणि प्रभाकरचं बोलणं झालं. ''रविवारी मी परतीच्या हॉव्हरक्राफ्टचं तिकीट बुक करतो.'' असं विजय म्हणाला. जाता जाता तो अनिताशी पुन्हा बोलला, ''काय वहिनी, पार्टी हवीय का?''

''पार्टी आणि ती हो कशाबद्दल?'' तिने विचारलं, ''एक म्हणजे तुमचं काम झालंय आणि दुसरं सांगू का?'' त्याने हसत हसत विचारलं.

''इश्श! पार्टी काय देऊ?'' ती लाजून म्हणाली व फोन बंद केला. तिच्याजवळ सरकत विजयने विचारलं, ''आणि माझ्या पार्टीचं काय? तू लाजलीस की छान दिसतेस.'' तो म्हणाला. त्यावर ''अरे आता दिवसाढवळ्या काय? पाहील ना कोणीतरी?''

''इथे मरायला आपल्याकडे पाहण्यासाठी कोण येतंय? आलं तर येऊ दे.'' असं म्हणत तो तिच्याकडे सरकला.

''खरंच काम झालं का रे विजू?'' तिने लाडात येऊन विचारलं.

''हो झालं बरं का बाईसाहेब. तुमच्या आळशी नवऱ्याच्या आळशी मित्रानेच काम केलं.'' तो जरा रागातच बोलला.

''असं काय रे? मी चेष्टेनं बोलत होते.'' ती म्हणाली.

''बाई गं तू एका मिनिटात इतका मूड बदलू शकत असशील, तर मला वाटतं टीव्ही सिनेमातल्या नट्यांची तू केव्हाच सुट्टी करून टाकशील, हे मात्र नक्की.'' तो म्हणाला.

''ते जाऊ दे रे. ती बाई कशी आहे?'' तिने विचारलं. ''हे बघ ती काळी आहे की गोरी हेसुद्धा मी पाहिलेलं नाही. रविवारी येणार आहे, तेव्हा पाहशीलच. आणि हे बघ तिला राहण्यासाठी एखादी खोली रिकामी करावी लागेल. तेव्हा ती कोणती रिकामी करायची ते ठरव. त्याप्रमाणे मी उद्या सामानाची हालवाहलव करीन. कृपा करून आपण सामान हलवायचं कष्ट घेऊ नका.'' त्याने निक्षून सांगितलं.

''हो, कळलं रे बाबा. मी काहीसुद्धा करणार नाही.'' ती उत्तरली.

त्यानंतर आठ-दहा दिवसांनी नीलाचा फोन आला.

''हॅलो, अनिता कशी आहेस?''

''ठीक आहे गं. तू काय म्हणतेस?'' अनिता म्हणाली. ''आणि काय गं काय म्हणतेय तुझी नवीन मोलकरीण. अय्या सॉरी हं (फोनवरील अनिताचा चेहरा

पाहून) मोलकरीण काय म्हणतेय मी! सहचारिणी. काय नाव म्हणालीस तिचं?'' तिने विचारलं.

''तिचं नाव ना सुरेखा. मागच्या आठवड्यातच ती आली. सुरुवातीला जरा बावरली होती, पण आता सरावली आहे.'' अनिताने सांगितलं.

''काय गं, फक्त नावच सुरेखा आहे की दिसायलापण सुंदर आहे. नाहीतर बघ हो तुझ्या विजयलापण भुलवून न्यायची.'' नीला म्हणाली.

''छे गं, चहाटळ कुठली. दिसायला तशी बरी आहे. पण आमचं लग्न होऊन चांगली पाच-सहा वर्षे झालीत म्हटलं. मुरंब्यासारखं चांगलं मुरलेलं आहे ते म्हटलं. ते राहू दे, बाकी काय म्हणतेस.'' अनिताने विचारलं.

''अगं खरं म्हणजे मी तुला फोन कशासाठी केला होता ते राहूनच गेलं. आता तुमचा बाँडिंग मेंबर येणार आहे नं? आणि काय गं, काय वेगळं खावंसं वाटतंय का? मैत्रिणीला सांगायला लाजू नकोस. मी काही पाठवून देऊ का?'' नीलाने विचारलं.

''नको गं, सध्या तरी काही नको.'' असं म्हणून अनिताने फोन बंद केला.

सुरेखा तेवढ्यात तर आवरायला आली. अनिताच्या मनात आलं, बाकी सुरेखा आल्यापासून घरातल्या वस्तू जागेवर मिळायला लागल्या आहेत. विजयने एखादी वस्तू घेतली की तो ती तिथेच टाकतो. सर्व कागद, पुस्तके टेबलावर विखुरलेली असत. ते मांजरीच्या विखुरलेल्या पिल्लांप्रमाणं निरनिराळ्या वस्तूंनी कायम भरलेलं असतं. सुरेखाला पसारा आवरायचा कंटाळा कसा येत नाही, याचं तिला आश्चर्य वाटे. तेवढ्यात तिला आठवलं, विजयला फोन करायचा आहे. तिने त्याला मुंबईला फोन केला, ''हॅलो, विजय कसा आहेस? काम आटोपलं का? केव्हा येणार आहे? उद्या का? मग येताना गाभुळलेल्या चिंचा घेऊन ये. न विसरता आण बरं का?'' तिने त्याला बजावून सांगितलं.

''गाभुळलेल्या चिंचा आणि त्या कशाला?'' त्याने बावळटपणे विचारलं. परंतु पडद्यावरील तिचा लाजलेला चेहरा पाहून त्याला स्वत:ची चूक लक्षात आली. ''चिंचा, पण त्या कुठे मिळणार? इंटरनेटवर बुक करतो आणि पाहतो मिळतात काय?'' तो डोके खाजवत म्हणाला.

''पाहतो नाही, नक्की आण.'' तिने बजावलं. जवळच असलेल्या सुरेखाने विचारलंसुद्धा, ''गाभुळलेल्या चिंचा म्हणजे कसल्या आणि त्या कशाला हव्यात?''

मग अनिता हसत हसत म्हणाली, ''गाभुळलेल्या म्हणजे पिकलेल्या आणि चिंचा कशाला काय म्हणे, खायला.''

परंतु सुरेखाचा चेहरा पाहिल्यावर तिची ट्यूब पेटल्याचं काही तिला दिसलं नाही.

विजय येताना चिंचा घेऊन आला आणि त्या कशा पैदा केल्या याचा लंबाचवडा इतिहास सांगत बसला. जवळच सुरेखा, व्हॅक्युम क्लिनरनं फरशा साफ करत होती. काम करता करता तिचा कान त्यांच्या बोलण्याकडे होता. जेव्हा विजयला तिने डोळ्यानंच दटावलं तेव्हा त्याने विषय बदलला. विजयला कुठे काय व केव्हा बोलावं, हे कळतच नाही. तिच्या मनात आलं, त्याला एक कळत नाही ते एक जाऊ दे; पण या सुरेखालासुद्धा नवरा-बायकोला एकांतात बोलू द्यावं हे कळायला नको का? नंतर मात्र तिने सुरेखाला स्पष्ट सांगितलं आणि त्यानंतर ती दोघं एकत्र असताना विचारल्याशिवाय ती त्यांच्या खोलीत गेली नाही.

दिवस भर भर जात होते. कुमारच्या वेळी बाळंतपणासाठी चार दिवस काय ती कोचिनला हॉस्पिटलमध्ये गेली. सिझेरीअन करावं लागेल आणि ते रीमोटली करणं शक्य नव्हतं, म्हणूनच ती गेली. बाळंतपणात व नंतर तिची काळजी सुरेखानंच घेतली. वास्तविक तिला नर्सिंगची काहीच माहिती नव्हती. विजयने तिला नर्सिंगची सी.डी. दाखवली. एक मात्र खरं, सी.डी. एकदा पाहिल्यानंतर तिला काही सांगावं लागलं नाही. लहानसहान गोष्टी तिच्या लक्षात राहत. बारसं साधंच केलं होतं. म्हणून कुमारचा वर्षाचा वाढदिवस त्यांनी थाटात साजरा करायचा ठरवलं. विजयचे आणि अनिताचे सर्व नातेवाईक तसेच मित्र-मैत्रिणी यांना बोलावलं होतं. सर्व आवर्जून आले होते. मुंबईपासून खास हॉव्हरक्राफ्ट बुक केलं होतं. त्यातून सर्वांना ते एकाकी बेटावर कसं राहतात, त्याची उत्सुकता होती. वास्तविक कांदबरीसारखं कमीतकमी सोयीत, करमणुकीची साधनं नसताना कसं राहत असतील, हे पाहायचं होतं. सर्वांची चोख व्यवस्था केली होती. निरनिराळ्या प्रकारचे चायनीज, मद्रासी, उत्तर प्रदेशी खाण्याचे प्रकार होते. तरी सर्वांना पुरणपोळीच मनापासून आवडली. समुद्रात पोहायला तेसुद्धा स्वच्छ, चांदण्यात झोपायला लहानांपासून थोरांपर्यंत सर्व उत्सुक होते. सर्वांनी खूप मजा केली. मुंबईच्या ग्रुपने एकांकिका केली. अविनाशने व्हायोलीन वाजवलं. विजयच्या आईने तर चक्क लता मंगेशकरची जुनी दोन-तीन गाणी गायली. ते चार दिवस सर्वांचेच मजेत गेले.

पुढील आठवड्यात ती व विजय पंधरा दिवसांसाठी कॉन्फरन्सला जाणार होते. कुमारला सोडून जायचं खरं म्हणजे तिच्या जीवावर आलं होतं. इतक्या लांबच्या प्रवासासाठी आणि तेही परदेशात वेगळ्या वातावरणात तो कितपत राहील, त्याला कितपत झेपेल ही शंका होती आणि त्याचबरोबर त्याला बरोबर नेलं, तर ते मोकळेपणानं कामही करू शकले नसते. पण त्याला सोडून जाणंही अवघड वाटत होतं. त्यांची अवस्था धरलं तर चावतंय आणि सोडलं तर पळतंय, अशी होती; परंतु

त्यांची अडचण सुरेखाने सोडवली. तिने स्वत: सांभाळीन हे सांगितलं आणि त्याबरोबर नीलानेसुद्धा पुस्ती जोडली. ''बिनधास्त जा आम्ही काळजी घेऊ, इतकंच काय गरज पडली, तर मानबेटावर राहायला ती येईल अशी खात्री दिली. कुमारची जबाबदारी सुरेखावर टाकून त्यांनी प्रस्थान केलं. कुमारला मुद्दामच विमानतळावर नेलं नाही. तसे दोन-चार दिवसांसाठी जवळपास ते जात; पण सहसा दोघांपैकी एक कोणीतरी घरी असे. कुमारला याची सवय होती. निरोप घेताना अनिताला अगदी भरून आलं होतं. डोळ्यांतलं पाणी तिने मोठ्या प्रयासानं लपवलं. रोज रात्री फोन करायचा, असं मनाशी ठरवलं होतं.

पहिले दोन दिवस ठीक गेले. तिसऱ्या दिवशी फोन केला तेव्हा सुरेखा म्हणाली, ''कुमारला किंचित ताप आहे. डॉक्टरांनी त्याला टीव्ही स्क्रीनवर तपासलं आणि काळजीचं काही कारण नाही, असं सांगितलं. त्याला औषधेपण दिलीत.''

अनिता म्हणाली, ''त्याला नीट सांभाळ.'' मग ती कुमारला म्हणाली, ''हॅलो कुमार, बेटा कसा आहेस?''

''मम्मी मी मजेत आहे.'' कुमार बोलला.

पुढच्या दिवशी तिला फोन करता आला नाही. नंतर तिने रात्री फोन केला, तर कुमारचा दिनवाना चेहरा दिसला आणि गलबलून आलं; पण ती काहीच करू शकत नव्हती. सुरेखाने सर्व काळजी घेतली होती. ती वेळच्या वेळी औषधे देत होती. पथ्य-पाणी सांभाळत होती. रक्ताचा नमुना घेऊन तपासायला पाठवला होता. त्याचबरोबर डॉक्टर व नीलाशी ती संपर्क ठेवून होती; परंतु औषधे वेळेवर देऊनसुद्धा त्याचा ताप उतरत नव्हता. डॉक्टरांनी औषधे बदलून दिली. सुरेखा त्याचे औषध व पथ्यपाणी वेळेवर करत होती; पण गुण काही येत नव्हता.

मग अनिताने नीलाला फोन केला, ''हॅलो नीला, मला कुमारची काळजी वाटतेय. ताप काही उतरत नाही. वास्तविक सुरेखा औषधपाणी वेळेवर करतेय. मी लगेच परतू का?''

''नको, तू येऊ नकोस. मी व सुरेखा त्याची काळजी घेत आहोत. डॉक्टरांनी टायफॉईड नाही, पण कदाचित व्हायरल इन्फेक्शन असेल असं सांगितलंय.'' नीला म्हणाली. ''ते खरंय ग, पण एकट्या सुरेखावर टाकून द्यायला मला कसंतरी वाटतंय. माझं काही इकडे मन लागत नाही. परवा आमचं पेपरवाचन व डेमॉन्स्ट्रेशन आहे. इतक्या लांबवर आलो आहोत, तर निदान ते तरी व्हायलाच हवं ना? की मी परत?'' अनिताने विचारलं.

''तू बिलकूल येऊ नकोस. त्याला दोन कारणं आहेत. एक म्हणजे तुमच्या

दृष्टीनं परवाचं प्रेझेंटेशन महत्त्वाचं आहे. तुमची एवढी सर्व मेहनत वाया जाईल. दुसरं म्हणजे सुरेखा त्याची नीट काळजी घेतेय. दर पाच मिनिटांनी पाण्याच्या पट्ट्या बदलतेय. त्याला हवं नको ते देतेय. त्याचं पथ्यपाणी सांभाळतेय. तिच्या मदतीसाठी मीपण उद्या जाणारच आहे. त्यात तू इथे येऊन आणखी काय वेगळं करणार आहेस?'' नीला म्हणाली.

''बरं मी नाही येत.'' अनिता म्हणाली.

''तू बिलकूल काळजी करू नकोस. ऑल दि बेस्ट!'' असं नीलाने सांगून तिने फोन बंद केला. अनिताच्या मनात आलं, खरंच सुरेखा घेतेय तितकी काळजी ती स्वत:तरी घेऊ शकली असती की नाही कुणास ठाऊक? मग तिने सुरेखाला फोन करून सांगितलं की, नीला दुसऱ्या दिवशी येणारच आहे, तेव्हा तिला काही हवं असल्यास, कशाची गरज असल्यास तसं कळव.

डॉक्टरांनी ताप १०४ च्या खालीच राहील अशी काळजी घ्यायला सांगितलं. ताप मेंदूत चढला तर आणखी गुंतागुंत वाढेल असंही ते म्हणाले. त्यामुळे नीला येताना इलेक्ट्रॉनिक्स चीप घेऊन आली होती. त्याने उष्णता शोषून घेतली जायची. ठरावीक तापमानाला ते बंद होई व ताप वाढला की पुन्हा चालू होई. थोडक्यात काय आता घड्या बदलण्याची आवश्यकता राहिली नाही. सुरेखा त्याला प्रेमानं मोसंबीचा रस, कॉफी, औषधे सातत्यानं देत होती. ती रात्रंदिवस त्याच्यापाशी बसून होती. कित्येकदा नीलाच तिला विश्रांती घ्यायला आग्रह करायची; पण तिने काही ऐकलं नाही. खरोखरीच तिच्या शुश्रूषेला तोड नव्हती.

डॉक्टरांच्या मते एक जमेची बाजू होती ती म्हणजे कुमार नैसर्गिक मोकळ्या वातावरणात राहत होता. शुद्ध, अप्रदूषित हवा घेत होता. त्यामुळे औषधांचा त्याच्यावर तत्काळ परिणाम दिसून आला. अँटीबायोटिक्सचा एकच डोस दिल्यावर त्याच्या प्रकृतीत विलक्षण सुधारणा दिसून आली. चार दिवसांत तो जवळजवळ नॉर्मल झाला होता. फक्त अशक्तपणा आला होता. त्यामुळे मलूल दिसत होता. तो चिडचिडा झाला होता. कॉन्फरन्स संपल्या-संपल्या अनिता व विजयने बाकीचे सर्व प्रोग्राम्स रद्द केले. ते तडक मानबेटाला परतले. वास्तविक त्यांच्या पेपरचं व प्रोजेक्टचं सर्वांनी खूप कौतुक केलं. तसंच ठरवल्याप्रमाणे त्यांनी इतर कार्यक्रम पूर्ण केला असता, तर त्याचा त्यांना निश्चित फायदा झाला असता; परंतु कुमारला भेटल्याशिवाय त्यांना राहवेना.

नीलाला ती भेट स्पष्ट आठवतीय. ते सर्वजण संध्याकाळच्या सुमारास बाहेरच्या खोलीत बसले होते. सुरेखाने कुमारला त्याच्या छोट्या आरामखुर्चीत

बसवलं होतं, त्याला वारा लागू नये म्हणून अंगावर शाल दिली होती. टीव्हीवर कार्टुन्सची सीडी लावून बघत होता. त्याच्या आवडीची सीडी असल्यानं त्या दिवशी त्याने ती चौथ्यांदा लावली होती. थोडक्यात काय, तो झोपलेला नसे तेव्हा सीडी पहात बसे. एवढ्यात हॉव्हरक्राफ्टचा आवाज ऐकू आला. त्याचा आवाज ऐकल्या ऐकल्या कुमार, "आईऽऽ आईऽऽ" करत ओरडू लागला. ताकद असती तर तो पळतच सुटला असता. तो उठायचा प्रयत्न करत होता; पण सुरेखाने त्याला उचलून नेलं. तेवढ्यात अनिता आली आणि तो "आईऽऽ आई" म्हणत तिच्याकडे झेपावला. "कुमार, माझ्या राजा कसा आहेस? किती वाळलास रे?" अनिता म्हणाली. विजयने पापा घेतल्यावरसुद्धा तो अनिताला सोडायला तयार नव्हता. साधारण तासाभरानं नीला परत जायला निघाली, तरी तो अनिताला सोडायला तयार नव्हता. सुरेखाकडे जायला तर बिलकूल राजी नव्हता. शेवटी नीला म्हणालीसुद्धा, "गरज सरो अन् वैद्य मरो. अरे सुरेखामावशीने तुला आठ दिवस प्रेमानं सांभाळलं ते गेलं कुठं? आणि आता आई आल्यावर तिच्या कुशीत." पण नीला किंवा सुरेखाकडे तो ढुंकून बघायला तयार नव्हता. त्याच्या या वागण्यानं सुरेखापेक्षा नीलालाच जास्त वाईट वाटलं.

दिवस जात होते. कुमार हळूहळू माणसाळला. पुन्हा पहिल्यासारखा सुरेखावर अवलंबून राहू लागला. दिवसभर तिला बिलगूनच कामे करू लागला. अनिताने बाहेरून आणलेल्या नवीन सीडी व खेळात रमला. थोडंफार नवीन शिकायला लागला. कॉन्फरन्समध्ये अनिता आणि विजयच्या कामाला चांगला प्रतिसाद मिळाला. काहीजणांना तशाच प्रकारचं काम इतर ठिकाणी करायचं होतं. कामाची प्रत्यक्ष माहिती मिळवण्यासाठी आणि बघण्यासाठी काहीजण मानबेटाला येणार होते. त्यांची व्यवस्था करण्यास अनिता आणि विजय गेले. प्रोजेक्टसाठी जास्त पैसे मिळाले होते. नवीन कामाची आखणी, उपकरणांची खरेदी यातून अनिता आणि विजयला बिलकूल वेळ मिळेनासा झाला. साहजिकच कुमार सुरेखाबरोबर जास्त वेळ राहू लागला. तिच्यात रमून गेला.

प्रोजेक्ट सादर करायचा दिवस जसजसा जवळ येऊ लागला, तसतसे अनिता आणि विजय अक्षरश: कामात बुडून गेले. त्यांना जेवायला, खायला वेळ मिळेना. तर कुमारकडे पहायला कुठून मिळणार? एका सकाळी अनिता साईटवर जायला निघाली तो नीलाचा फोन आला,

"हॅलो अनिता, अगं आमच्या इथे सर्कस आली आहे, जगातील ती एक उत्कृष्ट सर्कस आहे आणि जवळ जवळ वीस वर्षांनी इकडे आली आहे. यानंतर पुन्हा कधी येईल ते माहीत नाही. या रविवारी मी, सुरेश आणि मंजू अशा तिघांची तिकिटं

काढणार आहोत. तर तू कुमारला पाठवशील का? तुमचा काही प्रोग्राम आहे का? त्याचंपण तिकीट काढू?''

''नको बाई. आता कुठे साडेतीन वर्षांचा होतोय. त्याला त्यातलं काय कळणार?'' अनिता म्हणाली.

''अगं आपल्या वेळेसारखी आता परिस्थिती नाही. आणखी किमान पंधरा– वीस वर्षे तरी ती पुन्हा येणार, असं वाटत नाही. हो, आणखी वीस वर्षांनी तुझा कुमार वाघ–सिंहाचे खेळ पाहण्याऐवजी आणखी कसलेतरी खेळ पाहण्यात किंवा कदाचित करण्यात रमेल. तेव्हा काय तो नीट विचार कर.'' नीला म्हणाली.

''एक मिनिट थांब. मी विजयला विचारते. हं... ठीक आहे; पण मी किंवा विजय काही येऊ शकणार नाही.'' अनिता म्हणाली.

''ते ठीक आहे गं, पण सुरेखाला तरी त्याच्या सोबतीला पाठवशील ना? नाहीतरी सध्या तो तुझ्यापेक्षा तिच्याकडेच जास्त रमतो ना?'' नीला म्हणाली.

''होय बाई. तूच तेवढं बोलायचं राहिली होतीस. रविवारी सकाळी कुमारला व सुरेखाला पाठवते. तू त्यांचीपण तिकिटं काढ.'' असं सांगून तिने फोन ठेवला.

वाघ, सिंह, माकडे, जोकर पहायला मिळणार म्हणून कुमार सकाळी लवकरच उठला. अनिताने त्याच्यासाठी चॉकलेट, कॅडबरी, वेफर्स इत्यादी खाण्याचे पदार्थ बरोबर घेतले. त्याचबरोबर त्याला प्रोटीन्सच्या टॅबलेट्स आवडत नसत म्हणून प्रोटीन्सची बिस्किटं, पाणी शुद्ध करण्यासाठी छोटा फिल्टर वगैरे साहित्य घेतलं.

अनिताच्या मनात वास्तविक कुमारला पाठवायचं नव्हतं. न पाठवायला तसं काही खास कारणही नव्हतं. पण एवढ्या लहान वयात सर्कस पाहण्यात त्याला कितपत मजा वाटेल, अशी तिला शंका आली. पण विजयच म्हणाला की, तो अगोदरच एकटा असतो, जरा चार नवीन मित्रांत, माणसांत मिसळला की, त्याला मजा वाटेल. त्याला आवडतात म्हणून तिने मटारच्या तिखट मीठाच्या करंज्या करून दिल्या. त्याचबरोबर मुगाचे लाडू, सुरेश आणि मंजूसाठी दिले. कारण त्यांना मुगाचे लाडू प्रचंड आवडत.

सकाळी पहिल्या हॉव्हरक्राफ्टने ते गेले. तिने सुरेखाला तीन तीनदा बजावले. पोहोचल्यावर लागलीच फोन करा. सर्कस संपल्यावर परत निघाल, तेव्हा फोन करा. थंडीचा दिवस लवकर मावळतो. त्यात आज अमावस्या.

कुमार तर वैतागला, ''आई किती वेळा तेच तेच सांगते. आम्ही गेल्या गेल्या फोन करतो.'' ''आणि हे बघ...'' ती असं काही बोलणार तर कुमार पुढे म्हणाला, ''सांभाळून जा हो.. खोडकर आहे.'' सर्वजण हसायला लागले.

त्यावर विजय म्हणाला, "सुरेखा, तुम्ही असं करा." सुरेखाने विचारलं, "कसं?"

"तुमच्या बोटीत एक दोरी घ्या. तिचं एक टोक हॉव्हरक्राफ्टमध्ये ठेवा आणि दुसऱ्या टोकाला घंटी बांधा आणि ती अनिताच्या खोलीत ठेवा. हॉव्हरक्राफ्ट सुरू झालं की, दर पाच मिनिटांनी एकदा तू व एकदा कुमार दोरीचं टोक हलवा."

कुमारने विचारलं, "मग काय होईल?"

"घंटा वाजली की आईला कळेल तुम्ही सुखरूप आहात आणि फोनचा खर्चही वाचेल."

"बेस्ट आयडिया!" कुमार ओरडला. त्याला काही नीट कळलं नव्हतं.

सुरेखा आणि विजय जोरजोरात हसू लागले.

"गप्प बैस मूर्खा. त्यांचं काय ऐकतोस." अनिता कुमारवर ओरडली आणि विजयकडे पाहत "आपण प्रचंड जोक केलात. आता गप्प बसायला काय घ्याल?" असं म्हणाली.

सर्व्हिस हॉव्हरक्राफ्ट असल्यानं ते लगेचच सुटेल. कुमार आणि अनिता एकमेकांना बराच वेळ बाय बाय करत होते.

ठरल्याप्रमाणे संध्याकाळी निघताना सुरेखाने फोन केला, "नेहमीचं हॉव्हरक्राफ्ट सुटल्यानं आता आम्ही काय करू?" तिने विचारलं, "नीलाताईकडे राहू का?"

"मग तुम्ही हॉव्हरटॅक्सी करा. आता आठ वाजले आहेत. मला उद्या सकाळी पहाटेच जायचं आहे." अनिताने सांगितलं.

"ठीक आहे." सुरेखा म्हणाली.

त्यांनी हॉव्हरटॅक्सी केली. साधारण पाऊण तासात ते पोहोचले असते. वास्तविक थोडे जास्त पैसे म्हटल्यावर टॅक्सीवाले लगेच तयार होतात. जोराचा वारा सुटला होता. ड्रायव्हर म्हणालासुद्धा, "आज अमावस्या आहे. उद्या जा ना." परंतु त्याचा सुपरवायजरच म्हणाला, "हे इकडे लोक अमावास्या-पौर्णिमा मानतात. ताई तुम्ही काही काळजी करू नका. नेईल तो." दुसरी टॅक्सी नसल्यानं शेवटी कुरकुरत का होईना तो एकदाचा तयार झाला. निघेतो साडेआठ होऊन गेले. त्यांनी किनारा सोडून दहा-पंधरा मिनिटं झाली नसतील तोच फसूऽऽ असा आवाज झाला आणि क्राफ्टचं इंजिन बंद पडलं. कुमारने विचारलं, "काय झालं?" ड्रायव्हर म्हणाला, "बोंबला ! गॅस लीक झाला." सुरेखाने मोठ्या चिंतेनं विचारलं, "मग आता काय करायचं?"

"थांबा, पाहू काय करता येतं ते?" ड्रायव्हर म्हणाला.

‘‘दुसरं इंजिन नाही का?’’ सुरेखाने विचारलं. ‘‘छोट्या टॅक्सीला दुसरं इंजिन नसतं.’’ ड्रायव्हर म्हणाला, ‘‘मग दुसरं हॉव्हरक्राफ्ट तरी मागवा.’’ सुरेखा म्हणाली. तिच्याकडील मोबाईलवर तिने अनिताला फोन करायचा प्रयत्न केला. परंतु त्याची बॅटरी कमी झाल्यानं ते काही जमलं नाही. तोपर्यंत ड्रायव्हरने त्याच्या मुख्य स्टँडला फोन केला होता; परंतु तिथे त्या वेळी दुसरी टॅक्सी नसल्यानं त्यांनी थोडा वेळ थांबायला सांगितलं.

आकाशात काळ्या पार्श्वभूमीवर चांदण्या चमचम करताना छान दिसत होत्या. सुरेखाने कुमारला ते दृश्य दाखवलं. त्याला सप्तर्षी, ध्रूवतारा दाखवला. थोडा वेळ इतर गोष्टी दाखवण्यात गेला. त्यानंतर तिने कॅडबरी, वेफर्स वगैरे देऊन कुमारचा कंटाळा घालवायचा प्रयत्न केला; पण मग मात्र कुमार कंटाळला.

‘‘सुरेखाताई आपली टॅक्सी केव्हा चालू होणार?’’ त्याने विचारलं.

‘‘होईल हो. आता थोड्याच वेळात दुसरे काका आपल्यासाठी टॅक्सी घेऊन येतील. हो की नाही ड्रायव्हर काका?’’ तिने ड्रायव्हरला विचारलं.

‘‘हो बाळ, आता येईलच दुसरी टॅक्सी’’ ड्रायव्हरने सांगितलं.

कुमार वैतागून म्हणाला, ‘‘मघापासून तुम्ही हेच सांगत आहात. काका आले नाही की टॅक्सी आली नाही. केव्हा येणार आहे टॅक्सी?’’

‘‘हो येईल एवढ्यात.’’ टॅक्सी ड्रायव्हर म्हणाला. लांबून एखादा दिवा दिसला की त्यांना वाटे, आपल्याला नेणारी टॅक्सी आली आहे; पण तो मच्छीमारांचा ट्रॉलर असायचा किंवा एखादं जहाज असायचं. आणि ते लांबूनच टाटा करून जायचं.

आपल्या बोटावरील लहान घड्याळात पाहून तो म्हणाला, ‘‘साडेआठ वाजले. तिकडे काय धमाल येत असेल. कार्टून लागलं असेल. ह्या फडतूस हॉव्हरक्राफ्टवर टीव्हीपण नाही.’’

‘‘ए ताई दुसरी टॅक्सी आलीच नाही, तर काय रात्रभर आपण इथेच राह्यचं?’’ त्याने विचारलं. ‘‘येईल रे. थांब थोडा वेळ.’’ सुरेखा म्हणाली, तिच्या मनातपण शंकेची पाल चुकचुकायला लागली.

‘‘एवढ्या वेळात मी जेटने अमेरिकेत जाऊन आलो असतो.’’ कुमार म्हणाला. आजकालच्या मुलांच्या सामान्य ज्ञानाचं व कल्पनाशक्तीचं ड्रायव्हरकाकांना कौतुक वाटलं. ‘‘थांब रे थोडा वेळ. काका तुम्ही प्लीज पुन्हा एकदा फोन लावा ना.’’ सुरेखाने विनंती केली. ‘‘च्या आयला!’’ म्हणत ड्रायव्हर काकांनी दोन शिव्या हासडल्या. किती वेळा फोन करायचा प्रयत्न केला; पण काही केल्या कॉन्टॅक्टच होईना.

त्यांची अवस्था घाटात आपली गाडी बंद पडली आहे आणि दोहो बाजूंनी वाहने वेगात टाटा करत जात आहेत अशी झाली. वास्तविक अलीकडे तेलाचं दुर्भिक्ष्य वाढल्यापासून जलवाहतूक मोठ्या प्रमाणात होत होती; परंतु ती सर्व मोठ्या जहाजांची होती, त्यामुळे यांच्या पिटुकल्या हॉव्हरक्राफ्टकडे कोणाचं लक्षं जात नव्हतं.

''तरी मी म्हणत होतो, आज अमावस्या आहे, जाऊ या नको. पण माझं ऐकतोय कोण?'' ड्रायव्हर वैतागून म्हणाला.

कुमार तर पुरता कंटाळला होता. मग सुरेखाचं लक्ष लाटांकडे गेलं. तिने कुमारचं लक्ष तिकडे वळवायचं ठरवलं. लाटांचा वेग वाढू लागला. तिने कुमारला एक लाट दाखवली. ''ती बघ कशी जोरात लाट येतेय. ती बघ आली आली, हा गेलीसुद्धा.''

तोपण खूश झाला. नंतर तिने त्याला लांबून येणारी दुसरी लाट दाखवली. त्यांच्या हॉव्हरक्राफ्टला फारसं वजन नव्हतं. त्यामुळे लाटेबरोबर तेसुद्धा वरखाली होत होते. कुमारला त्याची मजा वाटली. कॅडबरी खाता खाता, वेफर्स तोंडात टाकत ते लाटेवर हळूहळू स्वार होत होते आणि लाटांबरोबर वरखाली हिंदकळण्यात त्यांना मजा वाटत होती. लाटेबरोबर वरखाली होण्याचा अनुभव कुमारला काय, सुरेखालाही नवीन होता. कुमारचा वेळ जातोय म्हणून तिला बरं वाटलं. ती सांगू लागली, ती पहा लांबून मोठी लाट येतेय, आता आपण उंच जाऊ आणि हे बघ आता खाली जातोय. क्षणार्धात ती खाली येतेय. मग ते थोडा वेळ थांबून दुसऱ्या लाटेची वाट पहात. असा खेळ बराच वेळ चालला. पण नंतर या खेळालाही तो कंटाळला. कुमारने तिला विचारलं, ''किती वाजले?'' ''पावणे बारा.'' ती म्हणाली,

त्यावर ड्रायव्हर म्हणाला, ''आता यापुढे लाटांचा जोर वाढेल. आता वाऱ्याचा जोरही जास्त आहे. काय होणार आहे कुणास ठाऊक?'' त्याने पुन्हा त्यांच्या कोचीनच्या ऑफिसला फोन लावला. अगोदर कितीतरी वेळ लागतच नव्हता. शेवटी एकदाचा लागला. त्याने पुन्हा फोनवर, बोटीवर एक छोटा मुलगा आणि एक बाई याशिवाय आणखी कोणी नाही व मदतीला पुरुष माणूसपण नाही इत्यादी गोष्टी समजावून सांगितल्या. शेवटी कोणतंही हॉव्हरक्राफ्ट आलं की ताबडतोब पाठवतो, अशी ग्वाही व्यवस्थापकाने दिली.

त्यांच्या हॉव्हरक्राफ्टचा लाल दिवा प्रखर असल्यानं, जाणाऱ्या येणाऱ्या बोटी त्यांच्यापासून सुरक्षित अंतरावरून जात होत्या. लाटांचा जोर जास्त वाढला होता. एक तर एवढी प्रचंड उंचीची होती की, ड्रायव्हरने सांगितलं, ''लाट जोरात येतेय, सांभाळा.'' हो हो म्हणेपर्यंत तिने सर्वांना भिजवून टाकलं. कुमारच्या तर नाका-

तोंडात खारट पाणी गेलं. तो जाम घाबरला. ओक्साबोक्शी रडू लागला. तिने आपल्याकडील नॅपकीननं त्याचं अंग पुसलं. ओले कपडे काढून टाकले, तोपर्यंत काकांनी फडताळातून ताडपत्रीचं कापड काढलं. ते त्याच्या अंगावर टाकलं. त्यामुळे नंतर येणाऱ्या लाटांच्या पाण्यात तो भिजला नाही; परंतु अगोदर अंग भिजलं होतं, त्यात गार वारा वाहत होता. सुरेखाला त्याचं रडू कसं थांबवावं ते कळत नव्हतं. तेवढ्यात लांब अंतरावरून एक जहाज आणि त्याचा लाल दिवा दिसत होता; परंतु आतापर्यंत त्यांनी अशी बरीच जहाजे येता-जाताना पाहिली होती. त्यामुळे त्यांनी तिकडे फारसं लक्ष दिलं नाही. पण त्यावरील सिग्नल उघडझाप करत त्यांच्या दिशेनं येत होता. ड्रायव्हरने त्यांच्याकडील दिव्याने उलट सिग्नल दिला. आणि ते हॉव्हरक्राफ्ट त्यांच्याकडेच येऊ लागलं तेव्हा ते म्हणाले, ''हे आपल्याकडेच येत आहे. बरं झालं देव पावला.'' ते त्यांच्यापर्यंत येईतोपर्यंत कुमार रडून रडून थकला होता. त्याला हुडहुडी भरली होती. सुरेखाने तोवर त्याचे कपडे काढून त्याला आपल्या ओढणीनं नीट पुसलं होतं. नंतर नायलॉनच्या ताडपत्रीमध्ये गुंडाळलं. तेव्हा कुठे त्याची थंडी कमी झाली.

हा हा म्हणेपर्यंत मदतीचं हॉव्हरक्राफ्ट त्यांच्यापाशी आलंसुद्धा. त्यांनी त्या दोघांना त्यावर घेतलं. त्यांना गरम कॉफी व सँडविचेस दिली. तोपर्यंत ड्रायव्हर काकांनी व इतरांनी मिळून जुने हॉव्हरक्राफ्ट त्याला बांधलं. नवीन हॉव्हरक्राफ्टच्या ड्रायव्हरचा विचार कोचीनजवळ म्हणून तिकडे जाण्याचा होता. पण लहान मुलगा व सुरेखाने सांगितल्यानं त्यांनी मानबेटाला जायचं ठरवलं. त्यांनी तसा अनिताला फोन केला, त्यांना न्यायला अनिता व विजय अगोदरच किनाऱ्यापाशी आले होते. कुमार सुरेखाच्या कुशीत स्वस्थ पडून होता. तिने सांगितलं, ''कुमार, ते पाहा आपलं घर आलं. आई-बाबा आले आहेत.'' तो उठून पाहत होता, तोपर्यंत हॉव्हरक्राफ्ट बेटाला लागलंसुद्धा. तो एकदम अनिताकडे ''ए आई गंऽऽ'' असं म्हणत झेपावला आणि तिला बिलगला. त्याने विजयकडेसुद्धा फारसं वळून पाहिलं नाही. नंतरचे तीन-चार तास अगोदर तिला बिलगून होता. घरी गेल्यावर त्यांनी नीलाला सुखरूप पोहोचल्याचं कळवलं. मग सुरेखाशी ती बोलली. सुरेखाने थोडक्यात सर्व हकीगत सांगितली.

दुसऱ्या दिवशीसुद्धा कुमार अनिताला सोडायला तयार होईना. सर्वांनी त्याला खूप समजावलं. विजयने मी तुझ्यासाठी स्पेस व्हेईकल आणतो, असं सांगितलं. सर्वांनी खूप विनवण्या केल्या तरीसुद्धा तो एकटा सुरेखापाशी राहायला तयार होईना. त्याने विचारलं, ''कोचीनला नेणार नाही ना?'' तेव्हा अनिताने विचारलं, ''अरे ती

फक्त सर्कस बघण्यासाठी तुला घेऊन गेली ना? तुला सर्कस आवडली ना?'' तो म्हणाला, ''हो.'' ''मग सर्कस बघण्यासाठी कोचीनला जाणार नाहीस का?'' तो म्हणाला, ''नाही हो.'' त्याला बोलायचं सुचेना. सर्वजण लागले हसायला. शेवटी स्पेस यान संध्याकाळी आणून द्यायचं कबूल करून तो कसाबसा सुरेखापाशी राहायला तयार झाला.

अनिताने सुरेखाला पटकन बाहेर निघून जाताना पाहिलं. अनितापण तिच्यापाठोपाठ गेली. ''अगं सुरेखा, तू बाहेर का आलीस ते मला कळतंय. कुमारने असं बोलायला नको होतं, पण अगं तो लहान आहे. त्याला तुझा अपमान करायचा नव्हता. हे बघ. काही वेळातच तो पहिल्यासारखा तुझ्याबरोबर रमेल.'' ती म्हणाली,

''ते खरं आहे हो. पण नाइलाज म्हणून तो माझ्याकडे येतो. तुमच्यासारखं माझ्यावर त्याचं प्रेम नाही.'' ''अगं ते कसं शक्य आहे? मी त्याची आई आहे ना?'' अनिता म्हणाली, ''काही झालं तरी कुमार माझा मुलगा आहे.'' झालंही तसंच. अनिता म्हणाल्याप्रमाणे कुमार तिच्याबरोबर रमून गेला; परंतु सुरेखाच्या मनात अनिताचे शब्द राहून राहून येत होते. ''अगं ते कसं शक्य आहे? मी त्याची आई आहे ना. काही झालं तरी तो माझा मुलगा आहे.''

थोड्या वेळानं नीलाचा फोन आला. ''अगं सुरेखा, कशी आहेस आणि कुमार काय म्हणतोय?'' सुरेखा म्हणाली, ''ठीक आहे.''

त्यावर नीला उत्तरली, ''अगं ठीक काय आहे. तुझा चेहराच सांगतोय. काय झालं सांग पाहू.''

सुरेखाने सकाळची सर्व हकीगत सांगितली व म्हणाली, ''नीलाताई, मी त्याला छान सांभाळते, त्याला माया दिली तरी तो माझ्याशी असं का वागतो?''

नीला म्हणाली, ''अगं वेडे किती झालं तरी कुमार अनिताचा मुलगा आहे आणि ती त्याची आई आहे म्हणून असा वागतो. आई झाल्याशिवाय तुला ते कळणार नाही.''

सुरेखाने विचारलं, ''मी आई केव्हा होणार?'' तेव्हा नीला म्हणाली, ''अगं वेडाबाई या गोष्टी फोनवर बोलायच्या नसतात. मी तिकडे आले की सांगेन आणि हे बघ अनिता केव्हा येणार आहे?''

''रात्री आठपर्यंत'' सुरेखा म्हणाली.

''ठीक आहे, ती आल्यावर मीच तिला फोन करेन हं.''

''पण नक्की कर हं.'' सुरेखा म्हणाली.

''हो बाई नक्की करते.'' नीला म्हणाली.

रात्री नीलाने अनिताला फोन केला. तिने काही विचारण्यापूर्वीच अनिताने, कुमार कसा गोंधळ घालतोय ते सांगितलं. पुढे म्हणाली, ‘‘अगं काय करणार किती झालं तरी तो माझा मुलगा आहे ना? सुरेखाला पण मी समजावून सांगितलं.’’

‘‘एवढंच आहे, तर एखादा चांगला मुलगा बघून सुरेखाचं लग्नच का करून देत नाहीस.’’ नीलाने विचारलं.

‘‘अगं ते जमणार नाही. ते कसं शक्य आहे.’’ अनिता म्हणाली.

‘‘जमणार नाही. का जमणार नाही?’’ आता कुमार मोठा झाला आहे. तुला काय दुसरी मेड मिळेल आणि समजा सुरेखाचा एवढा उपयोग होत असेल, तर लग्नानंतर ती आणि तिचा नवरा दोघांनाही मानबेटावर ठेवून घे.’’ नीलाने सुचवलं.

‘‘अगं तो प्रश्न नाही.’’ अनिता म्हणाली.

‘‘मग कोणता प्रश्न आहे? स्पष्ट विचारतेय, तुमचा स्वार्थ तर आडवा येत नाही ना? लग्न झाल्यावर ती कुमारकडे पुरेसं लक्ष देणार नाही, असं तुला वाटतंय का?’’ नीला म्हणाली.

‘‘नाही गं बाई. तुला खरं कारण जाणून घ्यायचं का?’’ अनिता म्हणाली.

‘‘खरं जाणून घ्यायचंय का म्हणून काय विचारतेस? होय जाणून घ्यायचंय.’’ नीलाने ठामपणे उत्तर दिलं.

‘‘मग ऐक तर. सुरेखा रोबो आहे. स्त्री रोबो.’’ अनिता उत्तरली.

आणि नीला फोनवरील पडद्यावर अनिताच्या चेहऱ्याकडे आ वासून पाहत राहिली.

नळी-बाव

नील आर्ते

मटणाच्या रश्श्याचा घमघमाट सुटला होता.. दोन दोन पेग व्हिस्कीनं अरुकाका, एस.के. आणि पुनीत तिघांच्याही पोटात आग लागली होती.

तेवढ्यात मम्मींनी ताटंच घेतली.

चौघंही टेबलावर बसले.

स्टीलची चकचकीत ताटं.. चकचकीत वाट्या.. कांदा-टोमॅटो-दह्याची कोशिंबीर.

गरमागरम मऊसूत चपात्या. वाटीतला वाफाळता लालभडक मटणाचा रस्सा. आणि खास पुनीतसाठीच्या वाटीत मोठ्ठा नळीचा तुकडा!

पुनीत खुशारला, "मम्मा, आय लव्ह यू!"

त्याने तीन-चार किसेस हवेत फेकले आणि नळी गरम गरम असतानाच चोखली. आतला बोन-मॅरोचा घसघशीत गोळा बक्कन त्याच्या तोंडात गेला. किंचित तुपकट उबदार गुलगुलीत राखाडी-पांढऱ्या रंगाचा तो ऐवज पुनीतच्या घशातून खाली उतरला आणि त्याने सुखानं डोळेच मिटले.

मम्मींना प्रेमाचं भरतं आलं, "माझं लेकरू गं ते. पाय मोडून बसलंय बिचारं. खा बाळा खा.. हाडात शक्ती यायला पाह्यजे लवकर लवकर. माझं पोर ते.. ही मेली दळिद्री लोकं कुठेपण फुटपाथवर झोपतात आणि आम्हाला त्रा..."

एस. कें.नी त्यांच्या मांडीला हळूच चिमटा काढला तेव्हा कुठे त्या गप्प झाल्या.

“काय मग अरुशेठ कोणता नवीन प्रोजेक्ट चाललाय सध्या?” त्यांनी सफाईनं विषय बदलला. आवडीचा विषय निघाल्यावर अरुकाका तरारला, “अरे, सध्या आम्ही मायक्रॉइड्सवर काम करतोय.”

“मायक्रॉइड्स म्हणजे?”

“सांगतो. नॅनो-बॉट्स ऐकलंय ना तुम्ही? म्हणजे सूक्ष्म यंत्रमानव.”

“नॅनो कार माहितीये मला.” पुनीत फिदीफिदी हसला. “त्या दिवशी गाडी ठोकली तेव्हा एक नॅनोपण चेपली. ओय ओय!” एस. केंनी त्याच्या धडक्या पायावर टेबलाखालून जोरात पाय मारला.

“अरु, त्याच्याकडे लक्ष देऊ नकोस. अहो, तुमच्या पोराला अजून पेग देऊ नका आता, लगेच टाईट होतो तो. तू बोल पुढे.”

“तर आम्ही थोडा वेगळा विचार केला की नॅनो-बॉट्स पूर्णपणे यांत्रिक असतात, पण त्यांच्यात काही जैविक गुणधर्म आणता आले तर? उदाहरणार्थ, मुंग्या किंवा वाळवी किंवा मधमाश्यांइतकी कार्यक्षमता आणि बुद्धिमत्ता! ह्या मठ्ठ सूक्ष्म यंत्रांना चांगला मेंदू आणि थोडाफार कॉन्शस देता आला तर? म्हणजे मानवाएवढा नाही पण एखाद्या मुंगीएवढा?”

पुनीतच्या मठ्ठ मेंदूला हा सगळा डोस हेवी व्हायला लागला होता. शिवाय कोणीच त्याच्याकडे बघतसुद्धा नव्हतं. “मम्मी अजून नळी-बाव पायजे मला.” पुनीत लाडात आला.

मम्मींना परत प्रेमाचं भरतं आलं. “अगदी अस्सा आहे ना माझा पुन्नु, लहानपणीसुद्धा नळी-बाव नळी-बाव करत चार चार मटणाच्या नळ्या चोखायचा. घे बेटा.” त्यांनी आपल्या ताटातली नळीपण पुनीतच्या ताटात टाकली.

“अहो गप्प बसा जरा. अरु तू सांग पुढे.” एस. कें.मधला उद्योगपती जागा झाला होता.

“थोडक्यात काय लहान लहान जीवांची बुद्धी आणि यंत्रांचा आज्ञाधारकपणा हे दोन्ही एकत्र करायच्या दिशेनं आमचं काम सध्या चालू आहे. म्हणजे नॅनो-बॉट्सपेक्षा मोठे, पण इटुकलेच यंत्र आणि सजीवांचं हायब्रीड असलेले म्हणून आम्ही त्यांना मायक्रॉइड्स म्हणतो. विचार कर ना हे मायक्रॉइड्स काय काय करू शकतील. अवघड जागेची ऑपरेशन्स म्हण किंवा कोपऱ्यात सांदी-फटीत जाऊन करायची अनेक किचकट कामं. छोट्या मोठ्या कामांसाठी गाडीचं इंजिन उघडायचीपण गरज नाही.”

ठ्ठॉक! ठ्ठॉक! पुनीत, मम्मींनी दिलेली नळी जोरात ताटात आपटत होता. आता नळी गार झाल्यामुळे आतला बाव बाहेर येत नव्हता.

पुच्चूक! पुच्चूक! त्याने दोनदा परत चोखून बघितलं, पण नो लक.

मग एक डोळा मिटून त्याने नळीत खोलवर बघितलं. होता होता आत बाव होता. भरपूर लुसलुशीत तुपकट बाव, पण ह्या नळीचं तोंड अगदी अरुंद होतं त्यामुळे लोचा होत होता.

अरुकाका ताटावरून उठला आणि खरकट्या हातांनीच त्याने आपली बॅग जवळ ओढली. ''पुनीत एक मिनीट थांब तुझा बाव काढू या आपण.''

त्याने बॅगेतून एक जिन-तानच्या गोळ्यांच्या डबीसारखी चपटी डबी काढली. आतमध्ये दहा बारा दाणे होते. आपल्या बडीशेपेच्या गोळ्या असतात ना, त्याच्या साधारण अर्ध्या आकाराचे.

''हे आमचे मायक्रॉइड्स निष्क्रिय आहेत. त्यांना आपण ॲक्टिव्ह करू या.'' त्याने ते सगळे दाणे एका बशीत ओतले आणि एका बाटलीतला लाल द्रव त्यांच्यावर ओतला.

''हे काय? रक्त?''

''नाही, हे बायोफ्लुइड आहे, यात रक्ताचे काही घटक आहेत आणि इतर बऱ्याच गोष्टी... हे आमच्या मायक्रॉइड्सचं खाणं कम बॅटरी-चार्ज.''

लाल द्रव पडल्यावर ते दाणे बशीतच हळूहळू थरथरायला लागले.

तेवढ्यात अरुकाकाने लॅपटॉपवर काही कमांड्स सेट केल्या आणि एखाद्या जादूगाराच्या आवेशात खाट्टकन एन्टर मारलं.

दाणे अजून जोरात थरथरायला लागले आणि मग झप्पकन ते बशीतून बाहेर आले आणि तुरुतुरु चालत टेबलावरून पुनीतच्या ताटाकडे गेले. तिकडून नळीजवळ.

मग त्यांनी शिस्तीत रांग केली सैनिकांसारखी आणि एक-एक जण आत घुसली नळीच्या तोंडातून.

मग दहा-वीस सेकंद फक्त गुंऽऽगुंऽऽ असा क्षीण आवाज येत राहिला आणि मग ते सगळे छोटे सैनिक बाहेर आले. प्रत्येकाने थोडा थोडा नळी-बाव आपल्याबरोबर आणला होता तो त्यांनी ताटात एकत्र जमा केला आणि ते शिस्तीत ताटाच्या बाजूला जाऊन उभे राहिले.

''हा घे पुनीत तुझा नळी-बाव, सगळाच्या सगळा.'' अरुकाका मिस्कील हसत होता.

पुनीतने एक डोळा मिटून नळीत बघितलं, नळी लख्ख साफ झाली होती आणि सगळ्या बावाचा घसघशीत गोळा त्याच्या ताटात.

‘‘तर हे आहेत आमचे छोटुले सैनिक उर्फ मायक्रॉइड्स. अशी छोट्या छोट्या सांदी-कोपऱ्यातली कामं करण्यासाठी कस्टमाइझ्ड करता येतं त्यांना. इन फॅक्ट मी त्यांना नावे पण ठेवलीयेत, सगळी आपल्या आवडत्या शेक्सपिअरच्या पात्रांची- हा मॅक्बेथ, हा हॅम्लेट, ही डेस्डीमोना, हा ऑथेल्लो आणि हा एस.के.चा आवडता शायलॉक!’’

‘‘हे घे.’’ अरुकाकाने भिंग सरकवलं.

पुनीतने भिंग लावून बघितलं.

एखादं मोठ्ठं डोकं आणि हाता-पायाच्या काड्या असलेलं मुडदूस झालेलं बाळ जर बडीशेपेएवढं छोटं झालं तर कसं दिसेल, तसे दिसत होते ते सैनिक.

तोंडाच्या जागी त्यांना कुरतडण्यासाठी बारीक तीक्ष्ण दात होते आणि हातापायांना अणकुचीदार नख्या.

इतक्यात शायलॉकने अचानक भिंगातून थेट पुनीतकडे बघितलं आणि तो फिस्सकन हसला.

पुनीतने दचकून ताटच उडवलं आणि सगळं मटण बावासहीत त्याच्या प्लॅस्टरवर पडलं.

एस.के. प्रचंड इम्प्रेस झाले होते. ‘‘आयला! माझ्या दाढांमध्ये जाम फटी आहेत अऱ्या, नेहमी मटणाचे तुकडे अडकतात. तिकडे या तुझ्या सैनिकांना पाठवता येईल आत?’’

‘‘कदाचित, पण त्यांना माणसांच्या इतकं जवळ जाऊ देण्यासाठी बऱ्याच टेस्ट्स कराव्या लागतील आम्हाला. सो सध्यातरी नाही. चल, बराच उशीर झालाय परत डबीत बोलावतो त्यांना.’’

‘‘वहिनी डेझर्टमध्ये काय आहे?’’

अरुकाकाला गाडीपर्यंत सोडून एस.के. परत आले आणि आल्या आल्या बायकोवर बरसले. ‘‘अगं तुला देवानं अकलेचा भाग थोडा कमी दिलाय का? ते ॲक्सिडन्टचं सगळ्यांसमोर काय बडबडतेस? तुझ्या लाडक्या पोरानं दारू पिऊन फूटपाथवरच्या तीन जणांना गाडी ठोकलीय आणि स्वत:चा पाय मोडून घेतलाय. हे आता लाउडस्पीकर घेऊन सांग ना. मागचा आख्खा आठवडा हे सगळं निस्तरण्यात घालवलाय मी. पोलीस आले होते वास काढत माहितीये ना?’’

मोडकी गाडी बघून त्यांना संशय येऊ नये म्हणून बंगल्यातलं फणसाचं झाड तोडून पाडलं मी गाडीवर.

पुनीतचा पाय दोन दिवस आधीच मोडल्याचं खोटं सर्टिफिकेट आणलं

डॉक्टरकडून. माझे सगळे कॉन्टॅक्ट्स वापरून प्रकरण दाबलंय मी आणि मागे तू अशी दवंडी पिटत चाललीयस. आणि पोरगा झोपलाय मस्त डाराडूर ए.सी.मध्ये. बाप आहे ना सगळ्यांना मॅनेज करायला.. युसलेस.''

— —

पुनीतची बेडरूम :

पुनीत मेल्यासारखा डराडूर झोपला होता. उशीवर मोडका पाय ठेवून.

एसीची झडप हलकेच वरखाली होत होती. पुनीतच्या उघड्या तोंडातून थोडी लाळ गळत होती.

तेवढ्यात प्लॅस्टरच्या कडेला लपलेला शायलॉक हळूच फटीतून आणखी आत घुसला. कर्रऽऽ कर्रऽऽ प्लॅस्टर खरवडून त्याने थोडी जागा केली... आत... आणखी थोडं आत जात तो जखमेजवळ पोचला.

आणि त्याने टाके हळूहळू कुरतडायला सुरुवात केली.

टाक्यांच्या आत जखम होती, अर्धवट सुकलेली पण कुठे कुठे अजूनही लसलसती लालसर जखम.

जखमेच्या आत चीर पडलेलं हाड आणि त्या हाडातला नळी-बाव.. लुसलुशीत तुपकट...

मगाशी नळी-बाव उकरल्यापासून तो वास आणि चव शायलॉकला वेडं करत होती. हाडाची चीर आणखी मोठी करत शायलॉक आत आत घुसला...

आणि पुनीत गुरासारखा किंचाळू लागला!

रोगोझोव्हची शपथ

सुनील सुळे

डॉ. भालेरावांची अवस्था बघून सगळेच हळहळत होते. त्यांच्या डाव्या मांडीच्या हाडाचे तीन तुकडे झाले होते आणि डावीकडच्याच पाच बरगड्या आणि कॉलरबोनसुद्धा फ्रॅक्चर झालं होतं. ''तसं पाहिलं तर ही दुखापत किरकोळच म्हणावी लागेल.'' डॉ. मोडक आपला चष्मा काढून टेबलावर ठेवत म्हणाले, ''ही फ्रॅक्चर झालेली हाडं काही महिन्यात जुळून येतील, फारतर थोडे नटबोल्ट्स आणि एकदोन सळया घातल्या की काम झालं. कदाचित थोडेसे लंगडतील; पण चिंतेची बाब ती नाही. मुख्य प्रॉब्लेम मेंदूचा आहे. त्यांच्या डोळ्यांच्या बाहुल्या वगळता बाकी कोणत्याही रिफ्लेक्सेस चालू नाहीत. हे लक्षण फार सीरियस आहे. माझं काम मी करतो पण तुम्ही एखाद्या चांगल्या न्युरोसर्जनला ताबडतोब बोलावून घ्या.''

''पुण्यातला सर्वोत्कृष्ट न्युरोसर्जन इथे तुमच्यासमोर आहे, पण दु:खाची गोष्ट ही की आज तोच पेशंट आहे.''

''आता वेळ घालवण्यात अर्थ नाही, मी राठींना फोन करतो. बघू ते काय म्हणतायत.''

डॉ. राठींनी एम.आर.आय. आणि सी.टी. स्कॅन्स बघितले आणि ते सुन्न झाले. बाहेरून जवळ जवळ काहीच मार लागलेला दिसत नसला तरी पॉन्सला प्रचंड इजा झाली होती.

''परिस्थिती गंभीर आहे. ही इज इन डीप कोमा. त्यांना स्वेच्छेनं कोणत्याच हालचाली करता येणार नाहीत; पण बहुतेक त्यांच्या संवेदना जागृत असतील. त्यांना

ताबडतोब पेनकिलर्स द्या; नाहीतर त्यांना वेदना होतील आणि सांगताही येणार नाही. काय गरज होती झाडावर चढायची? एकतर या वयात ट्रेकला जात होते तेच धोक्याचं होतं आणि त्यात झाडावर कसले चढतात?'' राठी वैतागून म्हणाले.

''सर झाडावर चढले याचं मला आश्चर्य नाही वाटत, पडले त्याचं वाटतं. त्यांचा स्टॅमिना बघून आम्ही नेहमीच थक्क होतो. रात्री दोन वाजेपर्यंत ऑपरेशन करून पुन्हा सकाळी सहा वाजता आमच्याबरोबर क्रिकेट खेळायलाही यायचे; म्हणूनच मला तरी होप्स आहेत की हा माणूस याच्यातूनही बाहेर येईल.'' ''हा प्रश्न ताकदीचा किंवा स्टॅमिनाचा नसून ब्रेन डॅमेजचा आहे. डॉ. मोडक म्हणाले ते खरं आहे. त्यांच्या ऑर्थोपेडिक इंजुरीज पूर्ण बऱ्या होतील, पण मेंदूला जे काही झालंय ते फार सीरियस आहे. बरं आता मला निघायला हवं. शलाका, तू त्यांच्यावर सतत लक्ष ठेव. त्यांच्या कंडिशनमध्ये जरा काही बदल झाला तरी ताबडतोब मला फोन करायचा; दिवसा रात्री केव्हाही. डॉ. भालेरावांनी आजवर हजारो पेशंट्सना तर जीवदान दिलंच आहे पण डॉक्टरांच्या दोन पिढ्याही घडवल्या आहेत. लेट अस होप की काहीतरी चमत्कार होऊन... वेल, अगदीच चमत्कार नाही म्हणता येणार. कोमामधले पेशंट्स रिकव्हर झाल्याची उदाहरणं आहेत.''

''ते कसे होतात सर?''

''मेंदूच्या पेशींमध्ये रीजनरेशनची क्षमता असते, पण ती वयाबरोबर कमी होत जाते. पण हे रसायन जरा वेगळं आहे. हा आपलं वय विसरलेला माणूस आहे, सर या वयात जर झाडावर चढतात, तर त्यांची ब्रेन सेल्सपण तशीच तंदुरुस्त असतील अशी आपण आशा करू या. मी लिहून दिलेली इंजेक्शन्स वेळच्या वेळी दिली जायला हवीत आणि कंटीन्युअस मॉनिटरिंग, ओके?''

''येस सर.''

डॉ. राठी गेल्यावर शलाका डॉ. भालेरावांच्या अचेतन शरीराकडे बघत दोन मिनिटं तशीच उभी राहिली आणि नंतर, ''सर मी सर्जरीची हाउसमन, शलाका. मी तुमच्याशी संवाद साधायचा प्रयत्न करतेय. तुम्हाला जर पापणीच्या हालचाली करता येत असतील तर डोळ्यांची उघडझाप करून दाखवाल का जरा? प्लीज सर, ट्राय.''

भालेरावांच्या डोळ्यांची जराही हालचाल झाली नाही. डोळे फार काळ नुसते उघडे राहिले तर कॉर्निआ वाळून जाईल म्हणून शलाकाने त्यांच्या डोळ्यांमध्ये आय ड्रॉप्स घालून डोळे टेप लावून बंद करून ठेवले. ड्यूटीवरची नर्स, तंगम्मा सिस्टर हताशपणे तिच्याकडे बघत राहिली. आपल्या तीस वर्षांच्या कारकिर्दीत तिने कोमात

गेलेले अनेक पेशंट्स पाहिले होते, पण त्यातले फार थोडे परत आले होते. कित्येकदा अनेक महिन्यांनंतर. हा पेशंट मात्र वेगळा होता. काय वाट्टेल ते झालं तरी डॉ. भालेराव यातून बाहेर आलेच पाहिजेत म्हणून हातातल्या रोझरीचे मणी ओढत ती मनातल्या मनात प्रार्थना करीत होती. शलाकाला त्यांच्याशी बोलताना बघून तिला शलाकाची दया आली. ती जागची उठली आणि शलाकाच्या खांद्यावर हात ठेवून म्हणाली, ''डॉ. शलाका, आप थोडा रेस्ट कर लो, हम डॉक्टरसाब को देखेगा. हे कोमातले पेशंट्स इतक्या सहजपणे बाहेर नाही येत.''

''सिस्टर, ही केस थोडी वेगळी आहे. याला 'लॉक्ड इन सिंड्रोम' म्हणतात असं राठी सरांनी सांगीतलं मला.''

''वो क्या होता है?'' तंगम्माने हे नाव प्रथमच ऐकलं होतं.

''आपल्या मेंदूच्या तळाशी पॉन्स नावाचा एक भाग असतो. आपल्या मेंदूचा बाकीच्या शरीराशी संबंध जोडणारा तो एक पूल असतो. सरांच्या याच भागाला इजा झालीय, त्यामुळे आपण बोलतोय ते त्यांना समजतंय असं आम्हाला वाटतंय, बहुधा दिसतही असेल, पण काहीही हालचाल करता येत नाही. काही पेशंट्सना निदान पापण्या तरी हलवता येतात, पण सरांना तेही जमत नाही. अशा केसेसना टोटल लॉक्ड-इन सिंड्रोम म्हणतात.''

तंगम्माने उत्तरादाखल काहीही न बोलता फक्त आपले डोळे पुसले आणि ती पुन्हा प्रार्थना करायला लागली.

शलाकाने मात्र आपले प्रयत्न सोडले नाहीत. सरांच्या मेंदूचा त्यांच्या शरीराशी संबंध तुटला असेल, पण ई.ई.जी. तर सरळ त्यांच्या मेंदूतल्या विजेच्या लहरी पडद्यावर दाखवतोय ना? त्यांच्या भावनांमधले चढ-उतार तिथे तर बघायला मिळतील? शलाकाच्या डोक्यात एक भन्नाट आयडिया आली. ती ई.ई.जी. मॉनिटरच्या स्क्रीनसमोर उभी राहून म्हणाली, ''सर तुम्हाला रीमिक्स म्युझिक फार आवडतं असं ऐकलंय.'' तिचे हे शब्द बोलून पूरे होतात न होतात एवढ्यात पडद्यावर अशा काही हालचाली झाल्या की शलाका एक पाऊल मागे सरकली. हे आता उठून आपल्याला मारतील असा तिला भास झाला. भालेरावांना रीमिक्स संगिताचा किती तिटकारा आहे हे त्यांना ओळखणाऱ्या प्रत्येकाला माहीत होतं; म्हणूनच शलाकाने त्यांची अशी खोडी काढली आणि त्याचा परिणाम म्हणजे त्याही अवस्थेत त्यांच्या तळपायाची आग मस्तकाला गेली. शलाका मात्र आनंदाने वेडी झाली.

आपला आनंद कोणालातरी सांगावा म्हणून तिने जाऊन तंगम्मा सिस्टरला ओढत आणलं आणि तो प्रकार पुन्हा एकदा करून दाखवला.

तेवढ्यावर तिला राहवलं नाही म्हणून तिने सरळ राठींनाच फोन केला, ''सर, मी शलाका बोलतेय.''

'इ ला ज नाही? से ज हू? रो गो झो व्ह ची श प थ वि स र ला स?'

''कोण रोगोझोव्ह?'' शलाकाने विचारलं.

''डॉ. लिओनिद रोगोझोव्हची गोष्ट सर प्रत्येक बॅचला सांगत. १९६१ साली रशियाच्या अँटर्क्टिका मोहिमेतला हा एकमेव डॉक्टर. त्याचे स्वत:चे अॅपेंडिक्स फुटून तो काही तासात मरायची शक्यता निर्माण झाली होती. आपण मेलो तर बाकीच्यांचे जीवही धोक्यात येतील हे जाणून त्याने तापाने फणफणलेल्या अवस्थेत, एका शेव्हिंग मिररमध्ये बघून स्वत:वर सर्जरी केली आणि सगळ्या मेडिकल कम्युनिटीपुढे एक आदर्श निर्माण करून ठेवलाय. ही गोष्ट सांगितल्यावर सर आम्हाला एक शपथ घ्यायला लावायचे, आय विल नेव्हर एव्हर एव्हर गिव्ह अप, कम व्हॉट मे.''

''आय विल नेव्हर एव्हर एव्हर गिव्ह अप, कम व्हॉट मे.'' शलाकाने आपला हात पुढे करून खणखणीत आवाजात ही शपथ घेतली.

''सर, मी रोगोझोव्हला विसरलो नाही. सांगा काय करू ते.'' राठी म्हणाले.

'दे न गे ट मी अ स्टे म से ल स्पे शा लि स्ट.'

''स्टेम सेल्स? ब्रेन टिश्यूमध्ये?'' राठींना जरा आश्चर्यच वाटलं.

''सर, माझा एक मित्र आहे. बेंगलोरच्या एका हॉस्पिटलमध्ये स्टेमवर रीसर्च करतोय. त्याने आतापर्यंत पाच ए.एल.एस.च्या पेशंट्सना ही ट्रीटमेंट दिलीय. सक्सेस रेट चांगला आहे असं म्हणत होता. तुमची हरकत नसेल तर...''

''ताबडतोब फोन कर त्याला.''

— —

डॉ.एस.अनुपम दुसऱ्या दिवशी सकाळी येऊन पोहोचला. पेशंटची केस हिस्टरी ऐकून त्याने पहिला प्रश्न विचारला, ''या वयात हे झाडावर कशाला चढायला गेले?'' स्क्रीनवर अक्षरं उठली – 'प म प म न स त्या चौ क शा न को त. का मा ला ला ग.'

''अरे? यांना माझं निक-नेम कसं माहीत?''

'तु झा बा प मा झा वि द्या र्थी.'

''स्टेम सेल्सच्या बाबतीत दोन पर्याय असतात. एकतर पेशंटच्या स्वत:च्या बोन मॅरोमधून ती घेणं किंवा गर्भातून मिळणारी वापरणं.'' डॉ. अनुपम शलाकाला सांगत होता, ''इथे अॅडल्ट स्टेम सेल्सचा काही उपयोग नाही कारण त्यापासून

वेगळ्या जातीच्या पेशी बनू शकत नाहीत. आपल्याला गर्भातून मिळणाऱ्या पेशी वापरायच्या आहेत.''

''मग आता कोणाचा जीव घेणार तू?''

''डोन्ट बी सिली शलाका. फर्टिलिटी क्लिनिक्समध्ये बरेच वेळा असे काही दिवस वयाचे जास्तीचे गर्भ असतात. ते एरवी वायाच गेले असते. त्यांचा उपयोग आम्ही स्टेम सेल्ससाठी करून घेतो. चंदिगढच्या एका क्लिनिकबरोबर आमचं टाय-अप आहे. इट इज ऑल लीगल ॲन्ड एथिकल. फक्त सरांना सतत इम्युनो सप्रेसंट्स द्यावी लागतील. त्यामुळे रिजेक्शनचा धोका राहत नाही.''

त्यानंतर डॉ. अनुपम आणि भालेराव यांनी प्रत्यक्ष आणि अप्रत्यक्षपणे चर्चा करून स्टेम सेल्स ऑपरेशनचा प्लॅन बनवला. बऱ्याच टेस्ट्स आणि क्रॉस मॅचिंगनंतर तीन महिन्यांच्या प्रतिक्षेनंतर डॉ. भालेरावांना टेबलावर घेण्यात आलं. चौदा तास चाललेल्या मॅरेथॉन ऑपरेशन दरम्यान डॉ. राठी आणि त्यांच्या सहकाऱ्यांनी भालेरावांच्या मेंदूतला दूषित भाग काढून टाकला आणि डॉ. अनुपमने स्टेम सेल्सचं इन्फ्यूजन दिलं. त्यानंतरचे बारा तास भालेरावांशी काहीच संपर्क नव्हता. सकाळी नऊ वाजता स्क्रीनवर अक्षरं उठली - 'गु ड मॉ र्निं ग मी क सा आ हे?'

''गुड मॉर्निंग सर. अगदी व्हायटल फंक्शन्स व्यवस्थित आहेत. कसं वाटतंय?'' शलाकाने विचारलं. 'ब रं आ हे. ई. ई. जी. दा ख व.'

पुढचे सहा आठवडे डॉ. भालेरावांच्या प्रकृतीकडे सगळेच लक्ष ठेवून होते. भालेरावही स्वत:चे रिपोर्ट्स स्वत: बघत होते आणि त्यांना आपल्या प्रगतीची बऱ्यापैकी कल्पना होती. स्टेम सेल्स रुजली होती, वाढ चांगली होती. प्रत्येक एम.आर.आय. रीपोर्ट आधीच्यापेक्षा जास्त चांगला दिसत होता.

एक दिवस डॉ. राठी सकाळच्या राउंडला आले असताना स्क्रीनवर अक्षरे आली- 'रा ठी मा झा उ ज वा हा त ब घ.'

भालेरावांच्या उजव्या हाताची बोटं हालचाल करू पाहत होती. डॉ. राठींनी त्यांचा हात आनंदानं जोरात दाबला तेव्हा भालेरावांच्या घशातून 'अंह' असा वेदनेचा हुंकार आला, जणूकाही एका नवजात अर्भकाने जीवनाला घातलेली ती पहिलीवहिली साद होती.

चंद्रावरील मूल

माधव मोरेश्वर केळकर

''**चंदा**, आता परत बाहेर गेलीस तर बघ तुला तळघरात कोंडूनच ठेवीन.'' तारका आपल्या मुलीला ओरडत होती. कारण चंदा सारखी बाहेर जात होती आणि जाताना दार घट्ट बंद न केल्यानं खोलीतली हवा बाहेर जात होती. तारकाला त्याचीच काळजी वाटत होती. एकतर चंद्रावरच्या विवरगृहात ते रहात होते. चंद्रावर वातावरण नसल्यानं सर्वांनाच प्राणवायूची नळकांडी छातीशी बांधून बाहेर जावं लागे. त्या त्रासातून सुटका होण्यासाठी खोली पूर्ण बंद करून आतमध्ये हवेची सोय केली होती, पण चंदा प्रत्येक वेळी बाहेर जाताना योग्य ती काळजी घेत नसल्यानं अमूल्य अशी हवा खोलीबाहेर (विवराबाहेर) जात होती; म्हणून तारका त्रागा करत होती. खरं म्हणजे हा तिचा त्रागा अनाठायी होता; कारण ती चिमुरडी पोर अशी काय काळजी घेऊ शकणार होती? आधीच ती प्राणवायूचा तो बाटला गळ्यात अडकवूनच तिला वावरावं लागत होतं आणि त्यात तारकाची ही बडबड. तारकाही मग मनाशी विचार करू लागली.

साधारणपणे पृथ्वीच्या कालगणनेनुसार ५ वर्षांपूर्वीची गोष्ट. जगातील सर्व प्रमुख दैनिकात जाहिरात झळकली होती. आपल्या अपत्याला थेट चंद्रावर जन्माला घालायची कल्पना होती ती. त्या काळात चंद्रसफारी तर नित्यच होत होत्या. अगदी ८ दिवसांपासून २-३ महिन्यांपर्यंत चंद्रावर राहायची सोय जगातल्या मोठ्या यात्राकंपन्या करत होत्या. आतापर्यंत शेकडो सहली चंद्रावर जाऊन आल्या होत्या व हजारो पर्यटकांनी तो आनंद लुटला होता. पण ही जाहिरात निराळी होती. नुसतं चंद्रावर

फिरून येणं नव्हतं तर तिथे राहून मूल जन्माला घालणं, अशी काहीशी अचाट कल्पना होती ती आणि इच्छुक महिलांनी नावे नोंदवावीत असं आवाहन केलं होतं त्यात. जगातील कोणत्याही भागातील स्त्री पात्र होती नावनोंदणीसाठी. जमा झालेल्या नावांतून कोणीतरी एक स्त्री ही सहल करू शकणार होती. निवडीचे निकष जाहीर केले नव्हते; पण असं मात्र लिहिलं होतं की, अमेरिकेच्या वैद्यकमंडळाने घातलेल्या निर्बंधांमुळे केवळ एकच महिला हे साहस करू शकणार होती. जाहिरातीत पुरस्कर्त्यांनाही सहभागी होण्यास सांगून तसा पुरस्कर्ता मिळाल्यास निवड झालेल्या महिलेस एक पैसाही न खर्च करता चंद्रमोहीम करता येणार होती, तारकाने ती जाहिरात वाचली व मग रजनीकांतशी- आपल्या नवऱ्याशी चर्चा करून आपलं नाव नोंदवलं होतं.

ती प्रक्रिया खूपच गुंतागुंतीची होती. निवड झालेल्या महिलेस अंतराळ प्रवासाचं ८ महिन्यांचं प्रशिक्षण अनिवार्य होतं. त्या काळात ती गर्भार असून चालणार नव्हतं. प्रशिक्षण पार पडल्यावर अमेरिकेच्या वैद्यक मंडळाच्या सल्ल्यानुसार गर्भधारणा करायची होती आणि त्याच मंडळाच्या देखरेखीखाली गर्भाची वाढ करायची होती. योग्य वेळ येताच चंद्राकडे प्रस्थान करायचं, अपत्याला जन्म द्यायचा आणि मग त्या मंडळाच्या आदेशानुसार पृथ्वीवर परत यायचं होतं. परत आल्यावरदेखील किमान एक वर्ष ते मूल मंडळाच्या देखरेखीखाली वाढणार होतं. पण त्या काळात महिलेने त्याच्याबरोबर राहणं सक्तीचं नव्हतं, वगैरे वगैरे. हे सर्व कळल्यावर निवड होऊनही आपण आपलं नाव काढून घ्यावं असं तारकाला वाटू लागलं होतं. कारण जवळजवळ तीन-साडेतीन वर्षांचा कालावधी होत होता तो. पण मग रजनीकांतने तिला समजावलं की, नाहीतरी काहीतरी अचाट करायचं तिचं स्वप्न होतं ना मग ते पूर्ण करण्याकरता काहीतरी गमवावं लागणार होतं आणि तीन-साडेतीन वर्ष म्हणजे तप नव्हे, बघता बघता संपेल तो काळ. तेवढ्याकरता नाव परत घेणे शहाणपणाचं ठरणार नाही. अशाप्रकारे चंद्रावर मूल जन्माला घालण्याच्या त्या स्पर्धेत तारका सामील झाली.

प्रशिक्षणाचं स्वरूप काहीसं असं होतं. प्रथम ९ महिने अंतराळ प्रवासाचे प्रशिक्षण, ज्यामध्ये प्रत्यक्ष अंतराळ प्रवास, ज्याचा कालावधी आधी २ दिवस व मग वाढत वाढत जाऊन तो अनेक दिवसांपर्यंत असा, तसेच गुरुत्वाकर्षणविरहित राहण्याचा, वावरण्याचा सराव, पाण्याखाली ७-८ दिवस वास्तव्य तसेच वातावरणविरहित अवस्थेत राहणं. मग एक महिन्यांची विश्रांती. या काळात विद्यार्थ्यांना घरी राहायची मुभा होती. नंतर प्रत्यक्ष मोहिमेला सुरुवात म्हणजे आधी फलधारणेचा सोपस्कार मग अ.वै.मं.च्या सूचनेनुसार चंद्राकडे बाळंतपणासाठी प्रयाण, असं नियोजन होतं. सुट्टीच्या अवधीत स्त्रीला आपल्या पतीचा किंवा दुसऱ्या आवडत्या पुरुषाचा वारस ऊरात वाढवण्याची

परवानगी होती. पण अ.वै.म.नं खास शिफारस केली होती ती पूर्व संस्कारित बीजांचा वापर करण्याची. कारण पृथ्वीवर मुलाला जन्म देणं आणि चंद्रावर जन्म देणं यात खूप फरक होता. कितीही म्हटलं की, चंद्रावर आता विवर वसाहतच वसली आहे व तेथे एक इस्पितळही उभारण्यात आलं आहे तरी प्रवाशांना प्रथमोपचार देणं व आख्खं बाळंपतपण करणं ह्यात खूप फरक आहे. शिवाय येणाऱ्या नवीन पाहुण्याची काळजीही त्या ठिकाणी घेणं हा मोठा अडसर होताच. त्यामुळे आधी प्रक्रिया केलेलं बीज वापरणं हितावह होतं, त्यामुळे धोका कमी होणार होता.

रजनीकांतला ह्या सगळ्या बातम्या कळत होत्याच, काही तारकाकडून तर काही इतरांकडून. मग त्यानेही ठरवलं कसंही करून तारकाला प्रक्रिया केलेल्या बीजातूनच गर्भधारणा करून घेण्यास भाग पाडायचं. त्यामुळे येणाऱ्या बाळाचं आयुष्य निकोप राहील आणि आपणही काही म्हातारे होत नाही ४ वर्षांत. परत चान्स घेता येईलच की. आता तारकाला पटवणं आलं. पण त्यात तो वाकबगार होता. तिला काहीतरी अलौकिक करण्याची खूप इच्छा असायची तेव्हा त्याच गोष्टीचा वापर करून तिला पटवायचं असं त्याने ठरवलं. शिवाय आयत्या वेळची परिस्थिती बघून काय तो प्लॅन ठरवता येईल. प्रथम प्रशिक्षणाला पाठवण्याची तयारी करायला हवी होती. अर्थात ह्या प्रयोगाला पुरस्कर्ता मिळाल्यास आणि तो मिळणारच; कारण अगदी फुटकळ कार्यक्रमही प्रायोजित असतात मग हा तर काय जगभर चर्चेचा आणि जिव्हाळ्याचा विषय, मग प्रायोजकांना काय तोटा. आर्थिक प्रश्न उद्भवणार नव्हता. शिवाय ही काय ट्रीप नव्हती त्यामुळे इतरही फाजील खरेदीला वाव नव्हता. एकूण काय तारकेश्वरी प्रशिक्षणाला जायला निघाल्या.

— —

प्रशिक्षणाला एकूण ७५ महिला निवडण्यात आल्या होत्या. साधारण ३०% महिला प्रशिक्षण काळातच बाहेर पडणार होत्या. उरलेल्यांपैकी १० महिलांना अंतिम तयारीपर्यंत म्हणजे बीज रोपणापर्यंत तयार ठेवण्यात येणार होतं; कारण कोणत्याही कारणाने प्रयोग, तयारी अपुरी झाली म्हणून फसायला नको होता. त्या दहातली पहिली चंद्रावर गेल्यावरही उरलेल्या ९ जणींना स्टँड बाय म्हणून तयारच ठेवण्यात येणार होतं. इतकं की चंद्रावरून पहिल्या महिलेच्या प्रकृतीविषयी काही नकारात्मक माहिती कळल्यास दुसरी महिला लगेच उड्डाण करणार होती. अशी एकंदर योजना आखण्यात आली होती. तारकाचं प्रशिक्षण व्यवस्थित पार पडलं. ती एक महिन्याच्या सुट्टीवर भारतात आली. येताना ती ठरवूनच आली होती की गेल्यावर रजनीकांतला घेऊन मसुरी किंवा श्रीनगरला जायचं व एकांतात त्याच्या कुळाचा अंकुर आपल्या शरीरात

रुजवायचा आणि चंद्रावर जाऊन त्या अंकुराला मूर्त स्वरूप द्यायचं. पण बघते तो काय रजनीकांत टाळाटाळच करतोय असं काही करायला. आणि काही विचारावं तर मूग गिळून स्वारी गप्प. नक्की त्याच्या मनात काय आहे हेच तिला उमगेना. तीपण त्याकरता फारच हट्ट करू लागली तेव्हा त्याने आपलं ठेवणीतलं अस्त्र बाहेर काढलं व तिला विचारलं की अ.वै.मं.ची काय सूचना होती ती तू ऐकलीस ना. मग हा वृथा हट्ट कशाकरता. जर चंद्रभूमीवर जन्माला आलेलं आपलं मूल त्या परिस्थितीशी जुळवून घेण्यात अपयशी ठरलं तर काय याचा विचार तू केला आहेस का. आधी तुलाच स्वतःला सांभाळता सांभाळता नाकी नऊ येतील आणि त्यात ते बाळ, कसा सांभाळ करणार आहेस तू त्याचा. त्यापेक्षा ते सांगताहेत तसं पूर्वसंस्कारित बीज वाढव म्हणजे तुझा आणि त्या बाळाचाही धोका टळेल. चंद्रावर जाऊन रिक्त हातानं परतण्यापेक्षा मी सांगतो तसं कर. त्याला शास्त्रीय पाठिंबा आहे. भावनेच्या भरात येऊन त्या येणाऱ्या जिवाशी खेळू नकोस. अखेर तारकाने तसं करायला संमती दिली.

चंद्रसफारीच्या त्या केंद्रात परत गेल्यावर पुढील सर्व सोपस्कार पार पाडले आणि सर्व जग त्या दहाजणींच्या प्रगतीची चर्चा करू लागले. प्रथम प्रथम साप्ताहिक मग रोज आणि शेवटी तासातासाने अहवाल बाहेर प्रसिद्ध होऊ लागले. दहाजणींची प्रगती योग्य दिशेनं चालली होती. तरीपण शेवटी चंद्रावर जाऊन आपल्या अपत्याला जन्म देणारी पहिली भाग्यवंती कोण हे अजूनही गुलदस्त्यातच होतं. साधारणपणे उदरातल्या नव्या जिवाला वाढवणार होती व योग्य वेळी त्याला चंद्रावरच जन्म देणार होती. जुलै महिन्याच्या दुसऱ्या आठवड्यात तारकाने रजनीकांतला फोन करून सांगितलं की ती असामान्य व्यक्ती मीच आहे जिच्याकडे सारे जग डोळे लावून पाहत आहे. मीच चाललेय चंद्रावर स्वप्नपूर्ती करण्यासाठी. रजनीकांतनेही तिचं मनःपूर्वक अभिनंदन केलं आणि तारका एका आगळ्यावेगळ्या साहसाची खुमारी चाखायला चंद्रावर गेली.

चंद्रावर राहण्याची सोय विवरातच केली होती. वातावरणाअभावी सरळ जमिनीवर राहणं अशक्यच होतं. विवरातसुद्धा काही फारशा सोई उपलब्ध नव्हत्या. पण आत बंद जागेत हवेची सोय केली असल्यानं विवरात असताना हवेचा बाटला बाळगण्याची गरज पडत नव्हती. विवराबाहेर मात्र त्याशिवाय पर्याय नव्हता. तारकाने आपल्या स्वभावानुसार तिथल्या सर्व गोष्टींची माहिती घेतली होती. Co_2 चे विघटन करून कार्बन व प्राणवायू वेगळे केले जात होते. हायड्रोजनशी प्राणवायूचा संपर्क आणून H_2O म्हणजे पाणी निर्मिले जात होते. विवराच्या डोक्यावर काचेच्या मोठ्या पाँडमध्ये वनस्पती जगवून त्यांना कार्बनवायूचा पुरवठा केला जात असे. प्रकाशसंश्लेषण (photo synthesis)च्या आधारे त्याच्याकडून अन्नद्रव्य (carbohydrates) मिळवली जात

होती व प्राणवायूही मिळत होता. अन्नद्रव्यांपासून अन्न तयार केले जात असे. म्हणजे आम के आम गुठलीके भी दाम, अशी अन्नसाखळी राबवली जात होती. आवश्यक तो सूर्यप्रकाश भरपूर उपलब्ध होताच. चंद्रावर सापडलेल्या जलस्त्रोतातून पाण्याचा उपसा केला जात असे व पाण्याचं विघटन करून ऑक्सिजन व हायड्रोजन वेगळे केले जात होते.

तसं विवराबाहेर फिरणं तापदायकच होतं दोन्ही अर्थाने, सूर्याचा ताप होताच शिवाय गुरुत्वाकर्षणाअभावी पाऊल टाकणंही अवघड होतं, जामानिमाही फार करावा लागे, तो हवेचा बाटला पाठीवर लटकवा, ते गुडघ्यापर्यंत येणारे विशिष्ट बूट चढवा. संपूर्ण शरीर झाकून घ्या. एक ना दोन, सतरा अवधानं पाळावी लागत असत. पण बाळाच्या निकोप आणि योग्य वाढीसाठी काही व्यायाम आवश्यक होता म्हणून विवराबाहेर फिरायला जावं लागे. चंद्रावरून पृथ्वी मात्र छान दिसत असे, निळीशार साडी नेसलेली युवतीच वाटायची. तिथेच तारकाने पृथ्वीग्रहणेही पाहिली. एक सूर्यग्रहणही होऊन गेलं त्या काळात, पण तारका त्या दिवशी विवराबाहेर पडलीच नाही. उगाच नवजात बाळावर गिरा हगायला नको. होता होता बाळंत होण्याची वेळ येऊन ठाकली व तारकाने १ जानेवारी २०५१ ह्या दिवशी एकविसाव्या शतकाच्या बरोबर मध्यभागी, एका गोंडस कन्येला जन्म दिला, सारी पृथ्वी हर्षोन्मादाने नाचू लागली. तीच ही चंदा. जगाने तिचे नाव बेबीमून (Babymoon) ठेवलं तरी तारकाची ती चंदाच होती. रजनीकांतनेही अभिनंदन केलं होतं तिचं व स्वतःची व चंदाची नीट काळजी घ्यायला सांगितलं होतं. चंद्रावर येणाऱ्या पर्यटकांच्या पोतडीत आता आणखी एका गोष्टीची भर पडली होती – चंद्रबाळाचं दर्शन तेही मग आवर्जून तारकाला आग्रह करत चंदाबरोबर फोटो काढून घेत. तारकाही मग सावधगिरीनं वागून ते टाळत असे आणि अगदीच अशक्य असेल तर चंदाला गुंडाळून झोपवत, असे जेणेकरून तिचा फोटो प्रसिद्ध होऊ नये. सगळ्यांचीच नजर चांगली असते असं नाही ना?

—— ——

बघता बघता चंद्रावर राहण्याचा अनिवार्य कालावधी संपला व तारका छोट्या चंदाला घेऊन पृथ्वीकडे झेपावली. केंद्रावर रजनीकांत आला होताच तिला भेटायला. मग पृथ्वीवर परतल्यावर सर्व सोपस्कार आटोपून तारका मोकळी झाली. आता भारतात परतायचं. पण करारानुसार चंदा अजूनही एक वर्ष केंद्रातच राहणार होती आणि तिला एकटीला सोडून जायला तारकाचा पाय धजावेना. मग रजनीकांतने बरीच पटवापटवी करून तारकाला बाहेर काढलं तिथून व तिला घेऊन भारतात यायला लागला. तारका मात्र राहून राहून चंदाला बरोबर न्यायचा हट्ट करत होती. बऱ्याच

मिनतवारीनं तारकाला भारतात आणण्यात तो यशस्वी झाला, तेही दर २ महिन्यांनी चंदाला भेटण्यासाठी परत यायचा वायदा करूनच.

पण दोन महिन्यांनी एकदा म्हणता म्हणता तारका जवळजवळ ८ महिने केंद्रावरच राहिली व नंतर चंदाला घेऊन भारतात परतली. परतीच्या वेळेसही केंद्राने काही अटी घालण्यात कुचराई केली नाही. बेबीमून म्हणे सर्व जगाची कन्या आहे त्यामुळे तिच्या पालनपोषणात कोणतीही कसूर राहता कामा नये, अशी त्यांची अपेक्षा होती. त्याकरता तिचा १०० हजार डॉलर्सचा विमा करण्यात आला होता व तिच्या जिवाचे काही बरेवाईट, मानवी चुकीमुळे घडल्यास ते पैसे केंद्राला मिळणार होते व कसूरदार व्यक्तीकडून ते परत मिळवण्याची अट त्या विम्याच्या करारात केली गेली होती. पण केंद्राच्या लोकांना कुठे हे माहीत होतं की भारतीय आईच्या मायेची, ममतेची किंमत पैशात करता येत नाही.

असो. तारका भारतात परतली. खूप आनंदात होती ती. मनोमन रजनीकांतचे आभार मानत होती. त्याच्या सांगण्यावरूनच तिने संस्कारित बीजच वाढवायचा विचार पक्का केला होता. तिला आठवत होतं चंद्रावर असताना एक-दोन वेळा चंदाला खूप बरं नाही असं झालं होतं. तिथल्या डॉक्टरांची खूप धावाधाव झाली होती तिला वाचवताना. पण संस्कारित बीजापासून झालेल्या त्या इवल्याशा जिवावर कसे उपचार करायचे याची सर्वंकष माहिती उपलब्ध होतीच. तिचाच वापर करून डॉक्टरांनी चंदाला बरं केलं होतं. नाहीतर पश्चात्ताप करण्याची वेळ आली होती. शास्त्रज्ञांच्या या अभ्यासाचंही तिला कौतुक वाटत होतं. जवळजवळ रोज बेबीमूनला पाहण्यासाठी-भेटण्यासाठी लोकांची गर्दी होत होती. कोणा कोणा महान लोकांचे पाय तिच्या घराला लागत होते. भारताचे पंतप्रधान, राष्ट्रपती, इतर अनेक मंत्री, शास्त्रज्ञांच्या अनेक टीम्स झालंच तर परदेशातूनही अनेक लोक येऊन गेले. अमेरिकेच्या वैद्यक मंडळाचे काही सदस्य तर भारतातच येऊन राहिले होते. नियमितपणे चंदाची वैद्यकीय चिकित्सा होत होती. कधीकधी तारका चंदाला या पाहुण्यांपासून दूर ठेवण्याकरता काही हिकमती लढवायची. त्यातलं मुख्य अस्त्र म्हणजे चंदा आताच झोपली आहे तिला त्रास देऊ नका, हे होतं. मग पाहुणेही उगाच बाळाला त्रास होऊ नये म्हणून गप्प बसत किंवा फोटो पाहून निघून जात. चंदाच्या विविध बालक्रीडांचा अल्बम तिने तयार केला होता व तो ती त्यांना दाखवत असे.

भारत सरकारने राहायचीपण चांगली सोय केली होती. बाणेर परिसरात एक मोठा बंगला त्यांना दिला होता. बहुधा माजी राष्ट्रपती यांचे निवासस्थान म्हणून तो बंगला सरकारने ताब्यात घेतला होता. पण नंतर त्यांनी विचार बदलल्याने तो बंगला सध्या

वापरात नव्हता. सरकारने तोच बेबीमून निवासस्थान म्हणून जाहीर केला. बंगल्याखालच्या मजल्यावर ६ व वर ३ खोल्या होत्या. चोहोबाजूला मोठे अंगण होते. त्यामुळे सुरक्षाव्यवस्था नेटकी ठेवली जात होती. फाटकातून आत शिरताच उजवीकडे सेक्युरिटी केबीन होती. तेथे आलेल्या प्रत्येकाची संपूर्ण चौकशी होत होती. सर्वांना विशिष्ट पोशाखात चंदाला पहाता येत असे. डावीकडे मिडियावाल्यांनी तळ ठोकला होता. आवारात जागोजागी झेड-सेक्युरिटीची सरकारने तजवीज केली होती. चंदा वाढत होती. तीची सरबराई करताना तारका व रजनीकांत यांची तारांबळ होत होती. पहाता पहाता चंदा दोन वर्षांची झाली. भारतातला तिचा पहिला वाढदिवस साजरा करण्याकरता जगभरातून शास्त्रज्ञ, देशोदेशीचे प्रतिनिधी, डॉक्टर यांची रीघ लागली होती. सर्वांनी तारका व रजनीकांत यांचं अभिनंदन केलं व चंदाला आशिर्वाद दिले. खूप साऱ्या भेटीही मिळाल्या होत्या. तारकाने त्या सर्व वस्तू अनाथालय, पाळणाघरे, शिशुविहार ह्यांना देऊन टाकल्या.

चंदाची तब्येत चांगली होती. तिने चांगलं बाळसं धरलं होतं. गुटगुटीत चंदा फिरायला बाहेर पडली की, सारे जवान तिची सरबराई करायला धावत येत. 'दीदी आप क्यों कष्ट लेती हो । हम है न हम संभाल लेंगे बिटियाँरानीको ।' असं म्हणत ते तारकाकडून चंदाला जवळ जवळ हिसकावून घेत. तारकालाही वाटायचं हे बिचारे जवान आपली स्वतःची कच्चीबच्ची आपल्या कुटुंबाच्या हवाली करून आपली ड्यूटी बजावत असतात. त्यांना जर चंदाच्या रूपाने आपलंच मूल खेळवण्याचा आनंद मिळत असेल तर तो आपण का हिरावून घ्यायचा. पण वेळेबद्दल मात्र तिला खूप काळजी घ्यावी लागायची. 'दीदी दो मिनट रुको ना मैने तो बेबीको अभीही लीया है और एक मिनिटमें वापस लेके आता हूँ।' असं करत प्रत्येकजण तिला थांबायची गळ घालत असे. शेवटी तारकाने त्यांचे ग्रूप्स केले व वार ठरवून दिले ग्रूपनुसार.

सारे कसे बिनबोभाट चालले होते. रजनीकांत व तारकाने दुसरा चान्स घ्यायचा निर्णय लांबणीवर टाकला होता. चंदाला संभाळताना नाकी नऊ येत होते. मग त्यात अधिक भर नको म्हणून. चंदाला शाळेत पाठवायची तयारी झाली. तारकाने हट्टाने तिला मराठी माध्यमाच्या शाळेत घातलं. रजनीकांतचंही तसंच मत होतं. शास्त्रज्ञ इंग्रजी माध्यमाचा आग्रह करत होते. ही जगाची कन्या आहे तेव्हा तिला जगात बोलली जाणारी भाषाच शिकायला हवी. तारकाने ठामपणे सांगितलं चंदाची आई मराठीतच शिकली आहे व तरीही जगभराच्या स्पर्धकांना हरवून चंद्रावर मूल जन्माला घालणारी पहिली महिला ठरली. तेव्हा शिक्षणाचं माध्यम हा प्रगतीच्या वाटेवरचा अडथळा होऊ शकत नाही.

आणि अचानक नियतीने आपला नवा खेळ सुरू केला. चांगलं घडत असताना दुधात मिठाचा खडा टाकणं, हा नियतीचा आवडता खेळ आहे. सारं छान चाललं असताना एक बातमी चर्चेत आली. दक्षिण आफ्रिकेत झालेला एक मृत्यू. तसे जगात रोज हजारो माणसं मरत असतात पण हा मृत्यू काहीसा वेगळा होता. एका अनाकलनीय व अनोळखी रोगाचा तो बळी होता. त्या रोगाला 'ईबोला' असं नाव देण्यात आलं होतं. प्रथम तर असा एकच रुग्ण आढळला होता. पण पहाता पहाता ही संख्या वाढू लागली. तसेच रोगाचा प्रादुर्भावही फक्त आफ्रिकेपुरता मर्यादित होता तो ऑस्ट्रेलिया, युरोप, आशिया या खंडांमध्येही दिसू लागला. मृतांची संख्याही दिवसागणिक वाढू लागली. कोणताही उपचार, औषध या रोगाला आवर घालू शकत नव्हतं. त्याची लक्षणंही काही विचित्र अशीच होती. ताप येणं, खोकला येणं, जबरदस्त डोकेदुखी, उलट्या अशा कोणत्याही लक्षणानं रोग आपलं अस्तित्व दाखवत होता.

शेवटी शेवटी ईबोलाचा प्रसार एवढा वाढला की, पृथ्वीवरची मानवसंस्कृतीच संकटात पडल्याचा भास होऊ लागला. मोठमोठ्या भविष्यकारांनी वर्तवलेला जगप्रलय जवळ आला आहे, असं वाटू लागलं. त्यांना भिती वाटू लागली की हा ईबोला पृथ्वीवरची तमाम मानवजातच गिळंकृत करतो की काय? यावर उपाय काय? कोणास काहीही सूचेना.

जागतिक आरोग्यसंघटनेने एक मोठी परिषद बोलावली व तेथे प्रख्यात डॉक्टर्स, शास्त्रज्ञ इतरही विचारवंत यांनी खूप खल केला, पण निष्पत्ती काही नाही. उलट वेगवेगळ्या मतांमुळे तिढा आणखीनच वाढू लागला. काही विचारवंत म्हणत हा रोग स्वाईन फ्लूप्रमाणे पक्षी किंवा प्राण्यांच्यामुळे फैलावत आहे. तर काही म्हणत होते की या रोगाचे जीवाणू परग्रहावरून येत आहेत. (लक्षात घ्या ते विचारवंत भारतीय नव्हते कारण आपल्याकडे काही वाईट घडलं तर लगेच परदेशी हात असल्याचा आरोप केला जातो.) आणि त्यांच्या म्हणण्यात काही तथ्य होतं हेही खरंच. सध्या चंद्रसफर तर मुंबई -पुणे ट्रीपइतकी सोपी झाली होती. काही महाभाग मंगळ, गुरू वगैरे ग्रहांवर ही जाऊन आले होते व नवलाची गोष्ट म्हणजे ईबोलाचा प्रसार ज्या ज्या भागात होत होता तेथीलच काहीजण या ग्रहाची, विशेषतः मंगळाची वारी करून आले होते. हे सर्व पडताळून पाहिल्यावर, आकडेमोडीचे प्रमाण घेतल्यावर, इतरांनाही ह्यावर आपले विरुद्ध मत नोंदताना मर्यादा पडत होत्या. त्याचवेळी एका भारतीय विद्वानाला पुराणकालीन प्रलयाची आठवण झाली व तेव्हा मनू आणि मासा यांनीच जीवसृष्टीची पुनर्निर्मिती केली हेही स्मरले. हा विचार सभेपुढे मांडताच सर्वांनाच चंदाचीच आठवण झाली. तिचा जन्म चंदावर झाला

असल्यानं पृथ्वीबाहेर जीवन जगण्याची तिला जन्मजात सवय होती. तेव्हा तिला व तारकाला चंद्रावर पाठवून आपल्या चराचर सृष्टीची पुनर्निर्मिती करणं शक्य आहे ह्यावर सर्वांचं एकमत झालं व निर्णय घेतला गेला की डॉक्टरांची एक फौज, काही शास्त्रज्ञ व तारकासह चंदाची चंद्रावर रवानगी करायची.

केंद्राने वेगानं सर्व योजना आखून कारवाई करून जगाच्या कन्येला परत नेण्याची व्यवस्था केली व तारका आणि चंदा परत तिथे हजर झाल्या. परत मनुपुराण सुरू झालं, पण यावेळेस विज्ञान खूपच पुढारलेलं असल्यानं आधुनिक मनू म्हणजे तारका आणि आधुनिक मासा म्हणजे चंदा सर्व सुविधांसह पुन्हा चंद्रावर रवाना झाल्या. भावी जगाच्या कल्याणासाठी...

रक्त तबकड्या

आशिष महाबळ

आटपाट दीर्घिकेतील अनन-५ हा तसा एक साधारण ग्रह; पण प्रत्येक ग्रहवासीयांकरता स्वतःचा ग्रह अनन्यच. अनन-५वरून इतक्यातच कारावास-१ने उड्डाण केलं होतं. थोड्याफार नाखुशीनंच काही अभियंते कारावास-१वर यायला तयार झाले होते. त्यांच्या कानावर उलटसुलट काही आलं असलं तरी कोणत्या विश्वाचा हे भाग बनताहेत याची त्यांना मुळीच कल्पना नव्हती. कारावास-१ हे खरंतर आधीच्या पिढीचं यान. पण यातील असाधारण व्यक्तींनी त्याची ज्योत तेवत ठेवली होती. मृत्युदंड ठोठावलेल्या कैद्यांना कारावास-१वर ठेवण्यात येई. मानवाने कितीही प्रगती केली, तरी स्वतः देव देव खेळण्याची त्याची खोड जात नसे. शक्तिशाली संघटना गरज भासल्यास लोकांना धडा शिकवायला तयार असत. त्यामुळे इकडच्या वा तिकडच्या मृत्युदंड दिल्या जाणाऱ्या कैद्यांची ददात नसे.

कारावास-१ भरभक्कम होतं. कैद्यांना नसल्या तरी त्यावर सर्व सुखसोयी उपलब्ध होत्या. महाराज, तिथला राज्यकारभार दिवाणजी आणि इतर सहकाऱ्यांच्या मदतीनं चालवत. स्वतःचं तत्त्वज्ञान ते नियम न तोडता राबवत. हं, कधीकधी नियम थोडे वाकवत, पण ते चालायचंच. तोही एक तत्त्वज्ञानाचाच भाग म्हणायचा.

''दिवाणजी, चांगला झाला मुक्काम, नाही का?''

''महाराज, चांगलं-वाईट काही नसतं असं तुम्हीच म्हणता नं?''

''हो, पण काळ-वेळ-स्थितिसापेक्ष तशा गोष्टी असणारच.''

''आपल्याला आवश्यक डागडुजी करायला तीन नवे इंजिनिअर्स मिळाले.''

हे ऐकताच महाराजांचे डोळे लकाकले, ‘‘अरे हो, म्हणजे यानावरील लोकसंख्या वाढली. नियमांनुसार आपल्याला ती अशी वाढू देता येणार नाही.’’

‘‘कळतंय मला तुमच्या मनात काय सुरू आहे ते.’’

‘‘एक्झॅक्टली, ऑपरेशन फ्रीडम करावं लागणार पुन्हा.’’

‘‘या वेळी कोणतं कोडं घालणार त्यांना.’’

‘‘लेट मी थिंक.’’

‘‘संगणकावर निवडतो मी ते कैदी.’’

‘‘चार.’’

‘‘चार? तीन...’’

‘‘चार.’’

‘‘कोड्याचा विचार झालेला दिसतोय.’’

गेली अनेक वर्ष कारावास-१ महाराजांच्या ताब्यात होतं. जेलर कम कॅप्टन असूनही त्यांनी ते एखाद्या सहृदयी राजाप्रमाणे चालवलं असल्यामुळे त्यांना तो किताब मिळाला होता. ओघानं त्यांनी दरबार, दिवाणजी वगैरेपण मिळवले होते. महाराजांचं वय सांगणं कठीण होतं आणि त्यांच्या शब्दफेकीमुळे त्यांच्या मनात काय सुरू आहे ते सांगणं मुश्कील. आपल्या यानाच्या गरजांप्रमाणे ते कैद्यांकरता कोडी निवडत.

— —

स्पेसशिप्स कितीही अद्ययावत असल्या तरी सगळे लोक मावतील एवढं मोठं दालन क्वचितच असतं. कारावासप्रकारच्या जुन्या यानांमध्ये तर नाहीच. महाराज, दिवाणजी, संगणकानं निवडलेले चार कैदी आणि इतर काही निवडक लोक दरबारात हजर होते. यानावरील इतरांपर्यंत चित्ररूपानं तिथल्या घडामोडी पोहोचणार होत्या. संगणकाकडून निवडले गेलेले कैदी होते धवल, नीला, श्याम आणि हरी. वीस वर्षांपेक्षा अधिक शिक्षा भोगल्यानंतर त्यांच्यात मुळातला गुन्हेगार किती शिल्लक होता हा प्रश्नच होता. कारावास-१वर कैदी असेच अनेक वर्षांची शिक्षा भोगून झाल्यावर पोहोचत. काळ्याचं पांढरं करून देतो या मिशानं धवल लोकांना लुटायचा. त्याचे प्रताप खूप खोलवर पोहोचल्यानं आणि थेट काही सूर्यमालांच्या खजिन्यांना खंडार पडल्यानं तो संकटात सापडला होता. नीलावर हेरगिरीचे आरोप होते. तिचा मुत्सद्दीपणा कारावासातही जाणवायचा. श्यामनं भरपूर काळा पैसा एकत्र करून अनेक सूर्यमालांना खिशात टाकलं होतं. हरीनं संगणकांच्या साहाय्यानं गुपितं हस्तगत करून त्यांचा बाजार केला होता. हे सर्व त्यांच्या तारुण्यातलं. आता चौघेही थकले होते, त्यांचे केस पांढरे झाले होते, आणि संगणकाद्वारे निवडलो गेलो ते चांगलं झालं की वाईट, ते कळत नसल्याचं

त्यांच्या चेहऱ्यांवरून स्पष्ट दिसत होतं. एकाच यानावार राहात असलेले कैदी जितपत एकमेकांना ओळखतील, तेवढीच त्यांची ओळख होती.

—— ——

सगळे जमल्याबरोबर दिवाणजींनी थेट विषयाला हात घातला.

''लोकहो, महाराज आता तुम्हांला का बोलावलं आहे याबद्दल सांगतील.''

''तुम्ही या ना त्या भयानक कारणांमुळे मृत्युदंड प्राप्त झालेले कैदी आहात. मला मृत्युदंड मुळीच आवडत नसला, तरी माझा नाइलाज आहे. पोटाकरता कायकाय करावं लागतं हे तुम्हांला वेगळं सांगायची गरज नाही. मला तुम्हांला या कारावासात बंदिस्त ठेवावं लागतं. अर्थात, एका प्रकारे we are all on the same ship. मला जरी इथंच राहावं लागणार असलं तरी तुम्हांला सटकायची संधी देऊ शकतो. पण नियमांनुसार त्यासाठी तुम्ही कोणतीतरी अट पूर्ण करायला हवी.''

नीला, हरी, धवल किंवा श्यामकडून काहीच प्रतिसाद न मिळाल्यामुळे महाराजच पुढे बोलले.

''तुम्हांला माहीतच आहे, की आपण आत्ताच एका ग्रहाला अनन-५ला मागे सोडलं. याच्या आसपास तुम्हांला आम्ही निर्वात पोकळीत - अर्थात छोट्या यानात बसवून - सोडू. तुमच्या यानाला स्वतःचं नियंत्रण नसणार, त्यामुळे तुम्ही ते उतरवू शकणार नाही. आजूबाजूनं जाणारं अनन-५चं कोणतंतरी मोठं यान तुम्हांला वाचवायची बरीच शक्यता आहे. मी तुम्हांला एक कोडं घालतो. त्यातून जे सुटतील त्यांच्या यानात अनेक दिवसांचं अन्न असेल. इतरांच्या यानात एकाच दिवसाचं. याउप्पर तुमचं नशीब. तुमची नावं एका कॉम्प्यूटरनं निवडली आहेत. तुम्हांला पसंत नसेल तर इतरांची निवड होऊ शकेल, पण तुमचं नाव कायमचं रद्द होईल. जाणार कोणी परत?'' चौघांनीही नकारार्थी माना हलवल्या. कधीकधी न बोलणंच इष्ट असतं हे ते पुरेपूर जाणून होते.

''नाही? मस्त, आवडतात आपल्याला असे खिलाडू लोक. कोण आहे रे तिकडं, आणा ती सामग्री.''

—— ——

आणलेल्या पेटीत हात घालून महाराजांनी काहीतरी बाहेर काढलं. ते पाहून लोक कुतूहलानं सरसावून बसले. इतर तिघांकडे वळून पाहत श्याम हलक्या आवाजात म्हणाला, ''काळ्या-पांढऱ्या टोप्या? महाराज टोप्या घालताहेत की काय आपल्याला...''

महाराज म्हणाले, ''या काही रंगीत टोप्या आहेत.''

सदैव तत्पर दिवाणजी त्या टोप्यांकडे पाहत म्हणाले, ''महाराजांना काळ्या आणि पांढऱ्या असं म्हणायचं आहे.''

दिवाणाजींकडे दुर्लक्ष करत महाराज पुढे बोलले, "तर एक-एक टोपी तुम्हांला घालण्यात येईल."

नीला श्यामकडे पाहत, हलक्याच आवाजात म्हणाली, "खरंच की. जो-जो आपल्या डोक्यावरची टोपी ओळखेल तो वाचणार."

पुन्हा श्याम म्हणाला, "सोप्पय की हे तर. महाराजांची कोडी कठीण असतात असं ऐकलं होतं."

"अर्थात, स्वतःची टोपी थेट न पाहता."

ते ऐकून हरीला पहिल्यांदाच कंठ फुटला, "हे काय भलतंच?"

"फक्त इतरांच्या टोप्या कोणकोणत्या रंगाच्या आहेत ते पाहून."

"महाराजांना काळ्या की पांढऱ्या ते पाहून असं म्हणायचं आहे."

"दिवाणजी, दहा टक्के पुरुषांमागे मी किंचित रंगांध आहे याची का तुम्ही सतत प्रचिती देऊ पाहताय?"

"चुकलं, महाराज."

धवललाही आता राहवलं नाही, "टोपी न पाहता ओळखायची कशी?"

"अरे हो, महत्त्वाचं राहिलंच, तुम्ही असे माझ्याकडे तोंड करून ओळीनं उभे न राहता राइट टर्न, असे एकामागं एक असणार. जो सगळ्यांत मागे तो आधी सांगणार - त्याला स्वतःव्यतिरिक्त इतर तीन लोकांच्या टोप्या दिसत असणार. मग त्याच्या पुढचा, दोन डोकी दिसत असणारा सांगणार. मग एक टोपी दिसत असलेला आणि शेवटी एकही टोपी न दिसणारा सगळ्यांत समोरचा सांगणार. एका तासाचा अवधी आहे तुम्हांला. किती वेळ झाला ते कळायला दर दहा मिनिटांनी एक टोला होईल. जा त्या रेड खोलीत..."

दिवाणजी (महाराजांना तोडत) "काळ्या, सॉरी चुकलो."

महाराजांनी दिवाणजींकडे टाकलेला थंड कटाक्ष तसाच राखत आपलं वाक्य पूर्ण केलं. "आणि सोडवा मिळून हा गुंता, बिट बाय बिट."

—— ——

चारही कैदी एका खोलीत गेल्यावर तासाभरानं भेटू असं म्हणत महाराजांनी सभा बरखास्त केली आणि ते दिवाणजींबरोबर नियंत्रण कक्षात पोहोचले.

"महाराज, पण त्या चौथ्याचं काय?"

"त्या खोलीत कॅमेरे आणि ऑडिओ रेकॉर्डिंगची व्यवस्था आहे नं.? तिथे काय घडतं त्यावरून आपण निदान एकाला नक्कीच पूर्ण जीवदान देणार."

"म्हणजे एकाला उत्तर येईल असं आहे का हे कोडं?"

''दिवाणजी, तुम्हीपण तर विचार करू शकता. तुमच्या वेळी हेच कोडं घातलं तर?''

———

पेटीतून महाराजांनी बाहेर काढलेली एक काळी आणि एक पांढरी अशा दोन टोप्या श्यामच्या हातात होत्या. खोलीत फळा, कागद-पेन अशा वस्तू होत्या. बाकी मात्र काही नव्हतं. आधी सगळ्यांनी कागद-पेन घेऊन मनात येतील ते त्यावर उतरवून पाहिलं. डोक्यावर साक्षात मृत्यूची तलवार लटकत असल्यानं नीट विचार करणं बहुधा चौघांनाही जमत नव्हतं. मग ते एकदमच एकमेकांशी बोलू लागले. मग पुन्हा दूर झाले.

हताश होऊन श्याम इतरांकडे पाहत म्हणाला, ''छे, हे काय भलतंच. हे कोडं कठीण नसून अशक्य आहे. कोण पहिला, कोण शेवटचा? सगळे वाचणार की काहीच? काही समजत नाही.''

धवल, सवयीप्रमाणे पुन्हा एकदा सगळीकडे नजर फिरवत, ''आपल्यावर देखरेख सुरू आहे.''

धवल पाहत असलेल्या दिशेला नजर वळवत नीला म्हणाली, ''कधी नसते ती? पण हे काय, हरी का बसलाय असा कोपऱ्यात?''

त्याच्याकडे नजर वळवत श्याम म्हणाला, ''बिचारा, आपल्या यानातलं अन्न संपून आपण प्राणवायूविना तडफडून मरणार असं वाटतंय त्याला.''

श्याम, नन्नाचा पाढा पुढे रेटत म्हणाला, ''अशक्य नाही तसं मरणं.''

हे ऐकून धीर सुटू न द्यायचा प्रयत्न करणारी नीला थोड्या आर्जवी स्वरात म्हणाली, ''शुभ बोल नाऱ्या, वीस मिनिटं तशीच गेली आहेत. आपल्याजवळ जो थोडा वेळ आहे, तो सत्कारणी लावायचा प्रयत्न करू या.''

''हो, आपलं सत् होणारच आहे आता.''

आपल्याच विचारात गढलेला धवल नीलाला श्यामपासून दूर करत म्हणाला, ''मी असं ऐकलंय, की अनन-५वरून तिघांनाच उचललं.''

''त्याचा इथे काय संबंध''

''असू शकेल. महाराज मृत्युदंडाविरुद्ध आहेत; पण त्यांचे हात बांधलेले आहेत आणि म्हणूनच ते आपल्याला जिवंत ठेवतात, अशा पळवाटा मिळवून द्यायचा प्रयत्न करत असतात.''

''ही अशी भलती कोडी घालून?''

''मला वाटतं, आपल्यापैकी तीन लोकांना वाचवणं शक्य असणार.''

''तुला एकाला असं म्हणायचं आहे का?''

"नाही. एकालाच काय, दोघांना वाचवणं अगदी सोपं आहे."

"ते कसं?"

"मिनिटभर विचार तर करून पाहा."

बोलता-बोलता कागदाच्या काही टोप्या धवलने बनवल्या होत्या आणि फळ्यावर टोपी असलेल्या चौघांचं ओबडधोबड चित्र काढलं होतं. ते पाहून नीलाची एकदम ट्यूब पेटली.

"अरे हो की! पहिला - म्हणजे सगळ्यात मागचा - दुसऱ्याची सांगणार, कारण त्याला ती दिसत असणार, दुसरापण तोच रंग सांगणार आणि ते बरोबर असणार. तसंच तिसरा चौथ्याची दिसत असल्यानं तो रंग सांगणार, ते ऐकून चौथीपण तेच सांगणार आणि अशा प्रकारे दुसरा आणि चौथी वाचणार. पण त्यापलीकडे कसं जायचं?"

श्यामची नजर अजूनही अर्ध्या रिकाम्या ग्लासवरच होती. नीला आणि धवलच्या संभाषणापासून दूरच राहत तो म्हणाला, "आणि यात पहिल्याला आणि तिसऱ्याला जाणूनबुजून आत्मदान करावं लागणार."

"हो, सगळे वाचणं शक्य आहे असं मला वाटत नाही." धवलच्या आवाजातही हताशपणाची झाक दिसू लागली होती.

"महाराज कोडं घालताना हिंट्सपण देतात म्हणे नं?" नीलाचा उत्तर शोधण्याचा प्रयत्न सुरूच होता.

"हो, खरं. काय-काय म्हणाले बरं महाराज?"

"कोडं सांगण्याआधीच महत्त्वाचं नसणार."

"त्यांचं शेवटचं वाक्य मला विचित्र वाटलं होतं."

"का? काय होतं ते?"

"जा त्या रेड खोलीत आणि सोडवा मिळून हा गुंता बिट बाय बिट."

"पुन्हा म्हण ते वाक्य."

"जा त्या रेड खोलीत आणि सोडवा मिळून हा गुंता बिट बाय बिट."

"बिट बाय बिट शिवाय रेड हा इंग्रजी शब्द वापरला."

"आणि तेपण खोली चक्क काळी असताना."

"आणखी एखादा?"

"मलातरी आठवत नाही."

श्याम, पुन्हा त्यांच्याजवळ येत म्हणाला, "सारखंसारखं तेच उगाळून काय मिळणार आहे."

''गप रे जरा. स्वत: विचार नाही करत आणि आम्हालाही नाही करू देत - जरा बस हरीच्या बाजूला जाऊन.''

''त्याला असा तसा समजू नका हं. त्याचा कॉम्प्यूटर असता ना, तर या कोड्याचाही प्रोग्रॅम लिहून सटकला असता तो.''

हे ऐकून नीला एकदम म्हणाली, ''कॉम्प्यूटर!''

''त्याचं काय?''

''आपली नावं कॉम्प्यूटरनं निवडली असंही म्हणाले महाराज.''

''हो, पण तसंच नेहमी होतं ना? तो कसला क्लू?''

''कॉम्प्यूटर? युरेका !'' झटका बसल्यागत उठून हरी त्यांच्याकडे येत म्हणाला.

''अरे, काय झालं अचानक? ये ये.'' इति धवल.

''जुळतंय सगळंच. असं बघा, कॉम्प्यूटरमध्ये डेटा बिट बाय बिट साठवला जातो.''

''तर...''

''आणि डेटा सुखरूप राहावा म्हणून रेड यंत्रणा वापरतात.''

''लाल यंत्रणा? हा काय प्रकार आहे? कधी ऐकलं नाही असं काही.''

''लाल नाही, रेड - आर ए आय डी - रिडंडंट अॅरे ऑफ इंडिपेंडंट डिस्क्स.''

''पण त्याचा आपल्या जीवन-मरणाशी संबंध काय?'' धवल अजूनही गोंधळलेलाच होता.

''रेडचा संबंध डेटाच्या जीवन-मरणाशीच असतो आणि तसाच तो आपल्यावरही लादण्यात आला आहे. आपल्याला आता रेड बनावं लागणार.''

''कॉम्प्यूटर सगळीकडे दिसायचा फोबिया आहे तुला.'' श्यामही लगोलग म्हणाला.

''तुमच्याजवळ दुसऱ्या कल्पना आहेत का? ऐकू तर तो काय म्हणतोय ते.'' नीलाचा समझोत्याचा प्रयत्न.

''थोडं टेक्निकल वाटेल, पण सोपं करून सांगायचा प्रयत्न करतो या पद्धतीनं तिघं नक्की वाचू शकतील.''

''कोण तिघं?''

''थांब रे ! ते नंतर पाहू. सांग रे तू हरी.'' पुन्हा नीला.

''कॉम्प्यूटरच्या हार्ड डिस्कवर सगळं बायनरीमध्ये पाठवलं जातं. 0 आणि 1. बायनरी पद्धतीप्रमाणे फक्त दोनच अंक असलेल्या या द्विमान पद्धतीत 0 आणि 1 पांढऱ्या आणि काळ्या रंगांनीही दाखवले जातात. इथेच टोप्यांचा संबंध येतो; पण त्याकडे नंतर येऊ.''

"खूप नंतर नाही हं. हरिपुराणाला वेळ नाही आपल्या..."

नीलाच्या उंचावलेल्या भुवयांनी श्यामचं वाक्य अर्धवटच राहिलं आणि हरी पुढे बोलू लागला –

"प्रत्येक अक्षर हे अशा 0/1च्या सिरीजनं दर्शवलं जात – 1000001 = A, 1000010 = B, 1100010 = a, 1100011 = b वगैरे. याप्रमाणे Hari लिहायचं झाल्यास H = 1001000, a = 1100010, r = 1110010, i = 1101001, म्हणजेच 1001000110001011100101101001 असं लिहिलं जाईल."

"फक्त हरी लिहायला इतकी जागा?" धवलची उत्सुकता जागी झाली होती.

"प्रत्येक बिटला अगदी कमी जागा लागते. अरे हो, ती महाराजांची दुसरी हिंट होती. बिट म्हणजे Binary digit – द्विमान पद्धतीतील एक अंक. 'बिट बाय बिट'द्वारे ते काळ्या-पांढऱ्या टोप्यांचा उपयोग 0 आणि 1 सारखा करायला आपल्याला सांगत होते."

"पण कसा?"

"'Hari' मधील एखादी बिट बदलली तर वेगळाच शब्द बनेल. शेवटच्या 1 चं 0 मध्ये रूपांतर झाल्यास तो Harh बनेल कारण i च्या आधी h येतो. पूर्ण वाक्य असल्यास कदाचित संदर्भानं आपल्याला अर्थबोध होईल. 'Hari is mad' चं 'Harn is mad' झाल्यास निदान तुम्हांला नक्की कळेल."

"हो हो, आपला मेंदू असं बरंच काही लीलया करतो : I can read this correctly वगैरे." चक्क श्यामही आता उत्तेजित झाला होता.

"एक्झॅक्टली. पण संगणकात नुसत्या टेक्स्टव्यतिरिक्त अनेक गोष्टी असतात. त्यांत सर्वांत महत्त्वाच्या म्हणजे इतर गुंतागुंतीच्या प्रोग्रॅम्सना रन करणारे किंवा संगणकाची मेमरी मॅनेज करणारे इतर प्रोग्रॅम्स. त्यांच्यात जर मुद्दाम न केलेला थोडासाही बदल झाला, तर त्याचा परिणाम काय होईल ते संगणकाच्या मेंदूला म्हणजे सीपीयूलासुद्धा सांगता येणार नाही. किंवा कदाचित तो चुकीचा प्रोग्रॅम रन करून दाखवूनच देईल; पण तोपर्यंत खूप उशीर झालेला असेल."

"म्हणजे ध चा मा? बापरे, अनर्थच होईल की." श्याम पूर्णपणे त्यात पोहोचला होता.

नीला आपला आधीचा रोल पुन्हा जगत म्हणाली, "हे सगळं सुरस आहे; पण तीन टोले झाले आहेत आणि आपल्याजवळ अर्धाच तास उरला आहे. आपल्याला करायचं काय आहे? चांगल्या बिट्सचा आणि चांगल्या जीवनाचा संबंध काय?"

"सांगतो, सांगतो. असे बदल अनाहूतपणे झालेच तर ते लगेच सापडावेत म्हणून

रेडची योजना केली जाते. दोन सम संख्यांची बेरीज सम असते आणि दोन विषम संख्यांचीपण समच असते, या तत्त्वाचा वापर केला जातो.''

''या तपशिलात न जाता नाही का सांगू शकणार काय करायचं ते? माझा इथे जीव जातो आहे.'' धवल परिस्थितीची त्यांना जाणीव पुन्हा करून देत म्हणाला.

''नाही. आपल्यातल्या तिघांना वाचवायचं असेल तर चौघांनाही हे कळायला हवं. सोपं आहे, थोडा धीर धरा. आणि आपल्याला रेडबद्दल सगळं कळायची गरज नाही. आवश्यक तेवढंच सांगणार आहे मी. तर काय सांगत होतो मी?''

अडलेली गाडी पुढे ढकलायला तयारच असलेली नीला पटकन म्हणाली, ''समात सम किंवा विषमात विषम मिळवले तरी सम मिळतात.''

''बरोबर, उदा. 8 + 8 = 16, 7 + 5 = 12 वगैरे. सगळ्या आकड्यांना सम बनवलं तर नुसती बेरीज विषम दिसली की समजणार की काहीतरी चूक आहे म्हणून. ती चूक कुठे आहे हे समजायला रेडमध्ये हीच यंत्रणा द्विमित असते; पण...'' इतरांना किती कळतंय याचा अजूनही नीट अंदाज न आलेला हरी नाट्यमय विसावा घेत पुढे म्हणाला, ''खूशखबर ! आपल्याला दुसऱ्या मितीत जाण्याची गरज नाही.''

धावत आणि श्यामकडे थोड्या साशंकतेनं पाहत नीला म्हणाली, ''आपण याची पुन्हा उजळणी करू, पण तू तुझं म्हणणं पूर्ण कर.''

हरी पुढे बोलू लागला, ''आपण पाहिलं की द्विमान पद्धतीत Hari असं लिहिता येतं –

10010001100001011100101101001. त्यात किती 1 आहेत ते मोजा. 13...''

''अशुभ?''

''श्याम!''

''13 विषम. तो आकडा सम करायला त्यापुढे 1 लिहिता येईल. झाले 14.''

''अरे, पण यानं होणार काय?''धवलचाही उत्साह कमी झाला होता आणि तेवढ्यात चवथी टोला झाला.

''त्यात 12 किंवा 10 वगैरे इतकेच म्हणजे सम 1 असते, तर आपण त्यापुढे 0 जोडून तो सम आकडा तसाच राहू दिला असता. थोडक्यात काय, तर शेवटी 1 हा आकडा सम वेळा यायला हवा. आपल्या कोठ्यात आपल्याला नेमकं हेच करायचंय.''

नीलापण थोडी उतावीळ झाली होती. ''म्हणजे काय? आणि टोप्यांचं काय?''

''टोप्या काळ्या आणि पांढऱ्याच आहेत हे लक्षात घ्या. पांढरी टोपी म्हणजे 0 आणि काळी टोपी म्हणजे 1. जो सर्वांत मागं असेल त्याला सगळ्यांत जास्त टोप्या दिसणार, पुढच्या तीनही. पण त्याची टोपी कुणालाच दिसत नसल्यानं त्याला वाचवणं

शक्य नाही. पण तो मात्र इतर तिघांनाही वाचवू शकेल. त्याला एक किंवा तीन म्हणजे विषम – काळ्या टोप्या दिसल्या तर तो त्यात विषम – एक – जोडणार, म्हणजेच काळा हा शब्द उच्चारणार. त्याची, त्याला दिसत नसलेली टोपी काळी असो वा पांढरी. त्याउलट त्याला शून्य किंवा दोन – म्हणजे सम – काळ्या टोप्या दिसल्यास तो त्यात सम–शून्य–जोडणार म्हणजेच पांढरा हा शब्द उच्चारणारच.''

''हे तर सोपं आहे.'' इतरांचा उत्साह पुन्हा वाढवायच्या प्रयत्नात नीला म्हणाली.

''मागून दुसरा जो असेल, त्याला दोन टोप्या दिसत असणार आणि एकूण काळ्या टोप्या सम आहेत का विषम हेही मागच्यानं उच्चारलेल्या शब्दांमुळे माहीत असणार. त्याने सांगितलेल्या रंगांचीच टोपी मागच्याने घातली आहे असं समजायचं. त्यामुळं तो स्वतःची टोपी सहजच ओळखू शकेल.''

श्यामचा उत्साह परत आला होता. आपण एखादवेळीस वाचू शकू अशी आशा त्याच्या मनात निर्माण होऊ लागली होती.

''मागच्याने काळा हा शब्द उच्चारला असेल तर समोरच्या तीनपैकी काळ्या एक किंवा तीन. समोरच्या दोन टोप्यांत त्याला शून्य काळ्या दिसल्यास त्याची टोपी काळी, एक दिसल्यास पांढरी आणि दोन दिसल्यास काळी.''

''बरोब्बर!''

''आणि मागच्याने पांढरा हा शब्द उच्चारला असल्यास समोरच्या तीनमध्ये शून्य किंवा दोन टोप्या काळ्या आहेत हे त्याला माहीत असणार. आता त्याला काळ्या टोप्या सम आहेत हे माहीत आहे, आणि बाकी दिसतही आहेत. त्याला समोरच्या दोनांमध्ये एक काळी दिसल्यास त्याचीपण काळी आहे, अन्यथा नाही.''

''भले बहाद्दर.'' आपलं बोलणं पोहोचतंय हे पाहून हरी खूश झाला होता.

''पण त्याच्या पुढच्याचं काय?''धवल मात्र अजूनही यमाच्या सावलीतच घुटमळत होता.

नीला म्हणाली, ''मी सांगून पाहते. दोन टोप्या दिसत असलेल्यानं त्याची काळी आहे असं म्हटलं तर मूळ संख्येतून एक वजा करायचा आणि पांढरी सांगितल्यास नाही करायचा. बाकी समीकरण तेच.''

''कसं?''

''कारण त्याला त्याची आणि पुढच्याची – जी त्याला दिसते आहे – मिळून किती काळ्या टोप्या उरल्या आहेत ते मागच्या दोघांच्या बोलण्यामुळे माहीत आहे.''नीला समजावत म्हणाली.

''आणि मग त्याच्याही उत्तरावरून सगळ्यांत पुढचाही ओळखू शकेल की

काळी टोपी उरली आहे की नाही. उरली असल्यास ती त्याच्याच डोक्यावर असणार.''
श्यामचेही डोळे आता लकाकत होते.

तेवढ्यात पाचवा टोला झाला.

''चला, आपण धवलसाठी पूर्ण प्रोसिजरची उजळणी करू.''

''आणि कोण पहिलं वगैरे तेही ठरवू या.''

''ते चिठ्ठ्या टाकूनच केलेलं उत्तम.''

''आणि आपण आयुष्यात जे काही केलं ते केलं, इथे मात्र एकमेकांना वाचवू
या.''

''येस्स. धवल, इकडे लक्ष दे...''

—— ——

इकडे महाराज बारकाईने सर्व संभाषण ऐकत होते. दिवाणजीपण बरोबर होतेच.
यानावर इतरत्र अनेक ठिकाणी लोक घड्याळावर नजर ठेवून होते. त्यांना त्या चौघांचं
संभाषण ऐकता येत नव्हतं; पण गटागटांनी त्यांचाही कोड्याबद्दलचा विचार सुरू
होताच. महाराजांचं तिकडेही लक्ष होतंच.

तासाचा ठोका व्हायच्या काही क्षणच आधी धवलची उजळणी संपली आणि
त्या चौघांबरोबरच दिवाणजींनीही उसासा सोडला.

''महाराज, तिघंच वाचणार असं मला वाटलंच होतं. पण त्यांनी टाकलेल्या
चिठ्ठ्यांप्रमाणे बिचारी नील एकटी प्राणास मुकणार. तुमचं कोडं मात्र मस्त होतं.''

''दिवाणजी, आणा पुन्हा त्यांना दरबारात. पाहू या कोण वाचतं आणि कोण
नाही ते.'' महाराजांच्या मनात काय आहे हे खुद्द विधात्यालाही कळणार नाही हे
दिवाणजींना पुन्हा एकदा त्यांच्या गंभीर चेहऱ्याकडे पाहून जाणवलं आणि ते दरबाराकडे
जायला वळले.

—— ——

दरबार पुन्हा भरला होता. नीलाचा चेहरा उतरला होता. साहजिकच होतं म्हणा.
इतर जरी वाचणार असले, तरी त्यांनाही नीलाबद्दल वाईट वाटत होतं. तिच्या
धीरामुळेच कदाचित धवल आणि श्याम वेळेत सर्व समजावून घेऊ शकले होते. त्यांनी
ठरवलेल्या क्रमानं ते सर्व उभे होते. जो काही सोपस्कार उरला आहे तो लवकर संपावा
असं प्रत्येकालाच वाटत होतं. महाराजांनी टाळी वाजवून टोप्या असलेली पेटी
आणायची खूण केली. पेटीच्या झाकणावर हात ठेवून महाराज म्हणाले, ''तुमच्या
मृत्युदंडापासूनची पळवाट म्हणून हे कोडं होतं. आधी सांगितल्याप्रमाणे जे-जे स्वतःच्या
टोपीचा रंग ओळखतील त्यांची रवानगी काही दिवसांच्या अन्नासहित केली जाईल.

तुम्ही वाचालच याची शाश्वती नाही, पण शक्यता आहेच. जे ओळखणार नाहीत त्यांच्या छोटेखानी यानात एकाच दिवसाचं अन्न असेल. कदाचित तेही वाचतील. तुम्ही तुमचा क्रम कसा ठरवला?''

''चिठ्ठ्या टाकून.'' कापऱ्या आवाजात नीलाच बोलली.

''ते योग्यच आहे म्हणा, आपलं जीवनही अनेक निष्क्रम घटनांनी कधी एका बाजूला तर कधी दुसऱ्या बाजूला ढकललं जात असतं. पण मला वाटलं होतं की कदाचित जबाबदारी कुणालातरी आपल्याच शिरावर घ्यावी लागेल. असो. '' असं म्हणत महाराजांनी पेटी उघडून त्यातून टोप्या बाहेर काढल्या.

''आता तुमच्या डोक्यांवर काळ्या, पांढऱ्या किंवा लाल टोप्या...''

''लाल?'' एकत्रितपणे दरबारातील लोकांसहित जवळजवळ सगळेच ओरडले.

''हो, इतकं आश्चर्य का वाटलं तुम्हांला? टोप्या रंगीत असतील हे तर आधीच सांगितलं होतं मी.'' मनात काय आहे याचा थांगपत्ता लागू न देता महाराज म्हणाले.

आधी शांत असलेल्या आणि निदान इतरांना वाचवतोय या उदात्त भावनेचा अंमल असलेल्या नीलाचा धीर खचला आणि ती मटकन खाली बसली. धवल आणि श्यामची गतपण हवा गेल्यासारखी झाली होती. केवळ गेली काही मिनिटंच आपण कदाचित वाचणार अशी अंधुक आशा त्यांना दिसू लागली होती. पण तो बोगद्यापलीकडील उजेड नसून धडधडत येणाऱ्या गाडीचा हेडलाइट असावा, असं त्यांना वाटू लागलं. हरीलाही क्षणभर काही कळलं नव्हतं. पण लगेच तो कोणत्यातरी विचारात गढला होता. आणि 'लाल' या एका शब्दामुळे निर्माण झालेली अंदाधुंदी भेदत तो विनंती, आर्जव, राग आणि कदाचित अवर्णनीय अशा अनेक भावनांनी मिश्रित आवाजात म्हणाला, ''महाराज, कृपा करून आम्हाला अजून काही मिनिटं द्या. आधी तुम्ही काळ्या आणि पांढऱ्याच टोप्या दाखवल्यानं आमची थोडी फसगत झाली.''

''तुमच्याप्रमाणेच इतरांनाही आश्चर्य वाटलंय हे मला दिसतं आहे. मी तुम्हाला अजून पंधरा मिनिटं देतो. जा पुन्हा त्या रेड खोलीत.''

दिवाणजी आणि सुरक्षारक्षक प्रथमच भानावर येत त्या चौघांना पुन्हा आधीच्या खोलीत घेऊन गेले. परत आल्यावर दिवाणजींनी महाराजांकडे पाहण्याचं टाळलं. आपण त्या चौघांच्या जागी असतो तर कदाचित लाल हा शब्द ऐकताच आपला प्राण गेला असता हे त्यांना जाणवत होतं.

— —

हरीजवळ या वेळी अर्ग्युमेंट तयार होतं. तिसरा रंग असताना रेडचं तंत्र वापरून

केलेलं पृथक्करण जरा जास्त किचकट झालं असतं. पण आता त्याला एक जास्त सोपा मार्ग सुचला होता. पण न जाणो, महाराजांनी पोतडीतून अजून काही काढलं तर, असा विचार करून त्याने एक निर्णय एकतर्फी घेतला होता. तिघांचंही त्याच्याकडे लक्ष आहे हे जाणवताच तो बोलला, ''आणखी एक रंग वाढल्यानं मूळ कल्पनेत काहीच फरक पडत नाही. गणितात ज्याप्रमाणे अनेक सिद्धान्त हे n साठी, म्हणजेच कोणत्याही आकड्याला लागू पडतील असे असतात, तसंच इथेही आपल्या द्विमान पद्धतीऐवजी त्रिमान पद्धती वापरून करता येईल.''

श्यामने बोलण्यासाठी कसंबसं तोंड उघडलं होतं. पण त्याला खुणेनंच थांबवत हरी पुढे म्हणाला, ''संगणकांमुळे द्विमान पद्धतीबद्दल अनेकांनी ऐकलं असतं; पण त्रिमान पद्धत वापरायची गरज कुणाला सहसा पडत नाही. यात 0 = पांढरा, 1 = काळा, याव्यतिरिक्त 2 = लाल असं समजू या. द्विमानमध्ये जसं 1 + 1 = 10, तसंच इथे प्रथम 0, त्यानंतर 0 + 1 = 1, 1 + 1 = 2 आणि नंतर 2 + 1 = 10, 2 + 2 = 11 इत्यादी होणार.''

तो श्वास घ्यायला थांबताच नीला म्हणाली, ''हे आता आपल्या आवाक्यापल्याड आहे असं वाटतंय. महाराजांना आपल्याला मारायचं असल्यामुळेच हा सर्व प्रकार घडवून आणलाय.''

हरी म्हणाला, ''खरंतर माझी थोडी चूकच झाली. अनेकदा आपण साध्या समस्यांसाठी घनघोर उपाय योजतो. महाराजांनी म्हटलेल्या रेडला मी रेड समजलो असणार आणि माझी गाडी भरकटली. हे सर्व समजून घ्यायचा एक सोपा मार्ग आहे. आता आपल्याजवळ वेळ नसल्यामुळे मला बोलू द्या, हरिपुराण चालवून घ्या.''

पुन्हा एका क्षणाची उसंत घेत हरी भराभर बोलू लागला. रेडमध्ये शिरण्यापेक्षा मॉड्युलो बेरीजनामक जास्त सोप्या प्रकारानं या कोड्याची उकल करता येते. मॉड्युलो बेरीज बेरजेनंतर भागाकार करायचा आणि फक्त किती अवांतर राहिले ते पाहायचं. उदा. दशमान पद्धतीत 179 → 179/10 केल्यास 9 अवांतर राहतात. द्विमानमध्येही तसंच. 1011 → 1011/2 केल्यास अवांतर येतं 1. द्विमान पद्धतीत अवांतर हे नेहमीच 0 किंवा 1 असणार. तसंच त्रिमान पद्धतीत 0, 1 किंवा २.''

धवलच्या 'अरे पण'ला थोपवत हरी बोलत राहिला, मागच्यानं सरळ समोरच्या तिघांच्या टोप्यांच्या आकड्यांची बेरीज मिळवायची, त्याला तीनने भागायचं, किती अवांतर आले ते पाहायचं आणि त्या आकड्यांचा रंग सांगायचा - पांढरा = 0, काळा = 1, लाल = 2. तिन्ही काळ्या टोप्या दिसल्यास = 1+1+1 = 3; 3/3 →, अवांतर = 0 म्हणजे पांढरा असं सांगायचं. यापुढे त्याच्या टोपीचा तो रंग आहे असं

धरून चालायचं. पुढचा त्यातून त्याला दिसत असलेल्या टोप्यांचं अवांतर वजा करणार आणि त्याला त्याच्या टोपीचा रंग कळणार. त्याच्या पुढचा तो रंग आणि त्याला दिसत असलेल्या टोपीचा रंग वजा करणार आणि त्याला स्वतःच्या टोपीचा रंग कळणार. हे अजूनही थोडं क्लिष्ट आहे हे मला कळतंय, म्हणून मी आणखी दोन गोष्टी करतोय. एक म्हणजे मी हा अवांतरांचा आणि वजाबाक्यांचा चार्ट बनवला आहे. असं काही वापरायचं नाही अशी आपल्यावर अट नाही, असं म्हणत हरीनं चार्टची एक-एक प्रत तिघांच्याही हातात दिली. पहिल्यांदाच तिघांनाही त्यांच्या चेहऱ्यावरून आशेची एक आल्हाददायक झुळूक गेल्यासारखं वाटलं.

हरी पुढे बोलला, ''मागचा जो रंग उच्चारेल, त्याप्रमाणे चार्ट विभागलेला आहे, त्यामुळे पुढच्यांना अगदी सोपं जावं. हे मला आधीच सुचायला हवं होतं. तीनच काय, कितीही रंगांसाठी हे वापरता येतं. मी चौथी रंग निळा धरून अजून एक चार्ट तयार ठेवला आहे. चारऐवजी चाळीस लोक असते तरी हे तितकंच सोपं गेलं असतं.''

''आणि दुसरी?'' हरीकडे तो देवदूत असल्याप्रमाणे पाहत नीलाने विचारलं,

पुढचा (चौथी)	पुढून दुसरा (तिसरा)	मागून दुसरा (दुसरा)	पुढच्या तिघांची बेरीज	मॉड्युलो – ३ बेरीज	मागच्याचं उत्तर (पहिला)
2	0	0	2	2	2
1	1	0	2	2	2
0	2	0	2	2	2
1	0	1	2	2	2
0	1	1	2	2	2
2	2	1	5	2	2
0	0	2	2	2	2
2	1	2	5	2	2
1	2	2	5	2	2

(पहिलं उत्तर लाल म्हणजेच दोन असताना इतरांच्या टोप्यांच्या रंगांचा तक्ता. 0 = पांढरा, 1 = काळा, 2 = लाल. एकूण 9 वेगवेगळ्या शक्यता आहेत. असेच दोन तक्ते पहिलं उत्तर 'पांढरा' आणि 'काळा' असतानाचे.)

"चिठ्ठ्या न टाकता मी सर्वांत मागे राहणार. सगळ्या बेरजा साध्या असल्या, तरी त्यातल्या त्यात पहिली सर्वांत महत्त्वाची आहे आणि तीच कोणी चुकवली तरी सगळ्यांचेच बारा वाजणार. मी जरी वाचणार असलो तरी शेवटी माझं ज्ञान उपयोगी ठरलं असं मला वाटेल. मी मागं हटणार नाही. तसंही वेळ आली आहे जायची."

नीलाने तोकडा प्रयत्न केलाच, चिठ्ठ्या टाकू म्हणण्याचा; पण तो निष्फळ ठरला.

— —

दरबारातील वातावरण गंभीर होतं. फार कुणी ते कोडं सोडवल्यासारखं भासत नव्हतं. महाराजांनी बदललेला क्रम पाहिला; पण त्यावर भाष्य न करता "तयार का?" एवढंच विचारलं. त्यांच्या हातातील कागदांबद्दलही काही बोलले नाहीत. पुढे धवल, मग नीला, मग श्याम आणि मागे हरी असा क्रम होता. होकार येताच त्यांनी पेटी चौघांच्याही मागे नेली. सर्वप्रथम हरीच्या डोक्यावर पांढरी टोपी ठेवली आणि एक-एक करून तिघांच्याही डोक्यांवर काळ्या टोप्या ठेवल्या. हरीने लगेच 1+1+1 = 3; 3/3 चं अवांतर 0 म्हणून पांढरा हा रंग सांगितला. पुढच्या तिघांनी मागच्याने सांगितलेला रंग आणि दिसत असलेले रंग वापरून आपापल्या टोप्यांचे काळे रंग बरोबर ओळखले आणि वाचले.

नंतरचा भाग पटापट झाला. कारावास-1वरील इतरांना प्रोसिजर पाठ असावं. छोटेखानी यानं तयार केली गेली. यानं सोडण्याच्या जागेजवळ फक्त नीला, धवल, श्याम आणि खुद्द महाराज होते. महाराजांचे डोळे चक्क किंचित पाणावले आहेत अशी नीलाला शंका आली. महाराज म्हणाले, "उर्वरित आयुष्याचं सोनं कराल या सदिच्छेनं मी तुम्हांला निरोप देतो." पहिल्या एक-दोन थोड्या कापऱ्या शब्दांनंतरचं वाक्य मात्र नेहमीप्रमाणे खंबीर होतं.

नीलाने धीर करून विचारलंच, "हरीचं काय?"

"त्याची तुम्ही चिंता करू नका." एवढं मोघम बोलून महाराजांनी त्या तिघांना एका मागोमाग एक आकाशाच्या पोकळीत रवाना केलं.

हरीचंही याने तयार होतं. तिथे पोहोचल्यावर महाराजांनी इतरांना जाण्याची खूण केली आणि हरीला विचारलं, "नीलाऐवजी तू कसा पहिला झालास? नव्या चिठ्ठ्या टाकल्या?"

"मला माझी ती जबाबदारी वाटली. मॉड्युलो-2 चं तंत्र काळ्या-पांढऱ्या टोप्यांकरता न वापरल्याची खंत होती. माझ्याइतके ते या गणितांमध्ये मुरलेले नव्हते. माझं उत्तर बरोबर असेल तर निदान स्वतःची कातडी वाचवायला ते त्यांच्या टोपीचा रंग ओळखणार. तसं झाल्यास आपोआपच पुढच्यांना योग्य दुवा मिळणार."

"ते नक्कीच तुला दुवा देत असणार आता."

हरीच्या हास्यातील उदासीनता लपत नव्हती. तो म्हणाला, "महाराज, आता उशीर करू नका, कृपया मलाही माझ्या मार्गानं जाऊ द्या."

"काय घाई आहे? रेडचा विचार जरी गरजेपेक्षा अधिक होता, तरी लाल टोपी दिसताच केलेला मॉड्युलो बेरजेचा विचार तुझी उपयुक्तता दाखवतो, त्याउपर इतरांना स्वतःपुढे ठेवण्यामुळे तुझी लायकीपण सिद्ध होते. मी निर्माता नाही. संहार तरी मी का करावा? या यानावर तंत्रज्ञ म्हणून काम करायला आवडेल तुला?"

"खरंच नक्की!" हरीचा आपल्या कानांवर विश्वास बसत नव्हता.

"स्वागतम." म्हणत महाराजांनी हात पुढे करत त्याला यानातून उतरवलं आणि दोघं नियंत्रण कक्षाकडे चालू लागले.

लेखकांविषयी थोडक्यात

प्रतीक पुरी

बी. एससी., डिप्लोमा इन मास मीडिया. न्यूजहंट या ई-बुक्स ॲप कंपनीमध्ये वरिष्ठ कार्यकारी अधिकारी या पदावर कार्यरत. या ठिकाणी विशेषतः मराठी पुस्तकांविषयीच्या विभागात कार्यरत. 'वाफाळलेले दिवस', 'चॅलेंज' या कादंबऱ्या प्रसिद्ध. 'गळ', 'वैनतेय', 'उधळी' ही पुस्तके ई-बुक्स स्वरूपात प्रसिद्ध.

मेघश्री दळवी

इंजिनिअरिंगमधील पदवीनंतर व्यवस्थापन विषयात पीएच.डी. प्राप्त. टेक्निकल कम्युनिकेशन या क्षेत्रात सल्लागार व संशोधक म्हणून कार्यरत. टेक्निकल कम्युनिकेशन या विषयावरील लेखन प्रसिद्ध. व्यवस्थापन विषयासंबंधीचे विविध शोधनिबंध आंतरराष्ट्रीय स्तरावर प्रसिद्ध. विविध मराठी नियतकालिकांमधून विज्ञानकथा, तसेच विज्ञानविषयक लेखन सातत्याने प्रसिद्ध होत असते.

शिरीष नाडकर्णी

टेक्सटाइल इंजिनिअरिंगमधील पदवी प्राप्त व याच क्षेत्रात 'अभियंता' म्हणून कार्यरत. विविध मराठी नियतकालिकांतून विनोदी कथा व विज्ञानकथांचे नियमित लेखन. साप्ताहिक सकाळ, नितांत, कालनिर्णय, आम्ही पार्लेकर-दिवाळी अंक; तसेच कोमसाप-वसई शाखा यांच्यातर्फे आयोजित कथास्पर्धांमध्ये विविध पुरस्कार प्राप्त.

स्मिता पोतनीस

मराठी साहित्यातील एम.ए. ही पदव्युत्तर पदवी प्राप्त. विविध मराठी नियतकालिकांतून विज्ञानकथा प्रसिद्ध. 'नीलांगिनी' ही कादंबरी प्रसिद्ध. अभिनय, दिग्दर्शन व निवेदन या क्षेत्रात सध्या कार्यरत.

प्रसन्न करंदीकर

एम.एससी. जैवतंत्रज्ञान, ही पदव्युत्तर पदवी प्राप्त. विविध नियतकालिकांमधून विज्ञानकथा, तसेच एकांकिका व लघुपटांसाठी संहितालेखन सुरू. व्हीआयटी फिल्म सोसायटीचे सक्रिय सदस्य. मुंबई विद्यापीठांतर्गत आयोजित युवा महोत्सवात लघुकथा व काव्यलेखन स्पर्धेत रौप्यपदक प्राप्त.

आर. के. सावे

तारापूर हायस्कूल, तारापूर येथे काही काळ अध्यापन. तारापूर येथे स्वतःचे इंजिनिअरिंग वर्कशॉप. नाट्यलेखन, कथालेखन, ललित, स्फूटलेखन, काव्यलेखन यांमध्ये विशेष रस. अनेक विज्ञानकथा विविध नियतकालिकांतून प्रसिद्ध. 'इप्सित', 'ठेवा', 'निर्झर' हे कवितासंग्रह प्रसिद्ध. 'अंतराळींची किमया' व 'मोर्चा' या विज्ञानकथांना कोमसाप, मुंबई शाखा यांचा पुरस्कार प्राप्त.

शरद पुराणिक

नाशिक येथील रचना विद्यालयात अध्यापन सुरू. महाराष्ट्र समाजसेवा संघ, नाशिक या शिक्षणसंस्थेचे संचालक. 'नाशिक कवी' या संस्थेची स्थापना. विविध नियतकालिकांतून विनोदी व विज्ञान कथालेखन प्रसिद्ध. अनेक बाल-एकांकिकांचे लेखन. मसाप, बडोदा यांचा 'चौथी कसम' या विनोदी कथासंग्रहाला पुरस्कार प्राप्त.

भाग्यश्री नूलकर

भौतिकशास्त्रातील पदवी प्राप्त. कॉम्प्युटर डिप्लोमा प्राप्त. मराठी साहित्यातील एम.ए. ही पदव्युत्तर पदवी प्राप्त. मुंबई महानगरपालिकेत सध्या कार्यरत. विविध मराठी नियतकालिकांमधून कथालेखन. मुंबई मराठी ग्रंथ संग्रहालय, मुलुंड विभागाचे कार्यवाह पदावर कार्यरत. अनेक कथांना पुरस्कार प्राप्त.

सुरेश भावे

कृषिशास्त्रातील पदवी प्राप्त. शेती व बँक व्यवस्थापन या क्षेत्रात कार्यरत. मराठी व इंग्लिशमधून सातत्याने या विषयावरील लेखन प्रसिद्ध. विविध नियतकालिकांतून लघुकथा व विज्ञानकथा प्रसिद्ध. लघुकथेला ना.सी.फडके पारितोषिक प्राप्त. आकाशवाणीतर्फे मुलाखत प्रसारित.

प्रा. म. वि. दिवेकर

एम.एससी., एम.फिल. वनस्पतीशास्त्र, संगमनेर महाविद्यालय, संगमनेर येथे वनस्पतीशास्त्र या विषयाचे सहयोगी प्राध्यापक म्हणून कार्यरत. विविध नियतकालिके व दिवाळी अंकांमधून विज्ञानकथा व सर्पकथा प्रसिद्ध. 'सर्पमित्र' म्हणून सुपरिचित. 'तेथे जीवाणू जगती' व 'विश्वामित्राची प्रतिसृष्टी' हे विज्ञानकथासंग्रह प्रसिद्ध. 'सर्पपुराण' हा सर्पकथासंग्रह प्रसिद्ध. 'पुनर्जन्म' ही विज्ञानकथा पुणे विद्यापीठातील विज्ञानशाखेच्या द्वितीय वर्षाच्या अभ्यासक्रमात समाविष्ट.

डॉ. मधुसूदन डिंगणकर

एम.एससी., पीएच.डी.. भाभा अणुसंशोधन केंद्र येथे वरिष्ठ वैज्ञानिक अधिकारी म्हणून अडतीस वर्षांहून अधिक काळ कार्यरत व सध्या निवृत्त. विविध वर्तमानपत्रे, नियतकालिके यांमधून विज्ञानविषयक लेखन; तसेच ललित व विज्ञानकथा लेखन प्रसिद्ध. अनेक राष्ट्रीय व आंतरराष्ट्रीय परिषदांमध्ये शोधनिबंध प्रसिद्ध. विज्ञान या विषयावरील व्याख्याते. आकाशवाणीवर विज्ञान-कथाकथन प्रसारित. 'डिंबग्रंथींचा कर्करोग' हे मराठी अनुवादित पुस्तक प्रसिद्ध. तसेच 'पाणबुडीचे विलक्षण जग' आणि 'भारतीय संख्याशास्त्रज्ञ' ही पुस्तके प्रसिद्ध. अनेक कथांना व पुस्तकांना पुरस्कार प्राप्त.

नील आर्ते

भौतिकशास्त्रातील एम.एससी. ही पदव्युत्तर पदवी प्राप्त. सॉफ्टवेअर इंजिनिअर म्हणून कार्यरत. 'पाइनॅपल सन' या ब्लॉगवरून मराठीतून नियमित लेखन. विज्ञानकथा लेखनामध्ये विशेष रस.

सुनील सुळे

मरीन इंजिनिअरिंगमधील पदव्युत्तर पदवी प्राप्त. मल्टिनॅशनल शिप मॅनेजमेंट कंपनीमध्ये 'प्रोग्रॅम हेड फॉर नेव्हिगेशन' या पदावर कार्यरत. जहाजावरील नेव्हिगेटिंग ऑफिसर्स व मरीन इंजिनिअर्स यांना प्रशिक्षण देण्याचे काम सुरू. मराठी, हिंदी व इंग्रजी भाषेतून सातत्याने लेखन प्रसिद्ध. विविध नियतकालिकांमधून ललित व विज्ञानकथा प्रसिद्ध.

माधव मोरेश्वर केळकर

बी. कॉम. ही पदवी प्राप्त. अकौंटिंग व ऑडिटिंगचा स्वतंत्र व्यवसाय. विविध नियतकालिकांतून विज्ञानकथा प्रसिद्ध. 'प्राजक्ताचा लक्ष' हा कथासंग्रह प्रसिद्ध.

आशिष महाबळ

आयुका (IUCAA) मधून खगोलशास्त्रातील पीएच.डी. प्राप्त. पॅसेडेना येथील कॅलिफोर्निया इन्स्टिट्युट ऑफ टेक्नॉलॉजी येथे वरिष्ठ शास्त्रज्ञ म्हणून कार्यरत. खगोलशास्त्र या विषयातील लेखन सातत्याने सुरू. विविध नियतकालिकांतून विज्ञानकथा प्रसिद्ध.